ഇന്ദുമേനോൻ:
കഥ, കാമന, കലാപം

ഡോ. തോമസ് സ്കറിയ

കുറിച്ചിത്താനത്തു ജനനം. എറണാകുളം മഹാരാജാസ് കോളേജിൽ നിന്നും മലയാളത്തിൽ എം.എ. കാലടി സംസ്കൃതസർവ്വകലാശാലയിൽ നിന്നും മലയാളത്തിൽ എം.ഫിൽ, പിഎച്ച്.ഡി ബിരുദങ്ങൾ. ലോകകഥയുടെ ചരിത്രവും സൗന്ദര്യവും, ടെറി ഈഗിൾട്ടൺ- സിദ്ധാന്തം, സൗന്ദര്യം, സംസ്കാരം, പാശ്ചാത്യസാഹിത്യ സങ്കേതങ്ങൾ, ഭാരതീയേതര സാഹിത്യസിദ്ധാന്തങ്ങൾ എന്നിവ പ്രധാന കൃതികൾ. സാഹിത്യചരിത്രവിജ്ഞാനീയം എന്ന ഗ്രന്ഥത്തിന്റെ എഡിറ്ററാണ്. പാലാ സെന്റ് തോമസ് കോളേജിൽ മലയാളവിഭാഗം അസോസിയേറ്റ് പ്രൊഫസർ. ഭാര്യ: ക്രിസ്റ്റിമോൾ മാത്യു. മക്കൾ: ലിയോ സ്കറിയ, ജോയൽ മാത്യു.

വിലാസം:
പാലമറ്റം വീട്
കുറിച്ചിത്താനം പി. ഒ.
ഉഴവൂർ - 686 634
ഇമെയിൽ : drthomasscaria@gmail.com

ഇന്ദുമേനോൻ:
കഥ, കാമന, കലാപം

പഠനം

എഡിറ്റർ:
ഡോ. തോമസ് സ്കറിയ

FEMINGO BOOKS
2023

വില: 310 രൂപ

Indhu Menon: Kadha, Kamana, Kalapam
Edited By: Dr. Thomas Scaria

Malayalam Studies

Published by:-
FEMINGO BOOKS
femingobooks@gmail.com
Ph: 90740 98776, 8301034604

Cover Design:
Maxlab
Cover Picture:
Shri. Kannan G. Mani

Copyright:
Femingo Books

Printed in India
at Max

Edition:
First Editon May 2023
Copies: 1000

Price: Rs. 310

ISBN: 978-93-91085-82-7

പ്രസാധകക്കുറിപ്പ്

പ്രിയപ്പെട്ട എഴുത്തുകാരിയാണ് ഇന്ദുമേനോൻ, പ്രസാധകയാവുന്നതിനും മുന്നേ ഇന്ദുവിന്റെ കഥകൾ ആർത്തിയോടെ വായിച്ചിരുന്നു. ഇന്ദുവിന്റെ ഒരു പുസ്തകം പ്രസിദ്ധീകരിക്കാൻ ഫെമിൻഗോ ബുക്സിന് ആയിട്ടില്ലെങ്കിലും അവരുടെ കഥകളുടെ പഠനങ്ങൾ ഇതാദ്യമായി മലയാളത്തിൽ അവതരിപ്പിക്കാൻ ഞങ്ങൾക്ക് കഴിഞ്ഞിരിക്കുന്നു. എത്രയോ കാലത്തെ അധ്വാനത്തിന്റെ ഫലമാണിത്. കൂടെ നിന്ന ഞങ്ങളുടെ പ്രിയപ്പെട്ട എഡിറ്റർ ഡോ. തോമസ് സ്കറിയ സാറിന് പ്രത്യേകനന്ദി. അദ്ദേഹം ഇന്ദുവിന്റെ കഥകളെക്കുറിച്ചുള്ള ഈ പുസ്തകത്തെ അവതാരികയിലൂടെ വിശേഷിപ്പിക്കുന്നത് ഗോത്രവർഗ്ഗറാണിയുടെ തൂവൽ ക്കിരീടം എന്നാണ്. ഇതിലെഴുതിയ ഡോ. ജൈനിമോൾ കെ.വി, ഡോ. അഭിലാഷ് ഡോമിനിക്ക്, ഡോ. സ്വപ്ന ആന്റണി, ഡോ. അഥീന എം. എൻ., ഡോ. ദീപേഷ് കരിമ്പുങ്കര, ഡോ. സിബി കുര്യൻ, ഡോ. പി.എസ്. ജ്യോതിലക്ഷ്മി, ഡോ. സുവർണ്ണനീദേവി ഇ., ഡോ. ആശാമോൾ എസ്., ഡോ. സോണിയ ജോസ്, ഡോ. ആതിര കെ.ആർ, ഡോ. സിമി പി. സുകുമാർ, ഡോ. പ്രിൻസ് മോൻ ജോസ്, ഡോ. അഭിന മേരി സാജു, തെരേസ് സെബാസ്റ്റ്യൻ, ഡോ. ജെൻസി കെ.എ., ഡോ. ശ്രീകല എൽ. ആർ., ഡോ. വി. അനീഷ്കുമാർ, ഡോ. ശോഭിത ജോയ്, ഡോ. മായ എസ്. നായർ, സൗമ്യ ജോസ് എന്നിവരോടുള്ള സ്നേഹവും അറിയിക്കുന്നു. ഈ പുസ്തകം ഇന്ദുമേനോൻ എന്ന എഴുത്തുകാരിയുടെ സർഗകാമനകളെ വേറിട്ട വിധത്തിൽ പഠനവിധേയമാക്കുകയാണ്. ശരിക്കും ഒരു പുനർവായന. ആ അർത്ഥത്തിൽ ഞങ്ങളുടെ അഭിമാനമാണ് ഈ പുസ്തകം.

ദുർഗ മനോജ്

പ്രസാധക

‘ഇങ്ങനെ മത്തുപിടിപ്പിക്കുന്ന ഭാഷ, പൊള്ളിക്കുന്ന വിഷയങ്ങൾ, നട്ടെല്ലു പിളർത്തുന്ന കഥാസന്ദർഭങ്ങൾ, പ്രണയത്തിന്റെ നനുനനുപ്പ് ... റബ്ബുല്ലാലമീനായ തമ്പുരാനെ ഇങ്ങനെയുമുണ്ടോ ഒരു കഥാകാരി ... ’

എം.മുകുന്ദൻ

അവതാരിക

ഗോത്രവർഗ്ഗറാണിയുടെ തൂവൽക്കിരീടം

ഡോ. തോമസ് സ്കറിയ

ഫിക്ഷന്റെ യഥാർത്ഥ "സാർവത്രികത" അതിന്റെ പ്രമേയങ്ങളുടെ വിശാലതയിലോ പ്രാധാന്യത്തിലോ അല്ല, മറിച്ച് എല്ലാ സ്ഥലങ്ങളിലും എല്ലാ സമയത്തും ചിന്താശീലരായ മനുഷ്യരെ ആനന്ദിപ്പിക്കുന്നതിനുള്ള അചഞ്ചലമായ ശക്തിയിലാണ് എന്ന് എഡ്വേർഡ് ഡബ്ല്യു. റോസെൻഹൈം ജൂനിയർ, സാഹിത്യത്തിൽ എന്തു സംഭവിക്കുന്നു എന്ന ഗ്രന്ഥത്തിൽ പറഞ്ഞിട്ടുണ്ട്. എന്നാൽ, ആനന്ദിപ്പിക്കുന്നതിനപ്പുറം അനുഭവിപ്പിക്കുന്നവയായി പുതിയ കഥകൾ മാറിയിട്ടുണ്ട്. സ്ത്രീയുടെ പ്രണയവും പ്രതീക്ഷകളും കാമനകളും കലഹങ്ങളും നിറഞ്ഞു തുളുമ്പുന്ന കഥകളുടെ ഒരു ലോകമാണ് ഇന്ദു മേനോന്റേത്. സ്വാതന്ത്ര്യത്തിന്റെ പ്രാണവായു നുകർന്നു കൊണ്ട് എഴുതിയ കഥകളാണ് അവിടെയുള്ളത്.

അതുകൊണ്ട്, സമകാലിക മലയാള കഥാസാഹിത്യത്തിലെ ഏറ്റവും അസാധാരണവും ഗംഭീരവുമായ കഥകൾ എടുത്താൽ അതിൽ ഇന്ദു മേനോന്റെ കഥകൾ ഉണ്ടാകും. സാഹിത്യവും സാങ്കേതികതയും തമ്മിൽ സങ്കരീകരണം (ഹൈബ്രിഡൈസേഷൻ) സംഭവിച്ച കാലഘട്ടത്തിൽ, കലാപരമായ പരിശുദ്ധിക്കുവേണ്ടിയുള്ള കച്ചേരികൾ കാലഹരണപ്പെട്ടതാണ്. തീർച്ചയായും അത് അൽപ്പം കപടവുമാണ്. സാഹിത്യം മൂർത്തവും മാനുഷികവും സാമൂഹികവും ചരിത്രപരവുമാണ് എന്നതാണ് ഇപ്പോൾ നിലവിലുള്ള സിദ്ധാന്തമെന്ന് എഡ്വേർഡ് ഡബ്ല്യു സെയ്ദ് എഴുതിയിട്ടുണ്ട്. അതായത്, സാഹിത്യം നമുക്ക് എല്ലാത്തരം അനുഭവങ്ങളുടെയും സൗന്ദര്യാത്മക ഉദാഹരണങ്ങൾ നൽകുന്നു. നഷ്ടമായ സമ്മാനത്തിനായുള്ള തിരച്ചിൽ, ഒരു നിമിഷത്തിന്റെ ശ്രുതിമധുരമായ

സത്യത്തിനായുള്ള അന്വേഷണം, ആ ക്ഷണികമായ സത്യം ആശ്ചര്യപ്പെടുത്താനും പിടിച്ചെടുക്കാനുമുള്ള ആഗ്രഹം, അതിന്റെ സൗന്ദര്യാത്മകമായ ആവിഷ്കാരം എന്നിവ ചേർന്നതാണ് ഇന്ദു മേനോന്റെ കഥകൾ. ജീവിതത്തിന്റെ കഠിനമായ വസ്തുതകളെ, പ്രണയവും മരണവും കൊണ്ട് അഭിമുഖീകരിക്കുന്ന കഥകൾ, ഭാവനാസമ്പന്നയായ ഒരെഴുത്തുകാരിയുടെ ഭാവസമ്പന്നമായ കഥകൾ!

മനുഷ്യരുടെ അഭിനിവേശങ്ങളോടും വിധിയോടും താൽപ്പര്യമില്ലാത്ത ഒരു പ്രപഞ്ചത്തിൽ നിന്നുള്ളവയല്ല ഇന്ദു മേനോന്റെ കഥകൾ. മിക്കവാറും ആദ്യകാലകഥകളിലെല്ലാം തന്നെ കാണപ്പെടുന്ന ഒരു പ്രതിപാദ്യം (Motif) സ്നേഹമാണെങ്കിൽ പിന്നീടത് മരണമായി മാറുന്നു. അന്ധമായി അടിമപ്പെട്ട സ്നേഹത്തിന്റെ ദുരന്തങ്ങളാണ് അവരുടെ കഥകൾ പറയുന്നത്. വിവാഹജീവിതത്തിന്റെയും കുടുംബജീവിതത്തിന്റെയും അരികുകളിൽ അവ വികസിക്കുന്നു. അവിടെ അവൾ ഒരു വീണവാദകനെ കാത്തിരിക്കുന്നു. എന്നാൽ ഒരിക്കലും അവൾ വിജയിക്കുന്നില്ല. സ്വപ്നങ്ങൾ ഒരു കുറ്റിമുല്ലച്ചെടിയിലെന്നവണ്ണം പൂവണിയാൻ പോകുന്നുവെന്ന് ആഹ്ലാദിക്കുകയും ഒടുവിൽ അത് സ്വപ്നം മാത്രമായിരുന്നുവെന്ന് തിരിച്ചറിയുകയും ചെയ്യുന്ന സ്ത്രീകളെയാണ് ഇന്ദു മേനോൻ അവതരിപ്പിക്കുന്നത്. മരണത്തെ പ്രേമക്കണ്ണുള്ള ഒരു ബലാത്കാരി എന്നാണ് മരണവേട്ട എന്ന കഥയിൽ അവർ വിളിക്കുന്നത്.

ചതിയാണ് ഏറ്റവും വെറുക്കപ്പെടേണ്ടത് എന്ന് ഓർമ്മിപ്പിക്കുന്ന കഥകളാണ് ഇന്ദു മേനോൻ എഴുതിയവയിൽ ഏറെയും. ചതിയും വഞ്ചനയും മനുഷ്യരുണ്ടായ കാലം മുതലേ ഉണ്ട്. വഞ്ചകൻ/വഞ്ചകി ഒരു വ്യക്തിയെയോ ഒരു സാഹചര്യത്തെയോ അല്ലെങ്കിൽ രണ്ടിനെയുമോ മുതലെടുക്കുകയാണ്. ചക്ലിയനിൽ സ്ത്രീയാണ് വഞ്ചിക്കുന്നതെങ്കിൽ ജന്തുവിൽ വഞ്ചകകുലമായി പുരുഷന്മാരെ അവതരിപ്പിക്കുന്നു. അനിയന്ത്രിതമായ കാമത്തിന്റെ കമ്പിളിപ്പുതപ്പിനുള്ളിൽ കഴിഞ്ഞ പുരുഷന്മാരോട്, തന്നെ നശിപ്പിച്ചവരോട് പ്രതികാരം ചെയ്യുന്നു ജന്തുവിലെ ബസുന്ധര.

ഗാർഹികസന്തോഷത്തിലും സ്നേഹത്തിലും മാത്രം മുഴുകിയിരിക്കുന്ന സ്ത്രീകൾ എന്നത് ഒരു ഉട്ടോപ്യൻ ആഗ്രഹമാണ്. ലോകത്തിൽ നിന്ന് ഒറ്റപ്പെട്ട പാതകളിൽ തനിച്ചു സഞ്ചരിക്കാത്തവരില്ലെന്ന് ഓർമ്മിപ്പിക്കുന്ന കഥകൾ. സ്വയം മറക്കുകയും, സ്വയം നഷ്ടപ്പെടുകയും ഇല്ലാതാവുകയും ചെയ്തു കൊണ്ട് അവർ സന്തോഷം

അനുഭവിക്കുകയാണ്. ഇനി ലോകത്തെ അഭിമുഖീകരിക്കേണ്ടെന്ന് തീരുമാനിക്കുന്ന വ്യക്തികളല്ല, അപ്രത്യക്ഷമാകാനുള്ള പോരാട്ടം ഉപേക്ഷിക്കുക എന്ന തീരുമാനത്തിലെത്തിയവരാണ് ഇന്ദു മേനോന്റെ സ്ത്രീകൾ. ഇതുവരെ സ്വാധീനം ചെലുത്തിയ കാര്യങ്ങളിൽ അവർക്ക് താൽപ്പര്യം നഷ്ടപ്പെടുന്നു, മൂല്യങ്ങളിൽ നിന്ന് അത് നൽകിയ മതിപ്പ് അവർ പിൻവലിക്കുന്നു. ലക്ഷ്യങ്ങൾ, അതുവരെ അതിനെ നയിച്ചിരുന്ന ആഗ്രഹങ്ങൾ, ഒരു വഴിത്തിരിവിലൂടെ നീങ്ങുന്നു. "പ്രധാന" കഥാപാത്രങ്ങളുടെ അസ്തിത്വം ഉടനടി വെളിപ്പെടുത്തുകയും തുടർച്ചയായി ചോദ്യം ചെയ്യുകയും ചെയ്യുന്നു. ഭാവനയെ ശക്തിപ്പെടുത്തുകയും അതിനുശേഷം അതിന്റെ വികാസങ്ങളെ നിയന്ത്രിക്കുകയും പോഷിപ്പിക്കുകയും ചെയ്യുന്ന മനഃശാസ്ത്രപരവും സൗന്ദര്യാത്മകവുമായ മനോഭാവങ്ങളെ സ്ഥാപിക്കുന്നു.

ആ വീക്ഷണം എല്ലായ്പ്പോഴും, കഥാപാത്രത്തിന്റെ കാര്യത്തിലെന്നപോലെ, ഒരുതരം അതൃപ്തി, ലോകത്തിൽ നിന്നും തന്നിൽ നിന്നുമുള്ള സമൂലമായ വേർപിരിയൽ എന്നിവ ഉൾക്കൊള്ളുന്നു; അത് ഒരു പ്രവാസമാണ്, ഒരു കുടിയേറ്റമാണ്. പുരുഷന്മാരെ സ്വാർത്ഥരായാണ് അവർ ചിത്രീകരിക്കുന്നത്, അവനവനെത്തന്നെ സ്നേഹിക്കുന്നവർ. ദ അദർ വുമൺ അഥവാ ഇങ്ക് ചോദിക്കുന്ന ഊഞ്ഞാൽക്കുട്ടി എന്ന കഥയിലെ ജില്ലിന്റെ ഭർത്താവിൽ നിന്നും പ്രേമസൂത്രത്തിലെ കാമശാസ്ത്രാഖ്യായികാകാരനിലേക്ക് അധികം ദൂരമില്ല. പുരുഷന്റെ സാഹസകൃത്യങ്ങളും സ്ത്രീയുടെ അസഹ്യമായ ആത്മക്ഷതങ്ങളുമാണ് ഇന്ദു മേനോന്റെ കഥകളുടെ പൊതുഭൂമിക. വിശന്നുവലഞ്ഞ രണ്ടു ചെന്നായ്ക്കളെ പിതാവും കന്യകയും എന്ന കഥയിൽ കണ്ടുമുട്ടുന്നു. അതിൽ വാച്ച്മാൻ പറയുന്ന ചെന്നായയുടെ കഥയ്ക്ക് അവിചാരിതമായ കഥാന്ത്യവുമായുള്ള പൊരുത്തം, ഈ കഥാകാരി എത്രമാത്രം സർഗധനയാണെന്ന് ഓർമ്മിപ്പിക്കുന്നു. ചതി, വ്യഭിചാരം, വഞ്ചന തുടങ്ങിയവയുമായി പുരുഷനും സ്ത്രീയും ജീവിതത്തെ തിരുത്താനാവാത്ത ദുരന്തങ്ങളിലേക്ക് വലിച്ചെറിയുന്നു. എങ്കിലും, ചക്ലിയൻ എന്ന കഥയിൽ ലോകത്തിലെ ഏറ്റവും നിസ്സഹായനായ ഒരു മനുഷ്യനെ അവർ അവതരിപ്പിച്ചിട്ടുണ്ട്. മനുഷ്യന്റെ ഹൃദയാന്തർഭാഗത്തെ ഇരുട്ടിൽ എന്തൊക്കെയാണെന്ന് ആർക്കറിയാം. എണ്ണിയാൽ ഒടുങ്ങാത്ത രഹസ്യങ്ങൾ. അവ ഇന്ദു മേനോന് കഥകൾക്കുള്ള ഇഷ്ട വിഷയങ്ങളായി മാറുന്നു.

എല്ലാ മഹത്തായ കഥകളും അവസാനിക്കുന്നത് “അതിഭൗതിക ആഗ്രഹത്തിന്റെ ത്യാഗം” എന്ന സങ്കല്പത്തിലാണ്. അത് പലായനത്തിന് സമാനമാണ്, അതിൽ ഒരു അകലം ഉൾപ്പെടുന്നു. അതിലൂടെ വ്യക്തി ഉപരിപ്ലവതയ്ക്കും അനുകരണത്തിനും പോരാട്ടത്തിനും പകരം പൂർണ്ണമായി ഒരു ലോകത്തെ ഉപേക്ഷിക്കുന്നു. സ്വാതന്ത്ര്യം നൽകുന്ന വെളിച്ചത്തിനും സമാധാനത്തിനും സ്വർഗീയതയുണ്ട്. അനുരഞ്ജനത്തിന്റേയല്ല കലാപത്തിന്റെ “ഉജ്ജ്വലമായ തീ” പ്രകാശിക്കുന്നവയാണ് ഇന്ദു മേനോന്റെ കഥകൾ. അവയുടെ ഒരു സവിശേഷത, അവരുടെ “പ്രധാന” കഥാപാത്രങ്ങളുടെ അസ്തിത്വത്തെ അടയാളപ്പെടുത്തുന്ന പെട്ടെന്നുള്ള അസംതൃപ്തി അവരുടെ കഥയുടെ അവസാനത്തിൽ മാത്രമല്ല, ഒരിടത്തും അനിവാര്യമായും അവസാനിക്കുന്നില്ല എന്നതാണ്. അവർ റൊമാന്റിക് നായികമാരിൽ നിന്നും കരുത്തുള്ള സ്ത്രീകളായി പരിണമിക്കുന്നു. പലരുടെ കാര്യവും അങ്ങനെയാണെന്നു പറയാം. ഉപേക്ഷിക്കപ്പെട്ടതായ ഒരു ലോകത്തെ അഭിമുഖീകരിക്കുന്നവർ. ഇത്തിരിനേരം മാത്രം മാന്യതയുടെ മുഖംമൂടി അണിഞ്ഞു വരുന്നവരുടെ ചതിയിൽ അകപ്പെടുന്ന സ്ത്രീകൾ. പിന്നീട് സർപ്പത്തിന്റെ വിഷസഞ്ചിയിൽ ഇറ്റിറ്റായി നിറയുന്ന കാമത്തിന്റെ വിഷമേല്ക്കേണ്ടി വരുന്നവർ. കാമമേനിയാകുന്നു രുചിയും ആശ്വാസവുമെന്നു കരുതാൻ അവർക്കാകുന്നില്ല. അത് നിരന്തരം ദൃശ്യമാകുന്ന ലോകത്തെക്കുറിച്ചുള്ള പര്യവേക്ഷണമായി നമുക്ക് വായിക്കാൻ കഴിയുന്നു. ധ്യാനത്തിന്റെ ഒരു നൃത്തരൂപം പോലെ തുടർച്ചയായ മൂന്ന് അവസ്ഥകൾ അവരുടെ കഥകളിൽ ആവർത്തിക്കുന്നു: സ്നേഹം, സഹനം, സംയമനം.

ഒരു വശത്ത്, പുരുഷന്റെ സ്നേഹം നിലനിർത്താൻ തന്നാൽ കഴിയുന്നതെല്ലാം ചെയ്യണമെന്ന് അറിയാവുന്ന ഒരുവൾ. മറുവശത്ത്, എന്തോ അത് ശരിയല്ലെന്ന് അറിയുന്ന ഒരുവൾ. ഈ രണ്ട് അവസ്ഥകളും ഒരു കഥയിൽ ഒരേപോലെ മുഴങ്ങുന്നത് വിചിത്രമായി തോന്നിയേക്കാം, എന്നാൽ എല്ലാം ദഹിപ്പിക്കുന്ന ബന്ധത്തിൽ ഏർപ്പെട്ടിരിക്കുന്ന ഏതൊരാൾക്കും ഈ ദ്വൈതത തിരിച്ചറിയാനാകും. അധികാരവും ആഗ്രഹവും തമ്മിലുള്ള ദുർബലമായ പിരിമുറുക്കത്തെ പ്രകാശിപ്പിക്കുന്നവയാണ് പല കഥകളും. ഒരു സ്ത്രീയുടെ ലൈംഗിക മൂലധനം അവളുടെ സ്വത്വത്തെയും അനുഭവത്തെയും രൂപപ്പെടുത്തുന്ന കഥകളും അക്കൂട്ടത്തിലുണ്ട്. ബന്ധങ്ങളുടെ അർത്ഥം അറിയുകയും അന്വേഷിക്കുകയും ചെയ്യുന്നത് ഭാവ

നയെ സംബന്ധിച്ചിടത്തോളം, ഒരു കണ്ണാടിയിലെ സ്വന്തം വിപരീത പ്രതിഫലനത്തെയും അതിന്റെ കൃത്യമായ വിരുദ്ധതയെയും കുറിച്ച് ചിന്തിക്കുന്നതിനു തുല്യമാണ്. സ്വന്തം ഭാവനയുടെ പൊളിച്ചുമാറ്റിയ പുരയിടത്തിലാണ് ഓരോ കഥാകൃത്തും ജീവിക്കുന്നത്. മറ്റൊരു വിധത്തിൽ പറഞ്ഞാൽ അശ്രാന്തമായി ഭാവനയെ പുനർനിർമ്മിക്കുക, എല്ലാ കോണുകളിൽ നിന്നും അതിനെ പരിചിന്തിക്കുക, അതാണ് സർഗ്ഗധനരായ കഥാകൃത്തുക്കളുടെ വിധി.

ഇന്ദു മേനോന്റെ കഥകളുടെ സവിശേഷതകളിലൊന്ന് പ്രണയത്തിലാണ് പല കഥാപാത്രങ്ങളും അതിജീവന സാധ്യത തേടുന്നത് എന്നതാണ്. ജീവിതത്തിന്റെ ഗുരുത്വാകർഷണ കേന്ദ്രം പ്രണയമാകുന്നു. ഓരോ കഥാപാത്രത്തിന്റെയും വ്യത്യസ്തതയ്ക്കും അതുല്യമായ അഭിനിവേശത്തിനും കാരണം ഒരിക്കലും പൂർത്തിയാകാത്ത, ഒരിക്കലും ഉപേക്ഷിക്കപ്പെടാത്ത പ്രണയാവേശത്തിന്റെ തിരയലാണവർ ജീവിക്കുന്നതെന്നതാണ്. ഇന്ദു മേനോന്റെ കഥകളിൽ പ്രണയാഭിനിവേശം, വ്യതിയാനങ്ങളോടുള്ള അഭിനിവേശമാണ്.

ഇന്ദു മേനോന്റെ കഥകളിൽ സ്വപ്നങ്ങൾ പതിവായി ആവർത്തിക്കപ്പെടുന്നു. അവയെ രണ്ട് സവിശേഷതകളാൽ വേർതിരിച്ചറിയാം. ഒന്നാമതായി, അവ വെറും ദർശനങ്ങളാണ് എന്നതത്രേ, എന്നാൽ മിക്കപ്പോഴും സാഹസികതയാണ് അതിനു കൂട്ടായി ന്നെത്തുന്നത്. ആഖ്യാനത്തിന്റെ എല്ലാ സാധാരണ ചേരുവകളും കണ്ടെത്താവുന്ന കഥകളാണവ. തുടർച്ചയായ പ്രവർത്തനങ്ങൾ, ക്രമീകരണങ്ങൾ, കഥാപാത്രങ്ങൾ, കൂടാതെ സംഭാഷണങ്ങൾ എന്നിവയെല്ലാം ഈ സ്വപ്നങ്ങളിലും കണ്ടെത്താം. തീർച്ചയായും ഈ പ്രതീകങ്ങൾ, ഈ ക്രമീകരണങ്ങൾ, ഈ പ്ലോട്ടുകൾ, അതുപോലെതന്നെ അവയെ രൂപപ്പെടുത്തുന്ന താൽക്കാലികത, കാര്യകാരണങ്ങൾ എന്നിവയ്ക്ക് യാഥാർത്ഥ്യവുമായി കാര്യമായ ബന്ധമൊന്നുമില്ല. ഒപ്പം അവയുടെ ആവിഷ്കാരരീതി ഭ്രമാത്മകതയുമായി വളരെ അടുത്താണുതാനും. നമ്മൾ “യഥാർത്ഥം” എന്നു വിളിക്കുന്ന കഥകളുടെ വിവരണം പോലും പ്രാഥമികലോകത്ത് വികസിക്കുന്നവയാണ്. ഈ ഔപചാരിക സ്വഭാവം ഈ സ്വപ്നങ്ങളെ, വ്യത്യസ്തമായ സാദൃശ്യത്തിൽ ഉൾപ്പെട്ടതാണെങ്കിലും, മറ്റ് ആഖ്യാനസാധ്യതകൾക്കൊപ്പം കഥയുടെ ബഹുസ്വരതയിലേക്കു തുല്യനിലയിൽ പ്രവേശിക്കാൻ അനുവദിക്കുന്നു. രണ്ടാമത്തെ സവിശേഷത, കഥാപാത്രങ്ങൾ വ്യവഹരിക്കുന്ന “സാധാരണ”

യാഥാർത്ഥ്യത്തിന് അപ്പുറത്തുള്ള ഒരു ലോകത്തെ സ്വപ്നങ്ങളിൽ കൊണ്ടുവരുമ്പോഴും അവയുടെ ആകർഷണീയത ഒട്ടും കുറയുന്നില്ല എന്നതാണ്.

അപരിചിതത്വത്തിൽ നിന്ന് അവയുടെ ഭ്രമാത്മകശക്തിയുടെ ചില പ്രധാന ഭാഗങ്ങൾ എത്രമാത്രം ഉരുത്തിരിഞ്ഞുവന്നാലും സ്വപ്നങ്ങൾ ഒടുവിൽ "യഥാർത്ഥ" കഥകളുടേതിന് തുല്യമായ സാന്നിധ്യം നേടുന്നു. കഥാപാത്രങ്ങളെ ചിത്രീകരിക്കുന്നതിലും അർത്ഥങ്ങൾ പരിശോധിക്കുന്നതിലും കഥയിലെ സ്വപ്നങ്ങളുടെ പങ്കും പ്രധാനമാകുന്നു ഇന്ദുമേനോന്റെ കഥകളിൽ. സ്വപ്നവും യാഥാർത്ഥ്യവും എന്ന രണ്ട് സ്വതസിദ്ധ മേഖലകളിൽ നിന്നുകൊണ്ട് സമത്വം ആർജിക്കുന്നു, ഒപ്പം അവയ്ക്കിടയിലുള്ള വൈവിധ്യമാർന്ന ബന്ധങ്ങളെ അനുവദിക്കുന്നു. അവയുടെ മൂർച്ചയുള്ള വേർപിരിയൽ മുതൽ അനുരഞ്ജനത്തിന്റെ രൂപങ്ങൾ വരെ കഥകളിൽ കണ്ടെടുക്കാമെങ്കിലും പ്രായോഗികമായി അവയെ പരസ്പരം വേർതിരിച്ചറിയാൻ കഴിയില്ല. വർത്തമാന കാലത്തിൽ ആരംഭിക്കുകയും ഭൂതകാലത്തിൽ നിന്നുള്ള കഥകൾ പറയുകയും ചെയ്യുന്ന തന്ത്രമാണ് ഇന്ദു മേനോൻ പൊതുവെ സ്വീകരിക്കുന്നത്. അവ ഒടുക്കം വർത്തമാന കാലത്തിലേക്ക് എത്തുകയും ചെയ്യുന്നു.

കഥകളുടെ ശീർഷകങ്ങൾ ഓരോന്നും ഒരു ഉറവിടവും സംഗമവുമാണ്, അതിൽ നിന്ന് ഉത്ഭവിക്കുന്നതും അതിലേക്ക് ഒഴുകുന്നതുമായ ഒന്നിലധികം അർത്ഥധാരകൾ അതിനുണ്ട്. കഥയെയോ അത് അവതരിപ്പിക്കുന്ന അനുഭവത്തെയോ ഓർമ്മിപ്പിക്കുന്നവയാണ് കാവ്യാത്മകമായ കഥാശീർഷകങ്ങൾ. ചിലപ്പോൾ വളരെ വിദൂരമായ ഓർമ്മയുടെ മരുപ്രദേശങ്ങൾ. അതിന്റെ സംഗീതം, ശീർഷകങ്ങളെ അക്ഷരാർത്ഥത്തിൽ അനന്തമായ പര്യവേക്ഷണത്തിന്റെ മേഖലയാക്കുന്നു.

ഒരു ലെസ്ബിയൻ പശു, ഹിന്ദുഛായയുള്ള മുസ്ലിം പുരുഷൻ, ചുംബന ശബ്ദതാരാവലി, മൃതിനിർവേദം, പഴരസത്തോട്ടം തുടങ്ങിയ ശീർഷകങ്ങൾ കഥയുടെ ഗുണനിലവാരം സ്വയം ഏറ്റെടുക്കുന്നുണ്ട്. എം.മുകുന്ദൻ, ജാതകപ്പൊരുത്തമുള്ള ശീർഷകങ്ങൾ എന്നു പറഞ്ഞതു വെറുതെയല്ല (പുറം 12). കഥയും ശീർഷകവും തമ്മിലുള്ള പരസ്പരാശ്രിതത്വമാണ് ഇന്ദു മേനോന്റെ കഥകളെ കൂടുതൽ ആകർഷകവും ആസ്വാദ്യവുമാക്കുന്നത്. പണിയായുധം രാകിമിനുക്കി മൃഗത്തുകൽകൊണ്ട് മാന്ത്രികച്ചെരിപ്പുണ്ടാക്കുന്ന ഒരു ചെരുപ്പുകുത്തിയെപ്പോലെ വാക്കുകൾ രാകിമിനുക്കി മാന്ത്രി

കക്കഥകളുണ്ടാക്കുന്ന എഴുത്തുകാരിയാണ് ഇന്ദു മേനോൻ.

ഇന്ദുമേനോന്റെ ഭൂരിപക്ഷം കഥകളും യാഥാർത്ഥ്യത്തിൽ നിന്ന് രൂപപ്പെടുന്ന ഒരു പ്ലാറ്റോണിക് തത്ത്വചിന്തകന്റെ ആവിർഭാവത്തെ അനുസ്മരിപ്പിക്കുന്ന നിഗൂഢസ്വരങ്ങളുള്ള കഥകളാണ്. അതിന്റെ ഉള്ളടക്കം അടിസ്ഥാനപരമായി നെഗറ്റീവ് ആയിരുന്നില്ലെങ്കിൽ, പ്രകാശത്തിന്റെ ഒരു ചെറുനുറുങ്ങുമായോ ഹർഷോന്മാദവു (ecstasy)മായോ താരതമ്യപ്പെടുത്താവുന്നതാകുമായിരുന്നു. കാരണം, അതീന്ദ്രിയതല അനുഭവം ഭൂപ്രകൃതിയുടെ വലുപ്പത്തിലേക്ക് സ്വയം ചുരുങ്ങുന്ന ഒന്നല്ല, എല്ലാ ആത്മനിഷ്ഠതകളേയും നിർവീര്യമാക്കുന്ന ഒന്നുമല്ല.

പ്രണയവേട്ടയുടെ ഉപരിപ്ലവതയെക്കുറിച്ചുള്ള അവബോധം അതിനെ വെറുക്കാനോ, അതിനെതിരെ നിലകൊള്ളാനോ കൂടുതൽ പ്രേരണ നൽകും. അവരുടെ ഭൂപ്രദേശം സത്യമല്ല, ആനന്ദമാണ്. ഈ അർത്ഥത്തിൽ ലിബർട്ടിനിസത്തിന്റെ മഹത്തായ മാതൃകയാണ് ഇന്ദു മേനോന്റെ കഥകൾ. ഒരു കഥയെയും മറ്റൊന്നിന്റെ അനുകരണമാകാതിരിക്കാൻ അവർ ശ്രദ്ധിക്കുന്നു. സ്വച്ഛന്ദവും സ്വതന്ത്രവുമായ ഭാവനയിൽ വിരിയുന്നവയാണ് അവരുടെ കഥകൾ. സ്വപ്നത്തിന്റെയും യാഥാർത്ഥ്യത്തിന്റെയും സിരാധമനികളെ യുക്തിഭദ്രമായി അവർ സമന്വയിപ്പിക്കുന്നു. ആ വിധത്തിൽ, മലയാളകഥാകൃത്തുക്കളുടെ ഗോത്രത്തിൽ പ്രതിഭയുടെ തൂവൽക്കിരീടമണിഞ്ഞ റാണിയാണ് ഇന്ദുമേനോൻ.

○○

ഒന്ന്

ഹിന്ദു ഛായയുള്ള മുസ്ലീം പുരുഷൻ എന്ന കഥയിലെ ശരീരരാഷ്ട്രീയം : പൊതുഭാവുകത്വവും പ്രതിസൗന്ദര്യശാസ്ത്രവും

ഡോ. ജൈനിമോൾ കെ.വി

തുറന്നെഴുത്തുകളുടെയും സ്ത്രൈണലൈംഗികതയുടെയും ആഘോഷം എന്ന നിലയ്ക്കാണ് ഇന്ദുമേനോൻ കഥകൾ പൊതുവേ വിലയിരുത്തപ്പെട്ടിട്ടുള്ളത്. അത് ശരിയുമാണ്. ലൈംഗിക സദാചാരത്തെയും പിതൃപ്രധാനമായ സാമൂഹിക അവസ്ഥകൾക്കെതിരെയും അവർ നിരന്തരം കലഹം പ്രഖ്യാപിക്കുന്നു. സ്ത്രീ എന്നാൽ പാതിവ്രത്യം കാത്തുസൂക്ഷിക്കേണ്ടവളാണെന്നും അടങ്ങിയൊതുങ്ങി വീട്ടിലിരിക്കേണ്ടവളാണെന്നുമുള്ള ആൺനോട്ടങ്ങളെ ഇന്ദുമേനോന്റെ സ്ത്രീകഥാപാത്രങ്ങൾ അട്ടിമറിക്കുന്നു. "ലൈംഗികതയെ ഒളിപ്പിക്കുന്നത് ഉദാത്ത സാഹിത്യവും ആ പ്രാകൃതവികാരത്തെ തുറന്നെഴുതുന്നത് ജീർണസാഹിത്യവുമാകുന്ന പശ്ചാത്തലം ശരീരത്തിന്റെ ഇച്ഛകളെ ദമനം ചെയ്യാൻ ആവശ്യപ്പെടുന്ന ആധുനികതാപരിസരമാണ്. ലൈംഗികതയെ മറച്ചെഴുതുന്നവർ ഉദാത്ത/ ഗൗരവ എഴുത്തുകാരും മറിച്ചുള്ളവർ ജനപ്രിയന്മാരും ആകുന്നു. ഇങ്ങനെ ഉദാത്തമായി എഴുതിയിരുന്നവരിൽ ഭൂരിപക്ഷവും പുരുഷന്മാരായിരുന്നുവെന്നതും അവരുടെ എഴുത്തുകളിൽ സ്ത്രീ നിശ്ശബ്ദയായിരുന്നു എന്നതും ആധുനികതാപരമായ പരിവർത്തനങ്ങളുടെ ലിംഗപരിധിയെ കൃത്യമായി വെളിപ്പെടുത്തുന്നു." (2013; 58) ഒളിപ്പിച്ചുവെച്ച ലൈംഗികതകളെ തിരസ്കരിച്ചുകൊണ്ട് തുറന്നെഴുത്തിന്റെ കലാപക്കൊടി നാട്ടിയ ആധുനിക മലയാളിഎഴുത്തുകാരുടെ തുടർച്ചയാണ് ഇന്ദുമേനോൻ. കഥാസാഹിത്യത്തിന്റെ

വഴികളിൽ വേറിട്ടൊരു പന്ഥാവ് അവർ വെട്ടിത്തുറന്നു. സ്‌ത്രൈണലൈംഗികത മൂടുപടം നീക്കി പുറത്തു വരേണ്ടതുണ്ടെന്നും അവയ്ക്ക് സവിശേഷശ്രദ്ധ ആവശ്യമുണ്ടെന്നും ഈ കഥകൾ പറയുന്നു.

മാറാട്കലാപത്തിന്റെ പശ്ചാത്തലത്തിൽ മുസ്ലീങ്ങൾ അനുഭവിക്കുന്ന സംഘർഷങ്ങളും പീഡനങ്ങളും ഹിന്ദു- മുസ്ലീം സ്പർദ്ധയും ചർച്ച ചെയ്യുന്ന കൃതിയാണ് ഹിന്ദു ഛായയുള്ള മുസ്ലീംപുരുഷൻ. വിശാലമായ അർത്ഥത്തിൽ, ഗ്രാമനഗരഭേദമില്ലാതെ ഇന്ത്യ ഒട്ടാകെ സംഭവിക്കുന്ന വർഗീയകലാപങ്ങളെ ഈ കഥ അഭിസംബോധന ചെയ്യുന്നു. ഇത്തരം കലാപങ്ങളുണ്ടാക്കുന്ന നരകയാതനകളും ദുരന്തങ്ങളും അവിടങ്ങളിലെ സാധാരണ ജനങ്ങളുടെ മനസ്സുകളിലാണ് പോറൽ വീഴ്ത്തുന്നത്. മലയാള സാഹിത്യത്തിൽ മാജിക്കൽ റിയലിസം ഉപയോഗപ്പെടുത്തുന്ന കഥകൾ പലപ്പോഴും സാമൂഹികരാഷ്ട്രീയ സംഭവവികാസങ്ങളെ ചോദ്യം ചെയ്യുന്നതിനുള്ള മാർഗമായിരുന്നു. ഇവിടെയും മാറാട് കലാപവും മതവർഗീയതയും പോലുള്ള ഗൗരവമേറിയ വിഷയങ്ങളെ സൂക്ഷ്മമായും തീവ്രമായും സംയോജിപ്പിക്കാൻ എഴുത്തുകാരി മാജിക്കൽ റിയലിസത്തിന്റെ സാധ്യതകളെ ഉപയോഗപ്പെടുത്തുന്നു. യഥാർത്ഥമായ ഒരു കഥാസാഹചര്യത്തിലേക്ക് ഫാന്റസിയും മിത്തും ചരിത്രവും ഇഴചേർന്ന സമീപനമാണ് കഥയിലുടനീളം കാണാൻ സാധിക്കുന്നത്.

കഥയുടെ ആദ്യപകുതിയിൽ, അറബികളുടെ അധിനിവേശകാലത്ത് ഉരുവിൽ വന്ന കാട്ടറബികൾ കേരളത്തിലെ മുസ്ലീം പെൺകുട്ടികളെയും അരയത്തിക്കിടാങ്ങളെയും ശൈശവവിവാഹം ചെയ്യുകയും അവരിൽ സന്തതികളെ സൃഷ്ടിച്ച് തിരിച്ചുപോവുകയും വീണ്ടും വരികയും അതൊരു തുടർക്കഥയാക്കുകയും ചെയ്യുന്ന നരകതുല്യമായ കാലത്തെ ഭാവതീവ്രതയോടെ അവതരിപ്പിക്കുന്നു. കഥയിലെ മുസ്തഫ എന്ന കഥാപാത്രം ആ കാലത്തിന്റെ ബാക്കിപത്രമാണ്. വാപ്പ എന്ന വാക്ക് ഉറക്കത്തിൽ പോലും വേട്ടയാടുന്ന പേടിസ്വപ്നമാണ് അവന്. ബേപ്പൂരിലെ വലിയ ഉരുവിൽ നിന്നും ചാടിയിറങ്ങുന്ന ചുവന്ന നാക്കും കറുത്ത തൊലിയുമുള്ള കാട്ടറബികൾ അവന്റെ ഓർമ്മകളെപ്പോലും വേട്ടയാടുന്നു. ബാപ്പ അവന് ശത്രുവായിരുന്നു. രാക്ഷസാകാരമായ കറുത്തദേഹത്തോടെ അയാൾ ബേപ്പൂരിൽ ഉരുവിറങ്ങിയ ദിവസങ്ങളിലെല്ലാം അവന്റെ ഉമ്മ, ജ്വരം പിടിച്ച് പിച്ചുംപേയും പറഞ്ഞിരുന്നതും ആ രാത്രി

കളിൽ അവർ പേടിച്ച് നിലവിളിച്ചിരുന്നതും അവൻ ഓർക്കുന്നു.

ഒറ്റയ്ക്ക് കടൽത്തീരത്തെ പൂഴിയിൽ കോട്ടകെട്ടുമ്പോൾ അതോടൊപ്പം മയ്യത്ത് കണ്ടിയിൽ പ്രത്യക്ഷപ്പെട്ട വാലും കൊമ്പും നാവിൽ തീയുമുള്ള കറുത്ത ഭൂതത്തെ വീഴ്ത്താൻ അവൻ കൊച്ചു കിടങ്ങുകൾ തീർത്തു. വാപ്പ കിടക്കുന്ന കട്ടിലിൽ അവൻ മുളിയൂറുമ്പിൻ കൂടുകൾ ഒളിച്ചുവച്ചു. ഉമ്മയുടെ നിറഞ്ഞ കണ്ണുകളും വിഷാദം ഇറുപ്പിച്ച നുണക്കുഴികളും വ്യസനത്താൽ വിറക്കുന്ന ചുണ്ടുകളും അവന് അസഹനീയമായിരുന്നു. വിദേശ ശക്തികളുടെ അധിനിവേശങ്ങൾ മുൻനിർത്തി മതവർഗീയത, ശൈശവവിവാഹം, സ്ത്രീപീഡനം തുടങ്ങി വിവിധ വിഷയങ്ങൾ മുസ്തഫയുടെ ഓർമ്മകളിലൂടെ എഴുത്തുകാരി അവതരിപ്പിക്കുന്നു.

ആന്തരികവിക്ഷോഭങ്ങളുടെ ഗഹനത വർദ്ധിപ്പിക്കാനുതകും വിധത്തിൽ സ്വപ്നങ്ങളും വിഭ്രമാത്മക രംഗങ്ങളും ബിംബകല്പനകളും സമൃദ്ധമായി ഉപയോഗിക്കുന്നുണ്ട് ഇന്ദു മേനോൻ. മുസ്തഫയുടെ ചിന്തകൾ അവതരിപ്പിക്കുന്നത് നോക്കുക: കണ്ണാടിക്കുമേൽ തിളച്ചിളകിമറിഞ്ഞ ചൂടുജലത്തിന്റെ പരപ്പും പെരുപ്പുംപോലെ കടൽ ശബ്ദത്തിലിരമ്പുന്നു. കനലിലൂതിയൂതി നെഞ്ച്നീറ്റിയ ഒരു തട്ടാനെപ്പോലെ കാറ്റ്, സ്വർണ്ണവർണ്ണമാർന്ന പഴത്തോപ്പുകളിൽ ചുംബന ഗന്ധമൂതിപ്പറത്തുന്നു. ദൈവം ഒളിച്ചുവെച്ച, കാമുകിയുടെ വെള്ളിക്കൊലുസ്, ആകാശത്തിലുരസിത്തെളിഞ്ഞ് മിന്നൽപ്പിണറായി കിലുങ്ങി ഭൂമിയിലേക്കു വീഴുന്നു. വെള്ള നിസ്കാരക്കുപ്പായത്തിൽ ഭീമൻ ചിത്രശലഭത്തെപ്പോലെ നിന്ന ഉമ്മ വഴിവക്കിലെ അപരിചിതരോട് കൊഞ്ചുന്നു. ചേമ്പിൻകാട്ടിലെ ഇലകളിലിറ്റിയ മെർക്കുറിജലം അതിന്റെ രസജാലവിദ്യയാൽ ഉരുളകളായുരുണ്ട് തളിർചേമ്പിനെ ഇക്കിളിയിടുന്നു. ആയിരം കടൽക്കാക്കകൾ കടലിനു മുകളിൽ കൊത്തുകൂടി ഭ്രാന്തൻ തിരപോലെ അലറി കരയുന്നു. ബേപ്പൂരിലെ വലിയ ഉരുവിൽനിന്നും ചുവന്നനാക്കും കറുത്തതൊലിയുമുള്ള കാട്ടറബികൾ അരയത്തികളെത്തേടി ചാടിയിറങ്ങുന്നു. മദ്രസ്സാവഴിയിൽ രോമനെഞ്ചുള്ള സുന്ദരനായ ജിന്ന് അത്തറിന്റെ മായാമന്ത്രജാലക്കുപ്പി നീട്ടി മയക്കാൻ വരുന്നു. സുന്നത്ത് രാത്രിയിൽ ഒരു കത്രിക ഉടലിൽ വേദനയുടെ രതിസംഗീതം കേൾപ്പിക്കുന്നു. ചുവന്ന താമരകൾ പൊട്ടിവിടർന്ന അവളുടെ വൃത്തച്ചുഴിയാർന്ന ഇളം നാഭിയിൽ ഉറപൊട്ടിയ വേർപ്പ് ചുണ്ടിൽ പുതുമണത്തോടെ പുരളുന്നു. ഒരു സെൻട്രിഫ്യൂഗിനകം പോലെ ഓർമ്മകളും സ്വപ്നങ്ങളും ഭ്രാന്തുകളും മുസ്തഫയുടെ തലയ്ക്ക

കത്ത് കിടന്നു വന്യമായി തിരിഞ്ഞു. (പുറം 69)

മുസ്തഫയും അവന്റെ ഉമ്മയും തമ്മിൽ പതിമൂന്നു വയസ്സിന്റെ വ്യത്യാസമേ ഉണ്ടായിരുന്നുള്ളൂ. ഉമ്മ അവനൊരു കളിക്കൂട്ടുകാരിയായിരുന്നു. "എന്നും വൈകുന്നേരങ്ങളിൽ അവർ കടപ്പുറത്ത് പൂഴി കൊണ്ടു വലിയ കൊട്ടാരങ്ങൾ കെട്ടി ശംഖുകൾ പെറുക്കിക്കൂട്ടി അതിന് കോട്ടമതിലുകൾ തീർത്തു. ഇടയ്ക്ക് മുറ്റത്ത് വരച്ചിട്ട കളങ്ങളിൽ കൊക്കി ചാടി കക്കുകളിച്ചു. മറ്റു ചിലപ്പോൾ കണ്ണു കെട്ടി ഓടിനടന്നു. വാളമ്പുളിമരച്ചുവട്ടിൽ വീണ പുളിങ്ങകൾക്ക് വേണ്ടി അവർ അന്യോന്യം വഴക്കു കൂടി. അത്തിപ്പഴം പാവാടക്കുള്ളിലിട്ട് ഉമ്മ ഓടുമ്പോൾ അവൻ തുള്ളിത്തുള്ളി പുറകെ ഓടി. മൂത്രപ്പത പോലെ നുരഞ്ഞു കുത്തിയ കടൽത്തിരകളിൽ ഭംഗിയുള്ള കടൽക്കുതിരകളെ പോലെ അവർ കെട്ടിമറിഞ്ഞു. സന്ധ്യയ്ക്ക് വലനിറയെ മീനുമായി വരാറുള്ള അരയന്മാർ അവരോട് പുന്നാരം ചോദിച്ചു." (പുറം71) ഉമ്മയുമായി അത്രമേൽ ഹൃദ്യമായ ബന്ധമാണ് മുസ്തഫയ്ക്ക് ഉണ്ടായിരുന്നത്. എന്നാൽ മുസ്തഫയെ ഒറ്റയ്ക്കാക്കിക്കൊണ്ട് ഉമ്മ ഒരു ഹിന്ദിക്കാരൻ ലോറി ഡ്രൈവറോടൊപ്പം ഒളിച്ചോടിപ്പോയതോടെ ഒറ്റപ്പെടലിന്റെ ഭയാനകമായ ഗർത്തത്തിലേക്കാണവൻ വലിച്ചെറിയപ്പെട്ടത്. ഇവിടെ അമ്മയെന്ന ലേബലൊട്ടിച്ച് സ്ത്രീയെ മഹത്വവത്ക്കരിക്കാൻ ഇന്ദുമേനോൻ ശ്രമിക്കുന്നില്ലെന്നത് ശ്രദ്ധേയമാണ്. ഉമ്മയുടെ പതിമൂന്നാമത്തെ വയസ്സിലാണ് മുസ്തഫ ജനിക്കുന്നത്. രണ്ടാമത്തെ കുഞ്ഞ് കുത്സുംബി മണ്ണിൽ പിച്ചാപിച്ചാ നടന്ന ദിവസമാണ് അവളെ മാത്രമെടുത്ത് മുസ്തഫയെ ഉപേക്ഷിച്ച് ജീവിതത്തിന്റെ പച്ചത്തുരുത്തിലേക്ക് ഉമ്മ ഇറങ്ങിപ്പുറപ്പെടുന്നത്. കാട്ടറബിയുടെ അടുത്ത വരവിനായി അവൾ കാത്തുനിൽക്കുന്നില്ല. മാതൃത്വമെന്നതിന് പാവനത്വം കല്പിക്കേണ്ട കാര്യമില്ലെന്നും അത് പെണ്ണിനെ മൂക്കുകയറിട്ട് നിർത്താനുള്ള പുരുഷാധിപത്യ സമൂഹത്തിന്റെ തന്ത്രമാണെന്നും സ്ത്രീപക്ഷത്തു നിന്ന് ചിന്തിക്കുന്നവർക്ക് ബോധ്യമായ കാര്യങ്ങളാണ്. ഇത് തിരിച്ചറിയുകയും പ്രയോഗിക്കുകയും ചെയ്യുന്ന സ്ത്രീകളെ ഇന്ദുമേനോന്റെ കഥാപ്രപഞ്ചത്തിൽ കാണാം.

സ്ത്രീകൾ എന്ന ഒരൊറ്റ ഗണത്തിൽ അവരെ ഒരുക്കാനാവില്ല. അത്യന്തം വൈവിധ്യമുള്ള ഗണങ്ങളാണവ. മുസ്ലീം, ക്രിസ്ത്യൻ, ഹിന്ദു, അതിൽത്തന്നെ ബ്രാഹ്മണസ്ത്രീകൾ, വേശ്യകൾ, ഹിജഡകൾ, കന്യാസ്ത്രീകൾ, ലെസ്ബിയൻ തുടങ്ങി വ്യത്യസ്തമായ വർഗ്ഗ-ജാതി-ലിംഗ സ്വത്വങ്ങളിൽപ്പെട്ട സ്ത്രീകൾ ഓരോ കഥയിലും

കടന്നുവരുന്നു. എല്ലാ തരത്തിലുള്ള വേർതിരിവുകൾക്കും ലിംഗ വിവേചനങ്ങൾക്കും വെളിയിൽക്കടന്ന് സ്വത്വപ്രഖ്യാപനം നടത്തുന്ന സ്ത്രീകളാണവർ.

ജോ അൻവാലഹ് സ്കോട്ട് അഭിപ്രായപ്പെടും പോലെ ഓരോ സ്ത്രീക്കും അവർ ജീവിച്ച വ്യത്യസ്തങ്ങളായ സാഹചര്യങ്ങളുണ്ടാകും. അവർ ജീവിതം അനുഭവിച്ച രീതികൾ വ്യത്യസ്തങ്ങളായിരിക്കും. അവരുടെ സ്വഭാവസവിശേഷതകളെയും പ്രതികരണരീതികളെയും നിർമിച്ച സാമൂഹിക നിയമങ്ങളും വ്യത്യസ്തമായിരിക്കും. കാലത്തിനും ദേശത്തിനും സന്ദർഭത്തിനും അനുസരിച്ച് ഒരേ സ്ത്രീ തന്നെ വ്യത്യസ്ത സ്വത്വത്തെ പ്രകാശിപ്പിക്കുമെന്ന് സ്കോട്ട് നിരീക്ഷിക്കുന്നു. ഇത്തരം വൈവിധ്യങ്ങളെ ഉൾക്കൊള്ളുന്ന സമീപനം ഇന്ദുമേനോന്റെ കഥകളിൽ കാണാം.

സർപ്പിണിയിൽ ഹിജഡയുടെ മകളായിപ്പിറന്ന വേശ്യയുടെ കഥ പറയുന്നു. എല്ലാ തരത്തിലുമുള്ള ബന്ധനങ്ങളെയും പൊട്ടിച്ചെറിഞ്ഞ് ലൈംഗികതയുടെ വന്യമായ ആസക്തികളിലാണ്ടു പോകുന്നവളാണ് ചെറ്റയിലെ ഇഫ്ലാസ് . ലൗജിഹാദാണ് ദിഗംബരനിൽ പ്രമേയമായി വരുന്നത്. ജയകൃഷ്ണനാൽ പീഡിപ്പിക്കപ്പെടുന്ന നിരവധി പെൺകുട്ടികൾ! ഒരു ഘട്ടത്തിൽ ഒരു മുസ്ലിം സ്ത്രീയെ അയാൾക്ക് വിവാഹം കഴിക്കേണ്ടി വരികയും അതിൽ ഒരു കുഞ്ഞുണ്ടാവുകയും ചെയ്യുന്നു. അയാളുടെ എയ്ഡ്സ് രോഗം ആ സ്ത്രീക്കും കുഞ്ഞിനും ഏറ്റുവാങ്ങേണ്ടിവരുന്നു. ജാതിയുടെയും മതത്തിന്റെയും പേരിൽ ശാരീരികവും മാനസികവുമായ ക്രൂരപീഡനങ്ങൾ ഏറ്റുവാങ്ങേണ്ടിവരുന്ന സ്ത്രീസമൂഹത്തെ ഈ കഥയിൽ ഇന്ദുമേനോൻ അവതരിപ്പിക്കുന്നു. മമ്മിയിൽ കന്യാസ്ത്രീയായ റോസിന്റെ കഥയാണ് പറയുന്നത്. കന്യാസ്ത്രീ മഠങ്ങളിലെ ദുരിത ജീവിതം ഈ കഥയിൽ അനാവൃതമാകുന്നു. തന്റെ വിദ്യാർത്ഥിയോട് പ്രണയം തോന്നുകയും സമൂഹത്തിന്റെ പിന്തുണ ഒരിക്കലും ലഭിക്കില്ലെന്ന് അറിഞ്ഞിട്ടും തന്റെ പ്രണയവുമായി മുന്നോട്ടു പോവുകയും ചെയ്യുന്ന റോസ് പക്ഷേ, കാമുകന്റെ മരണത്തോടെ പരാജയപ്പെട്ടു പോകുന്നു. കന്യാസ്ത്രീമഠങ്ങളിൽ സ്ത്രീസഹജമായ കാമനകളെയും ത്വരകളെയും അടക്കിപ്പിടിച്ച് ജീവിക്കേണ്ടിവരുന്ന പെൺജീവിതങ്ങളുടെ തുറന്നെഴുത്തായി ഈ കഥ മാറുന്നു. അതുപോലെ കൂട്ടുകാരിയുടെ കാമുകനിൽ അഭയം തേടുന്ന ആൺവണ്ടിയിലെ ഊർമ്മിള, ചികിത്സ തേടിയെത്തുന്ന മെഹ്റുന്നീസിനോട് ഇഷ്ടം തോന്നുന്ന നഴ്സ് ആയ നന്ദിനി എന്ന ലെസ്ബിയൻ

പശു, തുടങ്ങി സമൂഹത്തിന്റെ സദാചാര ബോധത്തിനും മാമൂലുകൾക്കും മുന്നിൽ കലാപവുമായി എത്തുന്ന പെൺജീവിതങ്ങളെ ഈ കഥകളിലെല്ലാം കാണാം. ലൈംഗികതയുടെ വിമോചനദൗത്യങ്ങൾ എന്ന് ഇന്ദു മേനോന്റെ കഥകളെക്കുറിച്ച് സക്കറിയ വിശേഷിപ്പിക്കുന്നത് ഈ പശ്ചാത്തലത്തിലാണ്.

ഹിന്ദു ഛായയുള്ള മുസ്ലീം പുരുഷൻ എന്ന കഥയിലേക്കു മടങ്ങിയാൽ, മുസ്തഫ, അഹല്യയെ കണ്ടെത്തുന്നതോടെ കഥ മറ്റൊരു തലത്തിലേക്കുയരുകയാണ്. മുസ്തഫയും അഹല്യയും തമ്മിലുള്ള പ്രണയചിത്രീകരണത്തിൽ സാന്ദ്രമായ ഒരു കാവ്യാനുഭവത്തിന്റെ തലം മാത്രമല്ല കാണാനാവുക. നിരപരാധികളായ മുസ്ലീങ്ങളെ ഭരണകൂടം പൈശാചികമായി കീഴ്പ്പെടുത്തുകയും ചൂഷണം ചെയ്യുകയും ചെയ്യുന്നതിന്റെ ഭീകരമുഖം കൂടി കാണിച്ചു തരുന്നു. ലോക്കപ്പിനുള്ളിലെ പോലീസിന്റെ അലർച്ചകൾ, ചൂണ്ടുവിരലിന്റെ നഖം അവർ പറിച്ചെടുത്തപ്പോൾ അരുവികളായി കൈത്തണ്ടയിലൂടെ ഒഴുകിയെത്തി കട്ടകുത്തി നിന്ന ചുവന്ന രക്തം, കണ്ണു കുത്തിപ്പൊട്ടിക്കമെന്ന് തോന്നിപ്പിച്ച ഇരുട്ടു മുറിയിലെ പ്രകാശത്തിന്റെ വന്യത, ഇരുട്ടിലേക്കു മാത്രം തുറക്കുന്ന മിഴികളുള്ള രാത്രിയോളം ഇരുണ്ട ജയിൽ മുറിയിലെ ജാലകം, കറുത്ത ഭിത്തികൾ നീണ്ട ഇടനാഴികൾ, അതിനപ്പുറത്ത് കാണുന്ന തൂക്കുമരം, നിസ്ക്കാരപ്പായയിലിരുന്ന് ഏകാന്തമായി പ്രാർത്ഥിക്കുമ്പോൾ ഏകാഗ്രതയെ തകർത്തുകൊണ്ട് കേൾക്കുന്ന വധശിക്ഷയ്ക്ക് കൊണ്ടുപോകുന്നവരുടെ കാലടിയൊച്ചകൾ, മൃതകാരിയായ ഒരു സംഗീതോപകരണത്തിന്റെ മൂളൽ, ഉപ്പു ചുവയ്ക്കുന്ന ക്ലോറിൻ വെള്ളത്തിന്റെ മൂത്രത്തിന്റെ നിറവും ഗന്ധവും, വേവാത്ത ഗോതമ്പുണ്ടയിൽ നിന്നും ലഭിക്കുന്ന പാതി വെന്ത പല്ലികൾ, ലോകത്തെ മുഴുവൻ മഞ്ഞയും അടിഞ്ഞ കക്കൂസുകൾ, പൂതൽമണം മാത്രം നിറഞ്ഞ മുറി, ഇത്തരത്തിൽ പോലീസ്- ഭരണകൂടഭീകരതയുടെ പൊള്ളിക്കുന്ന കഥാസന്ദർഭങ്ങൾ ഈ കഥയിലുടനീളമുണ്ട്.

സ്ത്രീകഥാപാത്രത്തിന് അഹല്യ എന്നാണ് പേര്. അഹല്യ പുരാണത്തിലെ ശ്രദ്ധേയയായ സ്ത്രീ കഥാപാത്രമാണ്. ഒരു യുഗത്തിൽ നിന്ന് ആരംഭിച്ച് അടുത്ത യുഗത്തിലാണ് അഹല്യയുടെ കഥ അവസാനിക്കുന്നത്. പ്രണയത്തിന്റെ പേരിൽ വഞ്ചിക്കപ്പെടുകയും ഭർത്താവിന്റെ ശാപത്താൽ കല്ലാക്കി മാറ്റപ്പെടുകയും ചെയ്ത കഥാപാത്രമാണ് പുരാണത്തിലെ അഹല്യ. ഗൗതമ മഹർഷിയും ഭാര്യയായ അഹല്യയും താമസിച്ചിരുന്ന ആശ്രമത്തിലേ

ക്ക് അവളിൽ അനുരക്തനായി ഇന്ദ്രൻ എത്തിച്ചേരുന്നു. പ്രണയപരവശനായ ദേവേന്ദ്രൻ ഗൗതമമഹർഷിയുടെ രൂപത്തിൽ വേഷപ്രച്ഛന്നനായി എത്തി അഹല്യയെ പറ്റിക്കുകയാണ് ചെയ്യുന്നത്. ഇന്ദ്രനും അഹല്യയും തമ്മിലുള്ള സമാഗമത്തിനിടയിൽ ഗൗതമൻ വന്നുചേരുകയും ഇന്ദ്രന് വൃഷണം നഷ്ടപ്പെടട്ടെ എന്ന് ശപിക്കുകയും ചെയ്യുന്നു. അഹല്യക്ക് മോക്ഷം ലഭിക്കാൻ ത്രേതായുഗത്തിൽ അവതരിക്കുന്ന രാമന്റെ സ്പർശം വേണം. ഇന്ദ്രനാണെങ്കിൽ വൃഷണമില്ലാത്തവനായി ദേവലോകത്തേക്ക് മടങ്ങേണ്ടി വരികയും നിരാശനായി ജീവിക്കേണ്ടി വരികയും ചെയ്യുന്നു. ഇവിടെയും അഹല്യ പറ്റിക്കപ്പെടുകയാണ് ചെയ്യുന്നത്.

പുരാണത്തിലെ അഹല്യ, ഇന്ദ്രനെ ഗൗതമമഹർഷിയെന്ന് തെറ്റിദ്ധരിച്ചത് പോലെ, അഹല്യ മുസ്തഫ ഹിന്ദുവാണെന്ന് വിചാരിക്കുന്നു. പിന്നീട് തന്റെ ഹൃദയം കവർന്ന പുരുഷൻ മുസ്ലിം ആണെന്നറിഞ്ഞ് ഞെട്ടിപ്പോകുന്നു. നാല് അരയക്കുടിലുകൾ തീയിൽ ചുടുകയും മൂന്നുപേർ ചേർന്ന് ഒരാളെ വെട്ടിക്കൊല്ലുകയും ചെയ്ത രക്തമണമുള്ള കാറ്റേറ്റിരിക്കുന്ന ഒരു സന്ധ്യയിൽ പ്രണയപരവശയായി അഹല്യ അവനോട് പേര് ചോദിക്കുന്നു. മുസ്തഫ എന്ന മുസ്ലിം പേര് കേട്ടതും അവളുടെ മുഖത്ത് കരുവാളിപ്പ് പടർന്നു. അതുവരെയുണ്ടായിരുന്ന പ്രണയഭാവം മാറി. 'ങ്ങളെ കണ്ടാ മാപ്ല യാന്ന് തോന്നില്ലല്ലോ?' എന്ന് അവൾ ദേഷ്യപ്പെട്ടു. "എന്നെ പറ്റിച്ചു." എന്ന് നിരാശപ്പെട്ടു. ഒരു തവണ പറയാര്ന്നില്ലേ മുസ്ലീമാണെന്ന്, ഇന്നെ പറ്റിച്ചു." എന്ന് ക്രൂരമായ പകയോടെ അവൾ തിരിച്ചു നടന്നു. മുസ്തഫയ്ക്ക് പിന്നീട് ഒരിക്കലും പഴയ ജീവിതം തിരിച്ചു കിട്ടുന്നില്ല. പ്രണയത്തിന്റെ പേരിലുള്ള പറ്റിക്കപ്പെടൽ ഇവിടെയുണ്ട്. പിന്നീട് ആ പ്രണയത്തിലൂടെ തന്നെ അവൾ എന്നെന്നേക്കുമായി ഒരു ശിലയായി മാറ്റപ്പെടുകയാണ്. കൊടിയഅപമാനത്താൽ തകർന്നുപോയ മുസ്തഫയെ അഹല്യ കൈവിടുന്നില്ല. അവനെ മൊത്തമായും ചേർത്തുപിടിക്കുന്ന അഹല്യയെ അവതരിപ്പിക്കുന്നതിലൂടെ മതതീവ്രവാദികൾക്ക് ഒരു താക്കീത് നൽകുകയാണ് ഇന്ദുമേനോൻ. ജാതിയുടെയും മതത്തിന്റെയും പേരിൽ സമൂഹം സൃഷ്ടിച്ച ലക്ഷ്മണരേഖകൾക്കുള്ളിൽ നിന്ന് മനുഷ്യർ പുറത്തേക്ക് വരികതന്നെ ചെയ്യും എന്നാണ് ആ സന്ദേശം.

സംഘപരിവാർ, ദിഗംബരൻ, മമ്മി തുടങ്ങിയ ധാരാളം കഥകളിൽ ജാതിമത വർഗീയതയുടെ സംഘർഷങ്ങളിൽ വീർപ്പുമുട്ടുന്ന കഥാപാത്രങ്ങളെ ഇന്ദുമേനോൻ അവതരിപ്പിച്ചിട്ടുണ്ട്. മനുഷ്യജീ

വിതത്തിൽ മതങ്ങൾ ഏൽപ്പിക്കുന്ന പരിക്കുകൾ ഭീകരമാണെന്ന് ആ കഥാപാത്രങ്ങൾ ഓർമിപ്പിക്കുന്നു. കലാപങ്ങളിൽ 'പെട്ടു' പോകുന്നവർ അനുഭവിക്കുന്ന അരക്ഷിതത്വവും ഭീതിയും ഈ കഥകളിൽ നിറയുന്നു. വർഗീയത, അധിനിവേശങ്ങൾ, കലാപങ്ങൾ എന്തുമായിക്കൊള്ളട്ടെ ആത്യന്തികമായി എല്ലാറ്റിന്റെയും ബലിയാടുകൾ സ്ത്രീകളാണ്. പോലീസുകാരാൽ ആക്രമിക്കപ്പെട്ട അഹല്യ ഒരു കുട്ടിക്ക് ജന്മം നൽകുന്നു. എന്നെങ്കിലുമൊരു രാമരാജ്യമോ രക്ഷകനോ വരുമെന്നും എല്ലാ പ്രശ്നങ്ങളിൽ നിന്നും മോചനം കിട്ടുമെന്നും പ്രതീക്ഷിച്ചുകൊണ്ട് പുരാണത്തിലെ അഹല്യയെപ്പോലെ ജീവിക്കേണ്ടി വരുന്ന അനവധി സ്ത്രീകളുടെ പ്രതിനിധിയാണ് കഥയിലെ അഹല്യയും.

ഹിന്ദു മുസ്ലിം വർഗ്ഗീയ സംഘട്ടനമാണ് ഈ കഥയുടെ കാതൽ. 2003 മെയ് രണ്ടിനാണ് മാറാട് കൂട്ടക്കൊല നടന്നത്. ആയുധധാരികളായ അക്രമികൾ മാറാട് കടപ്പുറത്ത് മത്സ്യബന്ധനത്തിൽ ഏർപ്പെട്ടിരുന്ന എട്ടുപേരെ കൊല്ലുകയും, നിരവധി പേർക്കു പരിക്കേൽക്കുകയും ചെയ്ത സംഭവമാണത്. ജനുവരിയിൽ ഉണ്ടായ വർഗീയ കലാപത്തിന്റെ തുടർച്ചയായാണ് ഈ സംഭവം ഉണ്ടായതെന്നാണ് പൊതുവെ വിലയിരുത്തപ്പെടുന്നത്. 2002ൽ പുതുവർഷാഘോഷവുമായി തുടങ്ങിയ തർക്കം മൂന്നു മുസ്ലിംകളുടെയും രണ്ട് ഹിന്ദുക്കളുടെയും കൊലപാതകത്തിൽ കലാശിച്ചിരുന്നു. 2003ൽ ഉണ്ടായ കലാപത്തെ തുടർന്നു മരിച്ചവരിൽ എട്ടുപേർ ഹിന്ദുക്കളും ഒരാൾ മുസ്ലിമും ആയിരുന്നു. കലാപസമയത്ത് മാറാട്ടെ ഒരു പള്ളിയിൽനിന്നും പോലീസ് ആയുധങ്ങൾ കണ്ടെടുക്കുന്ന സംഭവവും അരങ്ങേറിയിരുന്നു.

കലാപത്തിന്റെ ഭീകരത കഥയിൽ തീവ്രതയോടെ ആവിഷ്കരിക്കുന്നുണ്ട്. 'അന്നുച്ചയ്ക്ക് കടപ്പുറത്ത് നിരോധനാജ്ഞ പ്രഖ്യാപിച്ചു കലക്ടറുടെ അറിയിപ്പുകൾ പോലീസ് ജീപ്പുകൾ വിളിച്ചുപറഞ്ഞുകൊണ്ടുപോയി. നാലാമത്തെ ദിവസം പ്രശ്നങ്ങൾ കൂടുതൽ വഷളായി. ബറ്റാലിയൻ ബറ്റാലിയനുകളായി കടപ്പുറത്തേക്ക് പോലീസുകാർ വന്നിറങ്ങി. ഉരുവിലൂടെ കടപ്പുറത്ത് എത്തിയ ആയുധങ്ങൾ തിരഞ്ഞ് അവർ വീടുവീടാന്തരം കയറിയിറങ്ങി.' താൻ ചെയ്ത തെറ്റ് എന്തെന്നുപോലും അറിയാതെ ജയിൽവാസമനുഷ്ഠിക്കുകയും വധശിക്ഷയ്ക്ക് വിധിക്കപ്പെടുകയും ചെയ്ത് ഭരണകൂടത്തിന്റെ ഇരയായി മാറേണ്ടിവരുന്ന ചെറുപ്പക്കാരനാണ് മുസ്തഫ. അവന്റെ അടിവസ്ത്രത്തിലെ ഇലാസ്റ്റിക്കിൽ ആയിഷയെന്ന പേര്

കണ്ട്, ജഡ്ഢീല് പോലും മതം കൊണ്ടു നടക്കുന്ന ഒരുവനായി അവനെ പോലീസുകാർ ചിത്രീകരിച്ചു. ആഖ്യാനതന്ത്രവും ഭാഷയുടെ മിഴിവും വാങ്മയചിത്രങ്ങളുടെ സമൃദ്ധിയും ഇന്ദുമേനോന്റെ കഥകളുടെ പ്രത്യേകതയാണ്. കഥയുടെ അവസാനഭാഗങ്ങളിൽ വായനക്കാരൻ കഥയുടെ ഭ്രമകല്പനകളിൽ വീണുഴറുന്നു. 'താനാരായിരുന്നു എന്ന ചോദ്യം മൂന്നു വർഷങ്ങളായി കടന്നുവരാത്ത സൂര്യരശ്മികളെപ്പോലെ ഭിത്തിക്കപ്പുറത്തുനിന്ന് ചോദിക്കപ്പെട്ടു. താൻ ജീവിക്കുന്നുവോ എന്നു പോലും മുസ്തഫ ശങ്കിച്ചു. മരണത്തിന്റെയും വേദനയുടേതുമായ ഒരിരുൾ കണ്ണടയ്ക്കുമ്പോഴും തുറക്കുമ്പോഴും അവനെ ആക്രമിച്ചു.' (പുറം 77) പിന്നീട് മുസ്തഫ അഹല്യയെ കാണുന്നത് സ്വപ്നത്തിലാണ്. കഥയുടെ അവസാന ഭാഗത്തുള്ള അവരുടെ സമാഗമം സത്യമോ മിഥ്യയോ സ്വപ്നമോ എന്നെല്ലാം വായനക്കാരന് വിടുകയാണ് എഴുത്തുകാരി.

കൂട്ടക്കൊലകളും കലാപങ്ങളുമെല്ലാം വ്യക്തികളുടെ ജീവിതത്തിൽ വിവിധ രീതിയിലാണ് പ്രവർത്തിക്കുന്നത്. വേഷത്തിന്റെയും രൂപത്തിന്റെയും അടിസ്ഥാനത്തിൽ മനുഷ്യർ പരസ്പരം തിരിച്ചറിയപ്പെടുന്നു. ശരീരത്തെ സംബന്ധിക്കുന്ന സമൂഹത്തിന്റെ മുൻവിധികളോട് കലഹിക്കുന്ന എഴുത്തുകാരിയെ ഇവിടെ കാണാം. മുഖച്ഛായയുടെ അടിസ്ഥാനത്തിൽ ആളുകൾ ഹിന്ദുവെന്നും മുസ്ലിം എന്നും ധരിക്കപ്പെടുന്നു. എന്നാൽ എല്ലാവിധ അതിർവരമ്പുകൾക്കും അപ്പുറത്താണ് പ്രണയം. അത് മനുഷ്യമനസ്സുകളിലാണ് നടക്കുന്നത്. പക്ഷേ, സമൂഹം ഒരുകാലവും പ്രണയത്തെ അംഗീകരിക്കുന്നില്ല. മുസ്തഫയും അഹല്യയും ഒരിക്കലും ഒരുമിക്കരുതെന്ന് ആഗ്രഹിക്കുകയാണ് മതവും ഭരണകൂടവും. എതിർക്കാൻ ശ്രമിക്കുന്ന അഹല്യമാർ കല്ലാക്കി മാറ്റപ്പെടുകയും മുസ്തഫമാർ തുറങ്കിലടക്കപ്പെടുകയും ചെയ്യുന്ന ലോകത്തിന്റെ തുറന്ന ചിത്രം അനാവരണം ചെയ്യപ്പെടുകയാണിവിടെ.

സഹായകഗ്രന്ഥങ്ങൾ

ജ്യോതിലക്ഷ്മി , പി.എസ്. ഡോ(എ .ഡി), സ്ത്രൈണ സർഗ്ഗാത്മത: എഴുത്തും എഴുത്തുകാരികളും , സെന്റ് ജോസഫ്സ് കോളേജ് മലയാള വിഭാഗം

Scott, Joan Wallach, Feminism and History NewYork, Oxford University Press, 1997

○○

രണ്ട്

കാമനാപരിണതികളുടെ അവസ്ഥാന്തരങ്ങൾ 'ടൈഗർ ബാമിൽ'

ഡോ. അഭിലാഷ് ഡോമിനിക്ക്

'അപ്രതീക്ഷിതമായ ആഘാതങ്ങൾ ഭീകരങ്ങളാണ്. അവയെക്കാൾ ഭീകരമായൊരാഘാതമേയുള്ളു. സംഭവിക്കുമെന്നു കൃത്യമായറിയാമെങ്കിലും മനസ്സുകൊണ്ട് അംഗീകരിക്കാൻ തയ്യാറെടുക്കാത്ത ആഘാതങ്ങളാണ് അവ. മേരി റൊണാൾട്ടിന്റെ 'ദ ചാരിയേറ്റർ' എന്ന നോവലിലെ വാക്കുകളെ അന്വർത്ഥമാക്കുന്നുണ്ട് ടൈഗർ ബാമിലെ കഥാതന്തുവും.

കഥാരംഭം മുതൽതന്നെ കഥയുടെ അന്ത്യം സ്തോഭജനകമാകുമെന്നുറപ്പുണ്ടെങ്കിലും അതിനെ അംഗീകരിക്കാനുള്ള തയ്യാറെടുപ്പില്ലായ്മ ടൈഗർ ബാമിന്റെ വായനക്കാരെയും കീഴടക്കും. കോവിഡ് രോഗികളെപ്പോലും ആസക്തികൾക്കിരകളാക്കിയ രോഗീപരിരക്ഷകരുടെ കാലഘട്ടത്തിന്റെ കണ്ണുകളിലൂടെ നോക്കിയാൽ ഗുരുത്വം (പ്രായപൂർത്തി ആവാത്ത പെൺകുട്ടിയാണ് എന്നത് ഗൗരവകരമായ കുറ്റമാണ്, അതു മാറ്റിനിർത്തി നോക്കിയാൽ) കുറയുന്ന സംഭവത്തെയാണ് ഇന്ദുമേനോൻ ഭീതിപ്പെടുത്തുന്ന ആഘാതത്തിലേക്കു നയിക്കുന്ന കഥയുടെ രൂപത്തിലേക്കു മാറ്റിയിരിക്കുന്നത്.

സ്ത്രീപക്ഷത്തുനിന്ന് വായിക്കേണ്ട കഥ എന്നതിനപ്പുറം കഠിനഹൃദയനായ പുരുഷനിൽ ഉണ്ടാകുന്ന രൂപാന്തരവും ആസക്തനായി പ്രത്യക്ഷപ്പെടുന്ന മറ്റൊരു പുരുഷനിൽ ഉണ്ടാകുന്ന കാമനാവിസ്ഫോടനവുമാണ് കഥയുടെ ചാലകശക്തിയെന്ന് കാണാം. ഒമ്പതാം തരത്തിൽ പഠിക്കുന്ന പെൺകുട്ടിക്ക് സംഭവിക്കുന്ന ദുര

ന്തത്തിനൊപ്പം, ആ ദുരന്തത്തിൽപ്പെട്ടു സ്തംഭിച്ചു നിൽക്കുന്ന പുരുഷകഥാപാത്രമാണ് ഇവിടെ തേജസ്വിയാകുന്നത്.

1. പിടയുന്ന പുരുഷഹൃദയം

അച്ഛൻ എന്ന വാക്കുല്പാദിപ്പിക്കുന്ന എല്ലാ അർത്ഥതലങ്ങളെയും ഗാംഭീര്യത്തെയും മറികടക്കുന്നൊരു കഥാപാത്രസൃഷ്ടിയാണ് ഇവിടെ കഥാകാരി നായകനിലൂടെ നിർവഹിക്കുന്നത്. അച്ഛനല്ലാത്തവൻ അച്ഛനായി; അല്ല, അച്ഛനും അമ്മയുമായി മാറുന്ന കഥാപാത്രസൃഷ്ടി! വയനാട്ടിലെ പോലീസ് സ്റ്റേഷനുകളിൽ പോലും അതിക്രൂര കഥാപാത്രമായിരുന്ന, കഴുത്തു വെട്ടിയിടുന്നതിനോ വിരലുകൾ കഷ്ണിച്ചിടുന്നതിനോ മടിയില്ലാതിരുന്ന; കടുവാക്കുന്തം കൊണ്ട് കരളുകീറിയും വായിൽ പന്നിത്തോട്ട പൊട്ടിച്ചും പോലീസുകാരെ കൊന്ന കഥാപാത്രമാണ് കങ്കാരുവച്ഛനായി മാറുന്നത്. കടുവാക്കുന്തം കൊണ്ട് ആരോ കൊന്ന അവളുടെ അച്ഛന്റെയും അമ്മയുടെയും അടുത്തുനിന്ന്, അമ്മയുടെ ഉടലിനുള്ളിലെ ഹൃദയതുടിപ്പറിഞ്ഞാണ് അയാൾ അവളെ ജീവിതത്തിലേക്ക് കൊണ്ടുവരുന്നത്. അവളുടെ അമ്മയുടെ ഉടലിനുള്ളിലെ ഹൃദയത്തുടിപ്പിണയാളുടെ സ്വഭാവരൂപാന്തരീകരണത്തിന്റെ മണിമുഴക്കമായി മാറിയത്. അവളുടെ മരിച്ചുപോയ അമ്മയുടെ ഉള്ളിൽ നിന്ന് അവളെ പുറത്തെടുക്കാൻ അയാൾ കൊണ്ടുവന്ന ഉള്ളാടത്തിയായ വയറ്റാട്ടിക്ക് അയാൾ നൽകുന്നത് ആ സ്ത്രീ ആവശ്യപ്പെട്ട ബ്ലേഡോ കത്തിയോ അല്ല; വടിവാൾ ആണ്. അതുവരെ അരയിൽ ഒളിപ്പിച്ചു വച്ചിരിക്കുന്ന വടിവാൾ അയാളവിടെ ഉപേക്ഷിക്കുകയാണ്. ചോര പോലും തുടച്ചു മാറ്റാത്ത അനാഥയായ കുഞ്ഞിന്റെ നാഥനായയാൾ മാറുന്നു.

കുഞ്ഞിനെ ലഭിക്കുന്ന മുതൽ അയാളുടെ മറ്റ് പരിഗണനകൾ എല്ലാം അപ്രത്യക്ഷമാകുന്നു. മാസം തികയാതെ ലോകത്തിലേക്ക് നിർബന്ധപൂർവ്വം കൊണ്ടുവരപ്പെട്ട പെൺകുട്ടിയുടെ ഇൻക്യൂബേറ്ററായി അയാൾ മാറുന്നു. അയാളെ ലോകവുമായി ബന്ധിപ്പിക്കുന്ന ഏകസചേതനമായ മാധ്യമമായി മാറുന്നു ആ കുഞ്ഞ്. അയാളുടെ ഹൃദയഭാവത്തെ കഥാകാരി അയാളവൾക്ക് അച്ഛൻ മാത്രമായിരുന്നില്ല അമ്മയും ഉയിരും സ്നേഹവും തന്നെയായിരുന്നു എന്ന വാക്കുകളിലൂടെ പ്രകടിപ്പിക്കുന്നു.

കങ്കാരുവെന്ന വാക്ക് കഥയിൽ ഒരു പ്രതീകമായി മാറുന്നു. കഥയിലെ ഏറ്റവും കൂടുതൽ ഉപയോഗിക്കുന്ന വാക്ക് ടൈഗർ എന്നതാണെങ്കിലും കങ്കാരുവച്ഛൻ എന്ന വാക്കിന്റെ പ്രതീകാത്മകത ടൈ

ഗറിനെയോ ടൈഗർ ബാമിനെയോ അതിലംഘിക്കാതിരിക്കുന്നില്ല. കഥയിലെ നായകൻ കങ്കാരുവായി രൂപാന്തരപ്പെടുന്നു.

കുഞ്ഞിനെ വഹിക്കാനുള്ള സഞ്ചി ആൺ കങ്കാരുക്കൾക്കില്ല. പെൺ കങ്കാരുക്കൾക്കും സഞ്ചി ജന്മനാ ഒരു അവയവമായി ഇല്ല. മറിച്ച് പെൺകങ്കാരു വളരുമ്പോൾ അവയ്ക്ക് രൂപപ്പെടുന്ന ഒന്നാണ് കുഞ്ഞിനെ വഹിക്കാനുള്ള സഞ്ചി. കഥയുടെ ആദ്യവാക്യം തന്നെ കങ്കാരു കുഞ്ഞിനെ നെഞ്ചിൽ ചുമക്കുന്നതുപോലെയാണ് അവളെ അയാൾ വളർത്തിയതെന്നാണ്. കങ്കാരു വളരുമ്പോൾ സംഭവിക്കുന്ന മാറ്റം കഥാനായകന്റെ മാറ്റത്തെക്കാണിക്കുന്ന സുന്ദരപ്രതീകമായി മാറുന്നു. പേശികൾകോടി റോഡിൽ വീണുകിടക്കുമ്പോൾ ഉയരാത്ത ശബ്ദമായി പൂക്കൾക്കിടയിൽ ചുറ്റി തിരിയുന്നത് 'ഇന്റെ കങ്കാരുവച്ഛേ' എന്ന വിളിയാണ്. ആ വിളിയുടെ അന്ത്യഭാഗം അച്ഛാ എന്നു വിളിക്കുന്ന ദീർഘമായ 'അ' കാരമല്ല അമ്മേയെന്ന വിളിയുടെ ദീർഘമായ 'എ' കാരമാണെന്നത് ശ്രദ്ധേയമാണ്. അവളുടെ നിസ്സഹായാവസ്ഥകളുടെ പാരമ്യത്തിൽ മാത്രമാണ് അവൾ ആ വിളി ഉതിർക്കുന്നത്. ആ നിസ്സഹായാവസ്ഥകൾ അവളുടേതു മാത്രമല്ല കഥാനായകന്റേതുമാണ്. കഥാന്ത്യത്തിൽ ഏറ്റവുമധികം ഒറ്റപ്പെട്ടുപോകുന്നതും ഏറ്റവും നിസ്സഹായനാകുന്നതും നായക കഥാപാത്രമാണ്. ഇത് അവസാനം അവൾ പറയുന്ന 'ഓഹ് അച്ഛേ, അതൊരു ടൈഗർ ആയിരുന്നില്ലേ, ഒരു മഞ്ഞ ടൈഗർ' എന്നതിലെ അച്ഛേ വിളി വെളിപ്പെടുത്തുന്നു. ആ വിളി അയാളെ സമാശ്വസിപ്പിക്കുന്നതിനാണെന്ന വൈരുദ്ധ്യവുമുണ്ടതിൽ.

2. അസ്തിത്വപ്രതിസന്ധി–
ഭയമെന്ന വികാരത്തിന്റെ പശ്ചാത്തലത്തിൽ

കുഞ്ഞിനെ ലഭിക്കുന്നതിനു മുമ്പ് അതിനിന്ദ്യമായ രീതിയിൽ കൊലപാതകങ്ങൾ നടത്താൻ (വായിൽ പന്നിത്തോട്ട പൊട്ടിച്ച്) പോലും മടിയില്ലാതിരുന്ന നായകന്റെ അസ്തിത്വത്തിന്റെ ഭാഗമായി മാറുന്നു ലോകത്തിലേക്കും ഭീകരവികാരമായ ഭയം. അവൾക്ക് ഒരു വയസ്സ് ആകുന്നതിനുമുമ്പ് തൊട്ടിയിൽ കെട്ടിത്തൂക്കിയിരുന്ന മണിപ്പാദസ്വരത്തിന്റെ നിലച്ച കിലുക്കമാണവൾക്കാദ്യമായുണ്ടായ കോച്ചിപ്പിടുത്തത്തിന്റെ അറിവ് അയാൾക്ക് നൽകിയത്. ജീവിതത്തിൽ ആദ്യമായി ഭയമയാളെ ആക്രമിക്കുന്നത് അപ്പോഴാണ്. കരയാൻ സാധിക്കാത്ത കുഞ്ഞിനെ കണ്ട് അയാൾ തല്ലു കിട്ടുന്ന കൊച്ചു കുട്ടികൾ 'ഭയന്നും വിറച്ചും' കരയുന്നതുപോലെ കരയുകയാ

ണ്. അയാൾ ചെയ്ത ക്രൂരമായ കൊലപാതകങ്ങൾ അയാളെ ഭയപ്പെടുത്തിയേയില്ല. അവളുടെ അസ്തിത്വത്തിന്റെ ഭാഗമായ രോഗാവസ്ഥ അയാളുടെ അസ്തിത്വത്തിന്റെഭാഗമായ വികാരമായി മാറുകയാണ്; ഇനി എന്നും കൂടെയുണ്ടാകുന്ന വികാരം.

പിന്നീട്, പെൺകുട്ടിയുടെ വളർച്ചയുടെ കാലങ്ങളിൽ അവളുടെ ശരീരത്തെ അയാൾ ഭയക്കുന്നതിനെപ്പറ്റി കഥാകാരി എടുത്തുപറയുന്നുണ്ട്. 'അയാൾക്ക് നേരിയ ഭയം, ഒമ്പതാം തരത്തിലാണ് അവൾ പഠിക്കുന്നതെങ്കിലും അവൾ മുതിർന്നിരുന്നു' എന്ന വാക്കിലിതു പ്രകടമാണ്. ഇപ്പോൾ അവൾക്ക് ടൈഗർ ബാം പുരട്ടിക്കൊടുക്കേണ്ടി വരുമ്പോൾ അയാൾ അവളുടെ ഇന്നുകളിലെ അസ്തിത്വത്തെപ്പറ്റിയല്ല ചിന്തിക്കുന്നത്; അവൾ കുഞ്ഞായിരുന്ന ഇന്നലകളെപ്പറ്റിയാണ്. താൻ എപ്പോഴും നുള്ളാറുള്ള അവളുടെ ഇടത്തെ ചന്തിയിലെ കാക്ക മറുകും കൊഞ്ചിക്കുഴലും അന്യമായി പോകുന്നത് അയാളുടെ അസ്തിത്വത്തെ അലോസരപ്പെടുത്തുന്നു. അവളുടെ ഇന്നലെകളിലേക്ക് (കുട്ടിക്കാലത്തിലേക്ക്) തനിക്കുണ്ടായിരുന്ന പ്രവേശനം ഇന്നവൾ തടസ്സപ്പെടുത്താതിരുന്നിട്ടു കൂടി അയാൾ ഭയക്കുന്നു. ഈ ഭയമാണ് അയാളെ ഏറ്റവും സങ്കീർണമായ രൂപാന്തരീകരണത്തിന് പ്രേരിപ്പിക്കുന്നത്; തന്റെ പുരുഷത്വം സ്ത്രൈണത ആയിരുന്നെങ്കിൽ എന്ന ചിന്ത. സ്നേഹോധിതമായ ഭയം മൂലം ലിംഗരൂപാന്തരീകരണത്തിനാഗ്രഹിക്കുന്ന അപൂർവ കഥാപാത്രമാണ് ടൈഗർ ബാബിലെ നായകൻ.

3. മൃഗസാന്നിദ്ധ്യവും കഥാഘടനയും

ദൈർഘ്യം കൊണ്ട് ചെറുതായിരിക്കുന്ന ഈ കഥ, മൃഗനാമങ്ങൾ കൊണ്ട് ശ്രദ്ധേയമായിരിക്കുന്നു. കങ്കാരു കുഞ്ഞിൽ തുടങ്ങി ടൈഗറിൽ അവസാനിക്കുന്ന കഥയിൽ വൈകാരിക വിസ്ഫോടനം നടക്കേണ്ട ഇടങ്ങളിൽ എല്ലാം തന്നെ മൃഗനാമസാന്നിധ്യമോ മൃഗവുമായി ബന്ധപ്പെട്ട വാക്കുകളുടെ സാന്നിധ്യമോ കാണാനാകുന്നു. ടൈഗർ, കങ്കാരു എന്നിവയ്ക്ക് പുറമേ എട്ടുകാലി, സർപ്പം, കോഴി, പുലി, ചിലന്തി, പല്ലി, പൂച്ച, അണ്ണാറക്കുഞ്ഞ് എന്നിവയെല്ലാം കഥയിൽ കടന്നുവരുന്നു. മാസംതികയാതെ കിട്ടിയ അവളെ ഇൻക്യൂബേറ്ററിൽ കിടത്താതെ നെഞ്ചിൽ ചേർത്ത് സംരക്ഷിക്കുന്ന അച്ഛനെ കാണിക്കാൻ അമ്മക്കങ്കാരുവിന്റെ പ്രതീകം ഏറ്റവും ശക്തമാണ്. അതുവഴി യഥാർത്ഥ അച്ഛൻ അല്ലാതിരുന്നിട്ടും അച്ഛനും അമ്മയുമായി മാറുന്ന ശക്തമായ കഥാപാത്രരൂപീകരണം

ആദ്യമേ തന്നെ കഥാകാരി നടത്തുന്നു. കഷ്ണിച്ചിട്ട വിരലുകൾ പല്ലിയെപ്പോലെ പിടച്ചിരുന്നു എന്നത് അയാൾ ചെയ്ത ക്രൂരകൃത്യങ്ങളുടെ ഭീകരതയുടെ ആഴം വെളിപ്പെടുത്തുന്നു. എട്ടുകാലി കൊഴുത്ത നീര് തുപ്പുന്നതുപോലെ അയാളുടെ നെഞ്ചിൽ കുപ്പിപ്പാൽ കക്കി ചിലന്തിയുടെ ചിത്രവലകളവൾ നെയ്യുന്നതിലൂടെ അയാളിൽ രൂപപ്പെടുന്ന സ്നേഹത്തിന്റെ വലകളുടെ ക്രമാനുഗതമായ വളർച്ച കാണാം. കോച്ചിപ്പിടുത്തത്തിന്റെ ആദ്യ അനുഭവത്തിന്റെ ഭീകരതയെ 'കാലുകൾ സർപ്പവളയങ്ങളായി' എന്നതിലെ സർപ്പം എന്ന പദം സൂചിപ്പിക്കുന്നു. ധമനികളും സിരകളും ചുരുങ്ങിപ്പോകുന്ന അസുഖത്തിനുള്ള ചികിത്സ ടൈഗർ ബാം ആണെന്നു പറഞ്ഞ് അതുപയോഗിച്ചുഴിയേണ്ട വിധം പഠിപ്പിക്കുന്ന ഡോക്ടർ അവളുടെ ദേഹത്തെ അമർത്തുമ്പോൾ ഡ്രസ്സ് ചെയ്ത കോഴിയുടെ മാംസത്തോടുപമിക്കുന്നതിനു തുല്യമാണ് മാസം തികയാതെ ജന്മമെടുത്ത അവളെ രോമമോ നഖങ്ങളോ ഇല്ലാത്ത അണ്ണാറക്കുഞ്ഞിന്റെ അവസ്ഥയോട് താരതമ്യപ്പെടുത്തുന്നതും. ഒരു ഇറച്ചിക്കഷണം മാത്രമായിത്തോന്നുന്ന ശരീരത്തിൽ എവിടെയോ ഉള്ള ജീവൻ എന്ന യാഥാർത്ഥ്യത്തെ മാത്രം എടുത്തു കാണിക്കാൻ ഈ രണ്ടുപമകളും സഹായിക്കുന്നു.

കുഞ്ഞിന്റെ ജീവനെ ഹനിക്കാൻ സാധ്യതയുള്ള രോഗത്തെ നീക്കാൻ ടൈഗർ ബാം പുരട്ടുന്ന ഡോക്ടറുടെ വിരലുകൾ പുലിക്കുന്തത്തെയും വിരലിന്റെ അറ്റത്തെ വെളുത്ത ബാം പുലിക്കുന്തത്തിന്റെ അറ്റത്തുള്ള വെളുത്ത വിഷത്തെയും പ്രതീകമാക്കുന്നു. അപകടകാരിയും അതിവേഗം സഞ്ചരിക്കാൻ കഴിയുകയും ചെയ്യുന്ന പുലിയായി രോഗത്തെയും അതിനെ നശിപ്പിക്കുന്ന കുന്തമായി ഡോക്ടറുടെ വിരലുകളെയും മരുന്നായി ടൈഗർ ബാമിനെ പ്രതീകമാക്കുന്ന ആഖ്യാനകൗശലം അസാധാരണമായിരിക്കുന്നു. ധമനികളും സിരകളും ചുരുങ്ങിപ്പോയി വഴിയിൽ വീണു കിടന്ന്, വേദനയുടെ ആധിക്യത്തിൽ മൂത്രമൊഴിച്ച്, തുറന്ന വായിൽ ചെമന്ന മെയ്പ്പൂക്കളുമായിക്കിടക്കുന്ന പെൺകുട്ടിയെ സമീപിക്കുന്ന മഞ്ഞ ഷർട്ടിൽ കറുത്ത വരകൾ ഉള്ള മനുഷ്യന് പൂച്ചയുടെ മുഖം ആണെന്ന പരിചയപ്പെടുത്തലാണ് കഥയിൽ ആദ്യം. മുഖം മാത്രമല്ല ചെയ്തികളും പൂച്ചയുടേതാണ്. അയാൾ അവളെ മണക്കുന്നു, പൂച്ച കുത്തിയിരിക്കുന്നതിന് തുല്യമായി മുട്ടുകുത്തിയിരിക്കുന്നു. ഇവയ്ക്കുശേഷമാണയാൾ ടൈഗറായി രൂപാന്തരപ്പെടുന്നത്. മൃഗവർഗ്ഗീകരണത്തിൽ ഒരേ ജാതിയിൽപ്പെടുന്ന (പൂച്ചയും കടുവയും)

ശക്തി കുറഞ്ഞിൽ നിന്നും ശക്തമായതിലേക്കുള്ള പരിണാമത്തിന് ഏറ്റവും ഉചിതമാകുന്നു അയാളെ പൂച്ചയായി ആദ്യം അവതരിപ്പിക്കുന്നത്.

കങ്കാരുക്കുഞ്ഞിൽ ആരംഭിക്കുന്ന കഥ അവസാനിക്കുന്നത് മഞ്ഞ ടൈഗറിലാണ്. പെൺകുട്ടിക്കു വേണ്ടി മനുഷ്യൻ കങ്കാരുവായി മാറിയ അനുഭവചിത്രീകരണമാണ് ആദ്യം മുതൽ അവസാന വാക്യം വരെ. കങ്കാരു ഇവിടെ അച്ഛൻ നൽകുന്ന സംരക്ഷണത്തേക്കാളും കൂടുതലായി അമ്മ നൽകുന്ന കരുതലിനെയും പ്രതീകമാക്കുന്നു. മൃഗസാന്നിധ്യം കഥാകാരനെയും കഥയിലെ സംഘർഷത്തിന്റെ ക്രമാനുഗതമായ വളർച്ചയെയും ഗണ്യമായി സ്വാധീനിക്കുന്നുണ്ട്. കഥയവസാനിക്കുന്നത് മഞ്ഞ ടൈഗർ ആയി കഥാനായികയുടെ ശരീരത്തിൽ മാത്രം പ്രവേശിച്ച മനുഷ്യനെ നിസ്സാരവൽക്കരിക്കുന്നതിലുമാണ്. കടുവ കഥാപാത്രത്തിന്റെ രംഗപ്രവേശനത്തിൽ വിറങ്ങലിച്ചു നിൽക്കുന്ന കങ്കാരു കഥാപാത്രം ഉയർത്തുന്ന മനുഷ്യത്വപരമായ ചോദ്യങ്ങളുടെ ഉത്തരങ്ങളിലേക്കുള്ള വളർച്ചയ്ക്ക് സഹായിക്കുന്ന കഥാപാത്രങ്ങളാണ് മറ്റു മൃഗകഥാപാത്രങ്ങൾ
.

4. രൂപാന്തരത്തിന്റെ നന്മതിന്മകൾ

ശരീരത്തിനു മാറ്റം ഉണ്ടാകാതെ മനസ്സിനു മാത്രം രൂപാന്തരം സംഭവിക്കുന്ന രണ്ടു പുരുഷ കഥാപാത്രങ്ങളാണ് ടൈഗർ ബാമിലെ ഗുണദോഷ വിചാരത്തിനാധാരം കങ്കാരുക്കഥാപാത്രത്തിന്റെ തലത്തിൽ നിന്നു നോക്കിയാൽ പുരുഷൻ അക്രമകാരി അല്ലെന്നു വ്യക്തം. സ്ത്രീപക്ഷ വായനയേക്കാൾ പുരുഷപക്ഷ വായനയ്ക്ക് സാധ്യതയുള്ള ഒന്നാക്കി കഥയെ മാറ്റുന്നുണ്ട് കങ്കാരുവച്ഛൻ. മരവിച്ച മനസ്സാക്ഷിക്കുടമയായി അതിക്രൂരമായ കൊലപാതകങ്ങൾ നടത്താൻ മടിയില്ലാത്തവനായ കഥാനായകൻ ഭാവാത്മകമായ പരിണാമത്തിലേക്ക് പെട്ടെന്ന് വീഴുന്നു. ജീവിതവും വികാരങ്ങളും മുഴുവൻ അവൾക്കുവേണ്ടി പരിണമിപ്പിച്ച അയാൾ വേദനിക്കുന്നതു മുഴുവൻ അവൾക്കു വേണ്ടിയാണ്. സ്നേഹം നിറഞ്ഞ പെരുമാറ്റത്തോടൊപ്പംതന്നെ അവളെപ്പറ്റിയുള്ള കരുതലും പുരുഷ കഥാപാത്രത്തിന്റെ പ്രവൃത്തികളിലുണ്ട്. കോച്ചിപ്പിടിച്ചു വീഴുന്ന അവൾക്ക് സംസാരിക്കാൻ പറ്റില്ല എന്നറിഞ്ഞപ്പോൾ അയാൾ ഒരു എഴുത്ത് ബാഗിലെ പുറംകള്ളിയിൽ വച്ചു; ടൈഗർ ബാമിന്റെ വലിയ കുപ്പിയോടൊപ്പം. ആ എഴുത്ത് എന്താണെന്നു പോലും മകൾ നോക്കിയിട്ടില്ലെന്ന് കഥയിലെ പ്രതിനായകകഥാപാത്രം എഴുത്തു

വായിക്കുന്ന കഥാന്ത്യഭാഗത്തു നമുക്ക് മനസ്സിലാക്കാം. ദയവുചെയ്ത് എന്ന് തന്റെ അച്ഛൻ എഴുതിയിരിക്കുന്നു എന്ന് 'അവൾക്ക് തോന്നി' എന്നാണ് കഥാകാരി പറയുന്നത്. അവളോടുള്ള സ്നേഹം മൂലം തന്റെ പുരുഷാസ്തിത്വത്തെപ്പോലും അവജ്ഞയോടെയാണയാൾ നോക്കിക്കാണുന്നത്. ആശുപത്രിക്കിടക്കയിൽ നിലവിളിക്കാത്ത അവളെക്കണ്ട് കരയുന്ന അയാൾ ഒരു മാതൃകയായി മാറുകയാണ്. മാനുഷിക ബന്ധങ്ങളുടെ നൂലിഴകൾ കൊണ്ടുള്ള കെട്ടുപാടുകൾ ഇല്ലാത്ത മനുഷ്യരെ എത്രമാത്രം നിസ്വാർത്ഥമായി സ്വന്തമാക്കാം എന്നതിന്റെ പുരുഷപക്ഷ വീക്ഷണമാണ് കങ്കാരു കഥാപാത്രം. ഒരു സ്ത്രീയെ പുരുഷന് എത്രമാത്രം വിശുദ്ധിയോടെ, കരുതലോടെ സ്നേഹിക്കാനാകും എന്നതിന്റെ ഉത്തമനിദർശനം.

നായകകഥാപാത്രത്തോടൊപ്പമല്ലാതെ (സ്പെഷ്യൽ ക്ലാസ് കഴിഞ്ഞു വരുമ്പോൾ) പെൺകുട്ടി അപകടത്തിൽപ്പെടുമ്പോൾ എത്രയും പെട്ടെന്ന് കങ്കാരുവച്ഛൻ അവിടെ എത്തണേ എന്നാണ് വായനക്കാരൻ ആഗ്രഹിക്കുന്നത്. പെൺകുട്ടി 'അച്ഛേ' എന്നും' 'എന്റെ കങ്കാരുവച്ഛേ' എന്നുമാണ് കഠിനമായ ശാരീരിക വേദനയ്ക്കിടയിൽ സംരക്ഷണത്തിനായാണ് അവൾ ആഗ്രഹിക്കുന്നത്. അവൾ കടുവപ്പല്ലുകളിൽ അകപ്പെടുമ്പോഴും കങ്കാരുവച്ഛനെ ഓർത്താണ് വായനക്കാരൻ ആകുലപ്പെടുന്നത്. കഠിനമനസ്സാക്ഷി രൂപാന്തരം പ്രാപിച്ച് മൃദുലമനസ്സാക്ഷിയായിത്തീർന്ന കങ്കാരുവച്ഛന്റെ രൂപാന്തരം സ്ഥിരതയുള്ള രൂപാന്തരമാണ്. തിന്മയിൽ നിന്നും നന്മയിലേക്കുള്ള രൂപാന്തരം. സ്ഥിരതയാർന്ന മനസാക്ഷിയുടെ പെരുമാറ്റമാണിവിടെ കാണുന്നത്. മനുഷ്യൻ സാത്വികമൃഗസ്വഭാവത്തിലേക്ക് രൂപാന്തരം പ്രാപിക്കുമ്പോൾ നന്മയാണ് ഉണ്ടാവുക എന്ന ദർശനം കഥ അവതരിപ്പിക്കുന്നു.

പ്രതിനായക കഥാപാത്രത്തിന്റെ രൂപാന്തരം നിഷേധാത്മക ഗുണത്തിലേക്കാണ്.മനുഷ്യത്വത്തിന്റെ കൃത്യതകളും താളങ്ങളും മുൻഗണനാക്രമങ്ങളും തെറ്റാതെ പാലിക്കുന്ന പ്രതിനായക കഥാപാത്രത്തിന്റെ സ്വഭാവം അക്രമാത്മക മൃഗീയതയാണെന്നു കാണാം.

കാട്ടിലെ ഏറ്റവും ശക്തിയുള്ള മൃഗമായ കടുവയുമായി ബന്ധപ്പെടുത്തി കഥയിൽ നന്മതിന്മകളെ വ്യാഖ്യാനിക്കാൻ കഥാകാരി ശ്രമിക്കുന്നു. അതിന് മൂന്നു പ്രതീകങ്ങളെ ഉപയോഗിച്ചിരിക്കുന്നു. (i)ടൈഗർ ബാം കടുവയുമായി ബന്ധപ്പെടുത്തിയുള്ള നന്മനിറഞ്ഞ

പ്രതീകം വേദനകളിൽ ആശ്വാസം നൽകാൻ ഉപയോഗിക്കുന്നതു വഴി ടൈഗർ ബാം ഭാവാത്മക പ്രതീകമായി മാറുന്നു. കടുവക്കുന്തം അക്രമകാരിയായ മൃഗത്തെ നേരിടാനുള്ള ആയുധമാണെങ്കിലും കഥയിൽ പെൺകുട്ടിയുടെ അച്ഛനെയും അമ്മയെയും കുത്തിക്കൊലപ്പെടുത്താനാണ് അതുപയോഗിച്ചത്. നന്മയ്ക്കും തിന്മയ്ക്കും വേണ്ടി ഒരുപോലെ ഒന്നിനെ ഉപയോഗിക്കാനാവുമെന്ന് കടുവയുടെ പേരിൽ വരുന്ന രണ്ടാമത്തെ ഉപകരണം വ്യക്തമാക്കുന്നു. മഞ്ഞ ടൈഗർ മൃഗീയചോദനങ്ങൾ മനുഷ്യനിൽ ഉളവാക്കുന്ന നിഷേധാത്മക രൂപാന്തരമാണ് ഇവിടെ പ്രതിപാദ്യം. കടുവമനുഷ്യന്റെ പെരുമാറ്റങ്ങളെല്ലാം അളന്നു തൂക്കിയുള്ളവയാണ്. കാൽവിരലുകൾ ഉള്ളിലേക്ക് കോടി കൈത്തണ്ടകൾ വളഞ്ഞു മുറുകി കവിളുകൾ കോടി റോഡിൽ ചെരിഞ്ഞു വീണു കിടക്കുന്ന അവളെ കടുവമനുഷ്യൻ കൗതുകത്തോടെയാണ് നോക്കുന്നത്. അപാരമായ മൃഗീയ ശാന്തത അയാളുടെ നീക്കങ്ങളിലുണ്ട്. കണ്ണുകൾ ഇളകുന്നതിനാൽ അവൾ ജീവിച്ചിരിക്കുന്നുവെന്ന തീരുമാനിക്കലും പൂച്ചയുടെ മുഖമുള്ള അയാളുടെ മണത്തുനോക്കലും മുട്ടുകുത്തി നിന്ന് ചുണ്ടുകൊണ്ടു വായിലെ ചെമന്ന പൂക്കൾ മാറ്റുന്നതും അന്യാദൃശമായ ശാന്തതയോടെയാണ്. വാട്ടർബോട്ടിൽ എടുക്കുമ്പോൾ മറ്റൊന്നും അയാൾ ശ്രദ്ധിക്കുന്നില്ല. മകൾക്ക് അപകടമുണ്ടായാൽ ടൈഗർ ബാം നൽകണമെന്നുള്ള അച്ഛന്റെ അപേക്ഷ അപരിചിതൻ കാണുന്നതുതന്നെ വാട്ടർ ബോട്ടിൽ തിരികെ വച്ചപ്പോഴാണ്. കത്തു മടക്കി തന്നെ ഇടുന്നു, ടൈഗർ ബാമിന്റെ കുപ്പി തുറക്കുന്നു, അതുകൊണ്ടവളെ തടവുന്നു, എല്ലാം കൃത്യതയോടെ താളത്തിൽ ചെയ്യുന്നു കടുവമനുഷ്യൻ.

നന്മയിൽ നിന്ന് തിന്മയിലേക്കും തിന്മയിൽ നിന്ന് നന്മയിലേക്കും നിമിഷാർദ്ധങ്ങൾക്കുള്ളിൽ സഞ്ചരിക്കുകയാണ് ഇവിടെ കടുവമനുഷ്യൻ. അയാളിൽ ഒരു രക്ഷകനെക്കാണുന്ന വായനക്കാരൻ ടൈഗർ ബാമിന്റെ സ്പർശത്താൽ സുഖപ്രാപ്തയായ പെൺകുട്ടിയോടുള്ള മൃഗീയമായ പെരുമാറ്റത്തിൽ അസ്വസ്ഥരാകുന്നു. മനുഷ്യമനസിന്റെ അനിയന്ത്രിതമായ ചഞ്ചലസ്വഭാവത്തെ കൃത്യമായി വെളിച്ചത്തു കൊണ്ടുവരുന്നുണ്ട്. 'മെല്ലെ നഖം മുളച്ച വിരൽ കൊണ്ട് അയാൾ അവളെ മാന്തി' എന്ന കഥാകാരിയുടെ വാക്കുകൾ. അവളെ പതുക്കെ തടവിയപ്പോൾ ഇല്ലാതിരുന്ന നഖങ്ങളാണ് ഇപ്പോൾ മുളച്ചു വന്നിരിക്കുന്നത്. അയാളുടെ കൈകളെവിടെയെന്നത് അവൾക്ക് പരിഭ്രമ കാരണമാകുന്നു. കടുവപ്പല്ലുകളുടെ

മൂർച്ചയ്ക്കും ചോരയുടെ ചവർപ്പിനുമൊപ്പം ഇതുവരെ ജീവന്റെ ഗന്ധമായവൾക്ക് അനുഭവപ്പെട്ടിരുന്ന ടൈഗർ ബാമിന് എരിവാണെന്ന തോന്നലും അയാളുടെ ചുംബനമവൾക്ക് നൽകി. കോച്ചിപ്പിടുത്തത്തിന്റെ വേദന അവളുടെ ശരീരത്തെ അനങ്ങാനോ മിണ്ടാനോ പറ്റാത്തവിധം ആക്കിത്തീർത്തെങ്കിൽ അയാളുടെ ആസക്തികൾ അവളെ വേദനയോടെ ശരീരം ഇളക്കാനാണ് പ്രേരിപ്പിച്ചത്.

മൃഗീയതയിൽ നിന്ന് മനുഷ്യത്വത്തിലേക്കും തിരിച്ച് മൃഗീയതയിലേക്കും അനുനിമിഷം മാറാനും മനുഷ്യോചിതമല്ലാത്ത കാര്യങ്ങൾ ധാർമികതയുടെ ബാലപാഠങ്ങൾ പോലും മറന്നു ചെയ്യാനും മനുഷ്യർക്ക് കഴിയും എന്ന് വ്യക്തമാക്കുന്നുണ്ട് കടുവ മനുഷ്യന്റെ ചെയ്തികൾ. നന്മയിൽ സ്ഥിരതയോടെ നിൽക്കാൻ കഴിയാത്ത നന്മതിന്മകളിലൂടെ നിയന്ത്രണം നഷ്ടപ്പെട്ട് സഞ്ചരിക്കുന്ന മനുഷ്യത്വത്തിനെതിരെയുള്ള അചഞ്ചല മാതൃകയാകുന്നു നന്മയിലേക്ക് രൂപാന്തരപ്പെട്ടതിനു ശേഷം ഉപരിനന്മകൾ മാത്രം ആഗ്രഹിച്ചു ജീവിക്കുന്ന കങ്കാരുവച്ചൻ. മനുഷ്യത്വത്തിന്റെ രണ്ടു തലങ്ങളെ അനാവരണം ചെയ്യുകയാണിവിടെ കഥാകാരി.

5. അസാധാരണത്വങ്ങൾ അവശേഷിപ്പിക്കുന്ന ചോദ്യങ്ങളിലൂടെ

കഥയിലെ അസാധാരണത്വങ്ങളെ അടുത്തു വായിക്കുകയും വിശകലനം നടത്തുകയും ചെയ്യേണ്ടത് കഥയ്ക്കു ശേഷമുള്ള ചോദ്യങ്ങളെപ്പറ്റി അവബോധത്തിൽ എത്താനും കൂടിയാണ്. കഥയിൽ അവളുടെ വളർച്ചയുമായി ബന്ധപ്പെട്ട രണ്ടാം ഭാഗത്താണ് ചോദ്യങ്ങൾ ഉയർത്തുന്ന അസാധാരണത്വങ്ങളുള്ളത്. ഒമ്പതാം തരത്തിൽ പഠിക്കുന്ന പെൺകുട്ടിയെ പറ്റിയാണ് കഥയുടെ രണ്ടാം ഭാഗം.

സാധാരണഗതിയിൽ രണ്ടാം ശനിയാഴ്ച സ്പെഷ്യൽ ക്ലാസ് ഉണ്ടാവാൻ സാധ്യതയില്ല. സ്പെഷ്യൽ ക്ലാസ് തീരുന്ന സമയവും ഒന്നുമല്ലാത്ത സമയമാണ്. സാധാരണ ക്ലാസുകൾ അവസാനിക്കുന്ന സമയങ്ങളിലല്ല ക്ലാസ് അവസാനിക്കുന്നത്. കൂടാതെ ചുവന്ന മെയ്പ്പൂക്കൾ ആണ് വീണു കിടക്കുന്നത് എന്ന പരാമർശവും ഉണ്ട്. ഈ മൂന്ന് കാര്യങ്ങളും മുന്നോട്ടുവയ്ക്കുന്ന സാധാരണത്വങ്ങളെ പരിഗണിക്കാതിരിക്കാനാവില്ല. ഇനി നടക്കാൻ പോകുന്ന സാധാരണ സംഭവങ്ങളുടെ മുന്നോടിയായി ഇതിനെ കാണാനാവാം കഥാകാരി ഇങ്ങനെ എഴുതിയതു തന്നെ.

കഥാന്ത്യത്തിൽ നടക്കുന്നതും തികഞ്ഞ അസാധാരണ സംഭ

വം തന്നെയാണ്. ആശുപത്രിക്കിടക്കയിൽ അവളെക്കാണുന്ന അച്ഛനെക്കണ്ടു പ്രായപൂർത്തിയാവാത്ത പെൺകുട്ടി നിലവിളിക്കുന്നില്ല. എല്ലാത്തിനും അച്ഛനെ ആശ്രയിച്ചിരുന്ന പെൺകുട്ടി കരയുന്ന തന്റെ അച്ഛനെ ആശ്വസിപ്പിക്കുന്നതും ശ്രദ്ധേയമാണ്.

പൂച്ചയുടെ മുഖമുള്ള കടുവമനുഷ്യൻ അവളെ ആദ്യം കുനിഞ്ഞു മണക്കുമ്പോൾ 'അയാളുടെ മഞ്ഞ ഷർട്ടിലെ കറുത്ത വരകൾ തന്റെ കണ്ണുകളിൽ വ്യാപിക്കുന്നതായി അവൾ അറിഞ്ഞു' എന്നാണ് വിവരണം. ആശുപത്രിക്കിടക്കയിൽ കിടന്ന് കങ്കാരുവച്ഛനെ ആശ്വസിപ്പിക്കുന്ന പെൺകുട്ടി തന്നെ ഇരയാക്കിയ മനുഷ്യനെപ്പറ്റിയല്ല സംസാരിക്കുന്നതെന്നു ശ്രദ്ധേയം. 'ഓഹ് അച്ഛേ, അതൊരു ടൈഗറായിരുന്നില്ലേ. ഒരു മഞ്ഞ ടൈഗർ' എന്നു പറയുമ്പോൾ മഞ്ഞ ഷർട്ടിലെ കറുത്ത വരകൾ മാഞ്ഞു മഞ്ഞനിറം മാത്രമായ ഒരു കടുവയെയാണ് അവൾ അക്രമിയിയായി മനസ്സിലാക്കുന്നത്.

ഒരു പെൺകുട്ടിയിൽ നിന്നും പ്രതീക്ഷിക്കുന്ന ഭീതിയെക്കാൾ നിസ്സംഗതയിലേക്കുള്ള പരിണാമം നടന്നിരിക്കുന്നെന്നാവാം കഥാകാരിയുടെ വിവക്ഷ.

ഉപസംഹാരം

കഥയിൽ ഏറ്റവും പ്രസക്തമായിരിക്കുന്നത് ശക്തമായ രണ്ടു പോരാട്ടങ്ങളുടെ സമഗ്രമായ അവതരണമാണ്. ജീവനുവേണ്ടിയുള്ള പെണ്ണിന്റെ പോരാട്ടവും കാമപൂരണത്തിനു വേണ്ടിയുള്ള പുരുഷന്റെ പോരാട്ടവും. ചുണ്ടുകൊണ്ട് പൂവെടുത്ത് നീക്കുന്നതിന് മുമ്പ് മണത്തു നോക്കുന്ന അക്രമി തിന്നുന്നതിനുമുമ്പ് മണത്തു നോക്കുന്ന പൂച്ചയെയും കടുവയെയും ഓർമിപ്പിക്കുന്നു. ടൈഗർ ബാം കൊണ്ട് അവളെ തടവിയ കൈകൾ തന്നെയാണ്, മെല്ലെ നഖം മുളച്ച വിരൽ കൊണ്ട് അവളെ മാന്തിയതും. കടുവത്തൈലം (ടൈഗർ ബാം) കൊണ്ടുള്ള ഉഴിയലും കടുവയുടെ ഉഴിയിലും തമ്മിലുള്ള ഭേദമാണ് വാത്സല്യവും കാമവും തമ്മിലുള്ള വേർതിരിക്കൽ രേഖ വ്യക്തമാക്കുന്നതെന്ന് സാരം. കടുവയായി രൂപാന്തരം പ്രാപിക്കുന്ന മനുഷ്യനും മനുഷ്യനായി രൂപാന്തരം പ്രാപിക്കുന്ന നായകകഥാപാത്രവും തമ്മിൽ നേരിട്ടല്ലാതെ നടക്കുന്ന പോരാട്ടത്തിൽ നായക കഥാപാത്രത്തിന്റെ പ്രതിനിധിയായി പെൺകുട്ടി പോരാട്ടത്തിൽ പങ്കെടുക്കുന്നു. അവസാനം പുത്രീസ്ഥാനീയയ്ക്കുണ്ടാകുന്ന അപരിഹാരമായ ദുരന്തത്തിൽ മനംനീറിക്കരയുമ്പോഴും മനുഷ്യത്വം നഷ്ടപ്പെട്ടവരെ ഓർത്ത് ആകുലരാകേണ്ട; അവർ

മൃഗങ്ങളായി രൂപാന്തരപ്പെട്ടവരാണെന്ന വിചാര സംവേദനം നടത്തുന്ന പെൺകുട്ടി ശക്തയായ പോരാളിയായി കഥാന്ത്യത്തിൽ നിലകൊള്ളുന്നു. മനുഷ്യത്വവും മൃഗീയതയും തമ്മിലുള്ള പോരാട്ടത്തിൽ മനുഷ്യത്വത്തെ അവൾ വിജയിപ്പിക്കുകയും ചെയ്യുന്നു.

○○

മൂന്ന്

ഒരു കന്യകയുടെ ജലാനുരാഗം

ഡോ. സ്വപ്ന ആന്റണി

ഉത്തരാധുനിക എഴുത്തുകാരികളുടെ സ്ത്രൈണാനുഭവ ആവിഷ്കാരം, യാഥാസ്ഥിതിക ആഖ്യാനവഴികളോട് നിരന്തരം കലഹിച്ചുകൊണ്ടായിരുന്നു. ആൺകോയ്മാവ്യവസ്ഥിതി ചിട്ടപ്പെടുത്തിയ സാമ്പ്രദായിക സാമൂഹിക ലൈംഗിക അധികാരത്തിൽ പുരുഷനുള്ള മേൽക്കോയ്മയെ തിരസ്കരിച്ചു കൊണ്ടാണ് പൊതുബോധത്തിൽ മാറ്റംവരുത്താൻ അവർ ശ്രമിച്ചത്. എന്നാൽ വാർപ്പുമാതൃകകളുടെ തിരസ്കാരം സ്ത്രീകളുടെ ആന്തര ലോകത്തെ സംഘർഷത്തിലാഴ്ത്തുന്നു. ആരാണ് പെണ്ണ് എന്ന ചോദ്യത്തെ 'ദി സെക്കൻഡ് സെക്സ് ' എന്ന കൃതിയിൽ സിമോൺ ദി ബൊവെ നേരിടുന്നുണ്ട്. സ്ത്രീയുടെ സ്വത്വത്തെ നിർമ്മിച്ചത് പുരുഷനാണ്. സ്വന്തം ആവശ്യങ്ങൾക്കുതകുന്ന തരത്തിൽ മനുഷ്യവംശത്തെ മുഴുവൻ പുല്ലിംഗമാക്കി മാറ്റിയ അവന്റെ വ്യാഖ്യാനങ്ങളിൽ സ്ത്രീയെ സ്വയം നിർണ്ണയാവകാശമുള്ള സ്വതന്ത്ര വ്യക്തിയായിട്ടേ പരിഗണിക്കുന്നില്ല. ഈ തിരിച്ചറിവിൽ നിന്നുകൊണ്ട് വേണം ഇന്ദു മേനോന്റെ കഥകളിലെ കാമനകളുടെ സ്ത്രൈണഭൂമികയെ നോക്കിക്കാണാൻ. സമൂഹത്തിന്റെ ഒരു ചിട്ടവട്ടങ്ങളിലും ഒതുങ്ങാത്ത ജീവിതകാമനയുടെ സ്വതന്ത്രലോകമാണ് അവരുടെ കഥകൾ ആവിഷ്കരിക്കുന്നത്.

സമൂഹത്തിന്റെ നിയമങ്ങൾക്ക് കീഴ്പ്പെടുത്താനാവാത്ത ജീവിതരതിയുടെ സ്വാതന്ത്ര്യം ഇന്ദു മേനോന്റെ കഥകളിലുണ്ട്. ആത്യന്തികമായി 'സ്ത്രീ, സ്വാതന്ത്ര്യം നേടേണ്ടത് സമൂഹത്തിൽ നിന്നും അവനവനിൽ നിന്നും ആണ് എന്ന് ഈ കഥകൾ പ്രഖ്യാപിക്കുന്നു.' (ശ്രീജിത് പെരുന്തച്ചൻ, 2014:62). ലൈംഗികതയെക്കുറിച്ചുള്ള

സമൂഹത്തിന്റെ പാരമ്പര്യ ചിന്തകളെ മറികടന്നു കൊണ്ടാണ് എഴുത്തുകാരി ഇത് സാധ്യമാക്കുന്നത്.

'ചില പെൺകുട്ടികളുടെ പരിശുദ്ധി ലൈംഗികതയോടെ അവസാനിക്കുന്നു. ചില പെൺകുട്ടികളുടെ പരിശുദ്ധി ലൈംഗികതയോടെ ആരംഭിക്കുന്നു', എന്ന മേതിൽ രാധാകൃഷ്ണന്റെ വാക്കുകൾ ഉദ്ധരിച്ചുകൊണ്ട് 'ചെറ്റ' എന്ന കഥ തുടങ്ങുന്നതിന്റെ പിന്നിലുള്ള കാഴ്ചയും ഇതുതന്നെയാണ്. വിലക്കുകളുടെ ചങ്ങല പൊട്ടിച്ചെറിയുന്ന സ്ത്രൈണകാമനയുടെ ആഹ്ലാദം ഈ കഥയിലെ നായികയിലുണ്ട്. സ്ത്രീസ്വാതന്ത്ര്യത്തിന് ഏറെപരിമിതി കൽപ്പിക്കുന്ന ലക്ഷദ്വീപിലെ മുസ്ലിം കുടുംബത്തിൽ ജനിച്ചുവളർന്ന ഇഹ്ലാസിന് കറുത്ത പർദ്ദക്കുള്ളിൽ അവളെത്തന്നെ മൂടി വെക്കേണ്ടി വരുന്നു. ഖുർആൻ ഓതാനും അറബി പഠിക്കാനും പോകുന്നതിനൊപ്പം ഉപ്പ അവളെ ഇംഗ്ലീഷ് സ്കൂളിലും അയച്ചു. അവളുടെ പുസ്തകത്തിൽ അച്ചടിച്ച ആൾരൂപങ്ങൾ കണ്ടത് ഉമ്മയെ ഭയപ്പെടുത്തുന്നു.മകളുടെ പർദ്ദയും ശിരോവസ്ത്രവും അണിയാത്ത ഫോട്ടോ കണ്ട് അവർ മോഹാലസ്യപ്പെട്ട് വീഴുന്നു. ചുണ്ടിനു മുകളിലെ കാക്കപ്പുള്ളി അവളുടെ കന്യകാത്വം നഷ്ടപ്പെട്ടതിന്റെ തെളിവെന്നു കരുതി സങ്കടത്തിൽ അവർ മരിക്കുന്നു.

ഉപ്പ അവളെ ബിരുദപഠനത്തിനായി കേരളത്തിലേക്ക് അയക്കുന്നു. കോളേജിൽ വെച്ച് നേരിടേണ്ടി വന്ന റാഗിംഗിനിടയിൽ സഹപാഠിയായ ഒരാൺകുട്ടി അവളുടെ അരക്കട്ടിൽ പിടിച്ച് തന്നോട് ചേർത്തുനിർത്തി മുഖപടം ഉയർത്തുന്നു. കാട്ടുപൂച്ചയെപ്പോലെ കുതറിയ അവളോട് 'ഉമ്മ തന്നാൽ വിടാം' എന്നാണ് അവൻ പറയുന്നത്. 'ചെറ്റ' എന്ന വിളിയോടെ അവൾ അവനെ ഉന്തിമാറ്റാൻ ശ്രമിക്കുന്നു. കുട്ടികൾ ചുറ്റും നിന്ന് കൂട്ടത്തോടെ ചിരിക്കുന്നു. തന്നെ ആദ്യമായി സ്പർശിച്ച പുരുഷനോട് അവൾക്ക് ഒരേസമയം ദേഷ്യവും പ്രണയവും തോന്നുന്നു. പ്രണയം തോന്നിയതിന്റെ പാപബോധത്തെ മൂന്നുദിവസം മുറിയിൽ നിന്ന് പുറത്തിറങ്ങാതെ ഉമ്മ ചൊല്ലിക്കൊടുത്ത പ്രാർത്ഥനകൾ ഉരുവിട്ട് നിസ്കാരപ്പായിലിരുന്ന് അവൾ മറികടക്കാൻ ശ്രമിക്കുന്നു. തന്റെ കളങ്കങ്ങൾ ഒലിച്ചു പോകാനായി മുറ്റത്തേക്കിറങ്ങി മഴയിലേക്ക് അവൾ നീങ്ങി നിന്നു.

'അവനാൽ സ്പർശിക്കപ്പെട്ട കൈ...

അവനാൽ സ്പർശിക്കപ്പെട്ട ഉടൽ... അവനാൽ, അവനാൽ മാത്രം ചുംബിക്കപ്പെടുമെന്ന് വ്യാമോഹിച്ച ചുണ്ടുകൾ... അവയെ

ല്ലാം മഴ വീണ്ടും വീണ്ടും ഭ്രാന്തമായി തൊട്ടുകൊണ്ടിരുന്നു. 'ചെറ്റ' മഴ മുരണ്ടു. 'ചെറ്റ ചെറ്റ' മഴയോർമിപ്പിച്ചു. മൂന്നുദിവസമായി നിരന്തരം പ്രാർത്ഥിച്ചു നേടിയെടുത്ത ധൈര്യം മുഴുവൻ ഊറ്റിയെടുത്ത് മഴ ഭൂമിയിലേക്ക് കിനിഞ്ഞിറങ്ങി.'

മഴ തീവ്രമായ ഒരു രത്യനുഭവമായി അവൾക്ക് തോന്നുകയും അവനോടുള്ള പ്രണയം മനസ്സിൽ നിറയുകയും ചെയ്യുന്നു. തുടർന്ന് അവൾ അവനോട് വിവാഹാഭ്യർത്ഥന നടത്തുന്നു. അങ്ങനെയൊന്നു ചിന്തിച്ചിട്ടു കൂടിയില്ലാത്ത അവൻ പ്രണയം നിഷേധിച്ചുവെങ്കിലും പിന്നീടവർ ഒന്നു ചേരുന്ന രംഗത്തിലാണ് കഥ അവസാനിക്കുന്നത്.

പെൺകുട്ടിയുടെ ശരീരം മറ്റാരും കണ്ടുകൂടാ എന്ന നിഷ്ഠയുള്ള ലക്ഷദ്വീപിലെ ജസ്രി വംശത്തിൽ പിറന്ന്, കറുത്ത പർദ്ദക്കുള്ളിൽ മൂടി വളർത്തപ്പെട്ടവളാണ് ഇതിലെ നായികയായ ഇഹ്ലാസ്. എന്നാൽ ശരീരത്തിലേറ്റ ആദ്യ പുരുഷസ്പർശത്താൽ തന്നെ അവളിൽ പ്രണയക്കരിങ്കടൽ ഇരമ്പിയാർക്കുന്നു. പ്രണയമെന്നാൽ സ്നേഹത്തിന്റെയും കാമത്തിന്റെയും മാത്രം സ്വകാര്യതയാണെന്നവൾ മനസ്സിലാക്കുന്നുണ്ട്. തെറ്റാണെന്ന് തിരിച്ചറിയുമ്പോഴും സ്നേഹത്തിലെ ഈ വിഹ്വലതകൾ അവളെ അസ്വസ്ഥയാക്കുന്നു. മകളുടെ ചാരിത്ര്യത്തെക്കുറിച്ചുള്ള സംശയത്താൽ കുഴഞ്ഞുവീണു മരിച്ച ഉമ്മയുടെ നാട്ടിൽ നിന്ന് കേരളത്തിൽ എത്തിയ അവളിൽ തന്റെ വംശത്തിന്റെ പ്യൂരിറ്റി സഹപാഠിയാൽ മലിനപ്പെടണം എന്നുള്ള രഹസ്യചിന്ത ഉണ്ടാകുന്നുണ്ട്. പാപബോധം തോന്നുന്നുണ്ടെങ്കിലും പ്രണയം മനസ്സിന്റെ മാത്രമല്ല ശരീരത്തിന്റെ കൂടി ആവശ്യമാണെന്നവൾ തിരിച്ചറിയുന്നുമുണ്ട്. ജൈവികമായചോദനകളെ അതിജീവിക്കാൻ അവൾക്കാവുന്നില്ല. സ്ത്രീയുടെ കാമനകളൊക്കെ തെറ്റാകുന്ന ഒരു സമൂഹത്തിൽ അവൾ എല്ലാ ചങ്ങലുകളും പൊട്ടിച്ചെറിഞ്ഞ് ശരീരത്തിന്റെ, ലൈംഗികതയുടെ സ്വാതന്ത്ര്യം നേടുന്നു.

എതിർലിംഗത്തിൽപ്പെട്ട രണ്ടാളുകൾക്കിടയിലുണ്ടാകുന്ന വെറുപ്പ് സ്നേഹമായി പരിണമിക്കുന്നത് ഈ കഥയിൽ കാണാം. കറുത്തവസ്ത്രങ്ങളെ തെറ്റ് ചെയ്യുവാനുള്ള അധികാര ചിഹ്നമായി മാത്രം കരുതിപ്പോന്നിരുന്ന അവൻ, പിന്നീട് പർദ്ദയെ 'വിശുദ്ധവസ്ത്രം' എന്ന് തിരിച്ചറിയുന്നു. അവന്റെ മുമ്പിൽ അവൾ സ്നേഹം യാചിക്കുന്ന സ്ത്രീയാകുന്നു.

'ഏറ്റവും വലിയത് സംസ്കാരങ്ങൾ തമ്മിലുള്ള വ്യത്യാസമാ

ണ്. മതവിശ്വാസത്തിലുള്ള വ്യതിയാനങ്ങൾ, ഭാഷയിലും വസ്ത്ര വിതാനത്തിലുമുള്ള വിഭിന്നതകൾ... അതിനിടയിൽ നിന്നും വിജാതീയമായ സ്നേഹം കൈക്കൊള്ളലാണ് പ്രശ്നം. സ്നേഹം മാത്രമല്ല ആവശ്യപ്പെടുന്നത് വിവാഹം. അതും താഴ്ന്നസൃഷ്ടിയായ ഒരു സ്ത്രീയെ, അന്യദേശത്തുനിന്നും ഉരുകയറി, കടൽ കടന്നു വന്നവളെ' ഇങ്ങനെയൊക്കെ ചിന്തിക്കുന്നുവെങ്കിലും ഒടുവിൽ പ്രണയം മതവിശ്വാസങ്ങൾ തമ്മിലുള്ള അന്തരവും സംസ്കാരങ്ങൾ തമ്മിലുള്ള വ്യത്യാസവും തകർത്തെറിഞ്ഞുകൊണ്ട് അവരെ ചേർത്തു വെക്കുന്നു.

തങ്ങൾക്കിടയിലുള്ള അകലം ഒഴിവാക്കാൻ രഹസ്യങ്ങൾ ഇല്ലാതാക്കുകയാണ് ചെയ്യേണ്ടത് എന്ന് പറയുന്ന അവൻ അവളുടെ ശരീരത്തിലെ അജ്ഞാതഭൂമിയെക്കുറിച്ച് അറിയാൻ ശ്രമിക്കുന്നു. 'നിന്റെ മുലക്കണ്ണുകളുടെ നിറമെന്താണ്?'

'അയ്യേ' ആദ്യം നാണിച്ചെങ്കിലും അവൾ പതറാതെ പറഞ്ഞു. 'നിറമില്ല'

'കളി നിർത്തൂ രാജകുമാരി എന്നിട്ടെന്നോട് പറയ് അല്ലെങ്കിൽ ഞാൻ പറയാം.' പർദ്ദയുടെ കെട്ടുകളിൽ അവൻ പുതിയ കുടുക്കുകൾ ഇട്ടു. 'ഞാനൂഹിച്ചു പറയാം. അതെ എന്നോ അല്ല എന്നോ മാത്രം ഉത്തരം പറഞ്ഞാൽ മതി- 'റോസ് നിറം'

'അല്ല'

'കറുപ്പ്'

'അതുമല്ല'

'എന്നാ ബ്രൗൺ'

'അല്ലല്ലല്ല'

'പിന്നെന്താണ് വയലറ്റോ'

'അയ്യോടാ കഷ്ടപ്പെടേണ്ട ഞാൻ പറയാം, പച്ച നിറം നല്ല കാട്ടു പച്ച കരിമ്പച്ച.... എന്തേ?'

രണ്ടാളുകൾക്കിടയിൽ അടുപ്പമുണ്ടാക്കാനുള്ള എളുപ്പവഴി തുറന്നു സംസാരിക്കലാണ് എന്ന് പറയുകയും തൊട്ടടുത്ത നിമിഷം കള്ളം പറയുകയും ചെയ്യുന്നു. ഈ കള്ളത്തിന്റെ പിന്നിലെ മനഃശാസ്ത്രത്തെ നമ്മുടെ നിറസങ്കൽപവുമായി ചേർത്തുവെച്ചാൽ ഇവിടെ പച്ച എന്നുള്ളത് സമ്മതമായി വ്യാഖ്യാനിക്കാം. പച്ച ഉർവ്വരതയും കൂടിയാണ്. ഒരു പർദ്ദയ്ക്കുള്ളിലും ഒളിച്ചു വെക്കാനാവാത്ത സ്ത്രൈണകാമനയുടെ വെളിപ്പെടലായി ഇതിനെ വായിച്ചെടുക്കാനാവും.

കറുത്തകുപ്പായത്തിന്റെ പുറംകാഴ്ചകളിൽ നിന്ന് ശരീരത്തിന്റെ രഹസ്യ ഭാഗങ്ങളിലേക്ക്, ലക്ഷദ്വീപിന്റെ അന്ധവിശ്വാസ ജടിലമായ സമുദ്രമുഴക്കങ്ങളിൽ നിന്ന് കേരളത്തിന്റെ ഹരിതസമൃദ്ധിയിലേക്ക്, നിസ്കാരക്കുപ്പായത്തിന്റെ പ്രാർത്ഥന പുണ്യത്തിൽ നിന്ന് സ്ത്രൈണകാമനയുടെ ജൈവികചോദനയിലേക്ക് കഥയുടെ കാഴ്ചകൾ ഗതിമാറി സഞ്ചരിക്കുന്നുണ്ട്. രണ്ടു സംസ്കാരങ്ങൾ തമ്മിലുള്ള വ്യത്യാസമോ മതവിശ്വാസങ്ങളുടെ വേലിക്കെട്ടുകളോ ഇവരുടെ പ്രണയത്തിന് തടസ്സമല്ല എന്നുള്ളത്, അതിനെല്ലാം അതീതമായി നിൽക്കുന്ന പ്രണയം എന്നുള്ളത് ഈ കഥയ്ക്ക് കൂടുതൽ തെളിച്ചം നൽകുന്നു. സ്വയം നിർണയാവകാശമുള്ള സ്ത്രീയായി ഇതിലെ നായിക തല ഉയർത്തിനിൽക്കുന്നു.

തന്നെ അരക്കെട്ടിലൂടെ ചേർത്തുപിടിച്ച സഹപാഠിയെ 'ചെറ്റ' എന്ന് അവൾ വിളിക്കുന്നു. ആ വിളി ഉത്ഭവിക്കുന്നത് അവളുടെ അതുവരെ ശീലിച്ച സംസ്കാരബോധത്തിനകത്തുനിന്നാണ്. ഈ വാക്കിന് ഹീനൻ, നികൃഷ്ടൻ എന്നൊക്കെയാണ് ശബ്ദതാരാവലി നൽകുന്ന അർത്ഥം. അവളുടെ മതസംസ്കാരം അഥവാ ഉമ്മ വഴി പരിശീലിപ്പിക്കപ്പെട്ട വിലക്കുകളുടെ ലോകം അത്തരം കടന്നുകയറ്റങ്ങളെ എതിർക്കാനാണവളെ പഠിപ്പിച്ചിട്ടുള്ളത്. അത് പാപമാണെന്നുള്ള ബോധമാണ് അവളെ പ്രതിരോധിക്കാൻ പ്രാപ്തയാക്കുന്നത്. ഒരേസമയം പാപബോധവും പ്രണയവും വേട്ടയാടുന്ന അവൾ അതിനെ മറികടക്കാൻ വ്രതമെടുത്ത് പ്രാർത്ഥിക്കുന്നുണ്ട്. മതം കൊണ്ട് 'പ്രണയപാപ'ത്തിൽ നിന്നും പുറത്തു കടക്കാനുള്ള ശ്രമം ഇവിടെ കാണാം. മഴ അവളെ 'ചെറ്റ ചെറ്റ' എന്ന് ഓർമിപ്പിക്കുന്നുണ്ടെങ്കിലും മഴയിൽ നിന്ന് കയറി തല തുവർത്തുമ്പോൾ കഠിനമായ ലജ്ജയോടെ മഴ, കന്യകയ്ക്ക് തീവ്രമായ അനുഭവമാണെന്ന് അവൾ മഴയോടു തന്നെ പറയുന്നുണ്ട്.

സ്ത്രീയുടെ ലൈംഗികത, കാമന ഇവയൊക്കെ സമൂഹത്തിന് ആപത്കരമാണെന്ന് മനസ്സിലാക്കി അതിനെ അടിച്ചമർത്തുന്ന മതാത്മകസമൂഹത്തിന്റെ ചട്ടക്കൂട് ഭേദിച്ച് അവൾ പുറത്തുവരുന്നു. ഒരിക്കൽ 'ചെറ്റ' എന്ന് തള്ളിക്കളഞ്ഞവന്റെ ചുംബനത്തോട് 'തെറ്റ്' എന്ന് മുരണ്ടുകൊണ്ട് വിധേയത്വം മാത്രമുള്ള കാമുകിയായി ചേർന്നുനിൽക്കുന്നവളിലേക്കുള്ള സ്ത്രീയുടെ സ്വതന്ത്രസഞ്ചാരമായി ഇഹ് ലാസിന്റെ ജീവിതം പിന്നീട് പരിണമിക്കുന്നു. ആ മാറ്റം സ്ത്രീ അനുഭവിക്കുന്ന സ്വാതന്ത്ര്യത്തിന്റെ പ്രഖ്യാപനം കൂടിയായി മാറുന്നുണ്ട്.

മഴക്കലണ്ടറിൽ സുരക്ഷിതമായ ദിവസങ്ങൾ അടയാളപ്പെടുത്തി ശരീരത്തിന്റെ ആസക്തികൾ, ജൈവകാമനകൾ ശമിപ്പിക്കുന്ന വിശുദ്ധനിമിഷത്തിലേക്കാണ് അവളുടെ സഞ്ചാരം. സമ്പ്രദായികമായ എല്ലാ ചിട്ടവട്ടങ്ങളെയും വലിച്ചെറിഞ്ഞു കൊണ്ടാണ് അവളുടെ പോക്ക്. പെൺകുട്ടിയുടെ കന്യകാത്വം എന്നത് ആണിനാൽ കീറപ്പെടുന്ന ഒരു നേരിയ പടലത്തിന്റെ പ്രശ്നമല്ല എന്ന മേതിലിന്റെ തന്നെ വാക്കുകളിൽ അവസാനിക്കുന്ന ഈ കഥ, സ്ത്രീയുടെ ശാരീരികമായ പരിശുദ്ധി എന്ന ചിന്തയുടെ പൊള്ളത്തരത്തെ തുറന്നു കാട്ടുകയാണ് ചെയ്യുന്നത്. ചാരിത്ര്യം എന്നാൽ പെണ്ണുമാത്രം പവിത്രമായി പരിരക്ഷിക്കേണ്ട ഒരു സ്വഭാവശുദ്ധി എന്ന് കരുതുന്ന സമൂഹത്തിനെ പിന്നിലാക്കിക്കൊണ്ടാണ് അവർ അവസാനത്തെ കമ്പാർട്ട്മെന്റിലേക്ക് യാത്രയാവുന്നത്. സദാചാരബദ്ധമായ ചിന്തകളിൽ നിന്ന് പ്രകൃതിയുടെ ചോദനയിലേക്കുള്ള സ്ത്രീയുടെ സ്വാതന്ത്ര്യ പ്രഖ്യാപനമായി ഇതിനെ വായിക്കാം.

പ്രകൃതിയും സംസ്കാരവും തമ്മിലുള്ള ഒരു സംഘർഷം ഈ കഥയിലുണ്ട്. മനുഷ്യന്റെ അടിസ്ഥാനചോദനകളും അഹംബോധവും ഏറ്റുമുട്ടുമ്പോൾ വിലക്കുകളിൽ നിന്നും പുറത്ത് കടക്കുന്ന സ്ത്രൈണകാമന പ്രണയവും രതിയും തീവ്രാനുഭവവുമായി ഏറ്റുവാങ്ങുന്നു. യാഥാസ്ഥിതിക മതവിശ്വാസത്തിന്റെയും തീവ്രദേശബോധത്തിന്റെയും അകത്തു ജനിച്ചു വളർന്ന ഇഹ് ലാസിനെ ആ സംസ്കാരമാണ് പർദ്ദയ്ക്കുള്ളിലേക്ക്, അരുതുകളുടെ ലോകത്തിലേക്ക് കൊണ്ടുപോകുന്നത്. എന്നാൽ തല മറയ്ക്കാതിരിക്കുക, ഫോട്ടോ എടുക്കുക എന്നൊക്കെയുള്ള പ്രവൃത്തികളിലൂടെ തന്റെ ഇഷ്ടങ്ങളിലേക്ക് രഹസ്യമായി പ്രവേശിക്കാനുള്ള അവളുടെ മോഹം, കഥയുടെ ആരംഭത്തിൽ തന്നെ കാണാം. നായികയെ നിയന്ത്രിക്കുന്ന സംസ്കാരത്തിന്റെയും മതബോധത്തിന്റെയും നിയന്ത്രണങ്ങളുടെ കള്ളി എത്ര ഭീകരമാണെന്നതാണ് ചുണ്ടിലെ കാക്കപ്പുള്ളി കണ്ടു മകളുടെ കന്യകാത്വം നഷ്ടമായോ എന്ന് തോന്നലിൽ മരിച്ചുപോയ ഉമ്മ നിൽക്കുന്ന സൂചന. അത്രയേറെ ഭീകരമായിരുന്നു അത്. ആ ഉമ്മ ഈ മതനിഷ്ഠക്കകത്തും സംസ്കാരത്തിനകത്തും ഉറച്ചുപോയ സ്ത്രീയാണ്. അതിനപ്പുറത്തേക്കുള്ള ഏതൊരു സഞ്ചാരവും അവരെ സംബന്ധിച്ച് മരണമാണ്.

എന്നാൽ അതേ സംസ്കാരത്തിനകത്ത് ജനിച്ചു വളർന്ന അടുത്ത തലമുറയിൽപ്പെട്ട മകൾ ജീവിക്കുന്നത് തന്നെ, അതിന്റെ പുറത്തേക്ക് വരുമ്പോഴാണ്. 'ഉരുവിന്റെ വന്യമായ അമർച്ചയോട് ജല

പാളികൾ 'ഉം ഉം' എന്ന് പ്രതിഷേധിച്ചു കൊണ്ടിരുന്നു.' അന്ധവിശ്വാസ ജടിലമായ ഒരു ഭൂവിഭാഗത്തിൽനിന്ന് ഒരു സമുദ്രദൂരം താണ്ടി കേരളത്തിലെ മണ്ണിന്റെ തീവ്രഗന്ധത്തിലേക്കാണ് അവളുടെ യാത്ര. സ്വാഭാവികമായ ജീവിതത്തിലേക്കാണ് ഈ യാത്ര ചെന്നെത്തുന്നത്. വിലക്കുകളെക്കുറിച്ചും അരുതുകളെക്കുറിച്ചും വേവലാതികൾ ഇല്ലാത്ത, ഘട്ടംഘട്ടമായി അതു ലംഘിക്കുന്ന ഇഹ്ലാസിന്റെ യാത്രയുടെ ചലനാത്മകതയ്ക്ക് സാമൂഹികവും രാഷ്ട്രീയവുമായ പ്രാധാന്യമുണ്ട്. അതുവരെ ആത്മത്തെ അടിച്ചമർത്തി പരിശീലിച്ച അവളുടെ സ്വത്വം, ശരീരം, കാമന തുടങ്ങിയ തുറസുകളിലേക്കുള്ള യാത്ര കൂടിയായി ഇത് മാറുന്നുണ്ട്. സ്ത്രീയുടെ പ്രണയത്തിന്റെയും ലൈംഗികതയുടെയും അധികാരി മതാത്മകബിംബങ്ങളല്ല മറിച്ച് അവൾ തന്നെയാണെന്ന തിരിച്ചറിവിലേക്കാണ് ഈ യാത്ര എത്തിനിൽക്കുന്നത്.

ആണിന്റെ മേൽ പെണ്ണിന് ഉണ്ടാകുന്ന അധികാരം എന്നതിനേക്കാൾ പുരുഷാധിപത്യ ലോകക്രമത്തെ നിരാകരിച്ചുകൊണ്ട്, അവളുടെ മേലെ അവൾക്കു തന്നെ ഉണ്ടാകുന്ന ആധിപത്യമാണ് ഈ കഥയെ മികവുറ്റതാക്കുന്നത്. വിലക്കുകളെ ഭേദിക്കാനുള്ള സ്ത്രീയുടെ ആന്തരിക ബോധത്തെ തൃപ്തിപ്പെടുത്തുന്ന അവരുടെ കഥകൾ ഗൈനോക്രിട്ടിസിസത്തിന്റെ സാധ്യതകൾ ഉപയോഗിച്ച് വായിക്കാനാവും. പുരുഷന്റെ നിർവചനങ്ങളിൽ നിന്നും എതിർപ്പുകളിൽ നിന്നും ഒരു സ്ത്രീ സ്വന്തം സ്വത്വം തിരിച്ചറിയുന്നതിന്റെ, അവനവനുമേൽ സ്വാതന്ത്ര്യം നേടുന്നതിന്റെ വിജയമാണ് 'ചെറ്റ' എന്ന കഥയെ മനോഹരമാക്കുന്നത്. ഇന്ദു മേനോന്റെ കഥകളുടെ ലൈംഗികപ്രത്യയശാസ്ത്രവും ഇതുതന്നെയാണ്. കുലീനമെന്ന ലേബലൊട്ടിച്ച മൂല്യങ്ങളെ നിരാകരിച്ചു കൊണ്ടാണ് അവർ ഇത് സാധ്യമാക്കുന്നത്. പുരുഷകാമനകളിൽ വേരൂന്നിവളർന്നിട്ടുള്ള വരേണ്യകുലസ്ത്രീ സങ്കൽപ്പങ്ങളെ നിരാകരിച്ചുകൊണ്ട് സ്ത്രൈണാനുഭവങ്ങളുടെ വ്യത്യസ്തവും വൈവിധ്യമേറിയതുമായ തുറസ്സുകളെ ഈ കഥ അടയാളപ്പെടുത്തുന്നു.

സഹായക ഗ്രന്ഥങ്ങൾ

1. ഉഷാകുമാരി. ജി., കഥയും കാമനയും, ലോഗോസ് ബുക്സ്, പാലക്കാട്, 2018

2. ജിസ ജോസ്, സ്ത്രീവാദ സൗന്ദര്യശാസ്ത്രം പ്രയോഗവും

പ്രതിനിധാനവും, കേരള ഭാഷാ ഇൻസ്റ്റിറ്റ്യൂട്ട്, തിരുവനന്തപുരം, 2020

3. ജ്യോതിലക്ഷ്മി പി. എസ്., (എഡി), സ്ത്രൈണ സർഗാത്മ കത എഴുത്തും എഴുത്തുകാരികളും, മലയാളവിഭാഗം, സെന്റ് ജോസ ഫ്സ് കോളേജ് ഫോർ വിമെൻ, ആലപ്പുഴ, 2013

4. ശ്രീജിത് പെരുന്തച്ചൻ, താരുണ്യത്തിന്റെ കഥാന്തരങ്ങൾ, ചിന്ത പബ്ലിഷേഴ്സ്, തിരുവനന്തപുരം, 2014

5. സുകുമാരൻ. വി., സ്ത്രീ എഴുത്തും വിമോചനവും ഫെമിനി സ്റ്റ് സിദ്ധാന്ത ചരിത്രം, ചിന്ത പബ്ലിഷേഴ്സ്, തിരുവനന്തപുരം, 2011

○○

നാല്

ലെസ്ബിയൻ പശു

ഡോ. അഥീന എം. എൻ.

2003 സെപ്റ്റംബറിലാണ് ഇന്ദുമേനോന്റെ 'ലെസ്ബിയൻ പശു' എന്ന കഥാ സമാഹാരം പുറത്തുവരുന്നത്. അക്കാലത്തു തന്നെ ഏറെ വായിക്കപ്പെട്ട പുസ്തകം. അതുവരെ മലയാളികൾ പരിചയിച്ച വായനാ പരിസരമായിരുന്നില്ല ഈ കഥകൾ മുന്നോട്ടുവെച്ചത്. പ്രമേയം, ആഖ്യാന രീതി എന്നിവയിലുള്ള പുതുമയും വൈവിദ്ധ്യവും പ്രസ്തുത സമാഹാരത്തിലെ ഓരോ കഥയും വളരെ വ്യത്യസ്തമാക്കി. പ്രത്യേകിച്ചും 'ലെസ്ബിയൻ പശു' എന്ന കഥ. സ്ത്രീ ലൈംഗികതയെപ്പറ്റിയുള്ള തുറന്ന സംവാദങ്ങൾക്കു പോലും ഇടം കുറവായ ലോകത്താണ്, സ്വവർഗ്ഗ സംഭോഗത്തെക്കുറിച്ച് ഭാവബന്ധുരമായ ഭാഷയിൽ ഒരു കഥ പിറന്നത്. പശുവെന്ന രൂപകവും വിവാഹമെന്ന സ്ഥാപനത്തിന്റെ അപനിർമിതിയും തുടർന്നുള്ള ആശ്രയപ്പെടലും ഭാവനയുടെ വിമോചന ദൗത്യങ്ങളായി കഥയിൽ ആവിഷ്കൃതമായിരിക്കുന്നു. ദീർഘമല്ലാത്ത ജീവിത സപര്യയിൽ, നടന്നുതീർന്ന വഴികളോടും ഇനിയും നടക്കാനുള്ള വഴികളോടും ഇന്ദു മേനോൻ പുലർത്തുന്ന സർഗാത്മകമായ ആത്മാർത്ഥത തിരിച്ചറിയപ്പെടേണ്ടതുണ്ട്.

മലയാളസാഹിത്യത്തിലെ സ്ത്രീ കഥാപാത്രങ്ങളുടെ ചരിത്രം പരിശോധിച്ചാൽ അവളവളെക്കുറിച്ചു തന്റേടത്തോടെ ചിന്തിച്ചിരുന്നവർ അതിന്റെ പ്രാരംഭകാലം മുതൽക്കേ ഉണ്ടായിരുന്നതായി മനസ്സിലാക്കാം (സുഭദ്ര, സാവിത്രി, പാറുക്കുട്ടി, ഇന്ദുലേഖ, കല്യാണിക്കുട്ടി മുതലായവർ). ആഢ്യത്വത്തിന്റെയും പാരമ്പര്യത്തിന്റെയും പുതപ്പുകൾ അവരെ പൊതിഞ്ഞു പിടിച്ചിരുന്നെങ്കിലും സ്വത്വബോധത്തിന്റെ ഉജ്ജ്വലത കാട്ടിത്തരാൻ അവർക്കായിട്ടുണ്ട്. നവോത്ഥാന ആധുനികതാ പദ്ധതികളിൽ പ്രമുഖമായ പുതുലൈംഗിക

താബോധം ഇന്ദുലേഖയോടു കൂടി ആരംഭിക്കുന്നുവെന്നും നവോത്ഥാന കൃതികളിൽ പൊതുവെ ഇതു വ്യാപിക്കുന്നുവെന്നും പി. പവിത്രൻ നിരീക്ഷിക്കുന്നു (1). സംബന്ധമെന്ന ആചാരത്തെ നിരാകരിച്ച് ഏക പത്നി-പതീ ചര്യ അനുവർത്തിക്കാൻ ഒരു തലമുറയെ പ്രാപ്തമാക്കുക എന്നതായിരുന്നു സ്ത്രീ ലൈംഗിക ക്രമീകരണത്തിന്റെ മുഖ്യ ലക്ഷ്യം. രാഷ്ട്രീയവും സാമൂഹികവും സാംസ്കാരികവുമായ പരിഷ്കരണശ്രമങ്ങളുടെ ഫലമായി ആർജിച്ചെടുത്ത ഒരു വലിയ നേട്ടമാണിത്. ഒ. ചന്തു മേനോൻ, ഉള്ളൂർ എസ് പരമേശ്വരയ്യർ, വള്ളത്തോൾ നാരായണമേനോൻ തുടങ്ങി സാമൂഹ്യ പരിഷ്കരണം ആദർശമാക്കിയ എഴുത്തുകാർ തങ്ങളുടെ രചനകളിൽ ബോധപൂർവ്വം ചില പരിശ്രമങ്ങൾ നടത്തുകയുണ്ടായി. അതുകൊണ്ടാണ് നിലനിൽക്കുന്ന അവ്യവസ്ഥകളോടു പ്രതികരിക്കുന്ന കുറച്ചു സ്ത്രീ കഥാപാത്രങ്ങളെങ്കിലും അക്കാലത്തു തന്നെ നമുക്കുണ്ടായത്.

പിന്നാലെ വന്ന രചനകളിൽ സ്ത്രീ ദൈന്യത, പ്രണയം, പാതിവ്രത്യം മുതലായ ഭൗതികതകളുടെ അവതരണത്തിനായിരുന്നു ഊന്നൽ. പുരുഷമേധാവിത്വത്തിന്റെ ദൂഷിതവശങ്ങൾ അനുഭവിക്കുമ്പോഴും അതിൽ നിന്നു മോചനം തേടാനോ, സ്വന്തം കഴിവുകൾ പൊടിതട്ടിയെടുത്ത് അതിൽ ഔന്നത്യം നേടാനോ ശ്രമിക്കാതെ പല തരത്തിലുള്ള ഭയങ്ങളാൽ ചുറ്റപ്പെട്ട്, ഏറ്റവും അസ്വസ്ഥമായ ഒരു ജീവിതത്തിലേക്ക് കൊഴിഞ്ഞു വീഴാൻ തിടുക്കപ്പെടുന്നവരായിരുന്നു ഭൂരിഭാഗവും. ആത്മവിമോചനത്തിന് അവശ്യം വേണ്ടത് സ്വാതന്ത്ര്യമാണെന്നു പോലും തിരിച്ചറിയാനാകാതെ, പതിതവും വിഹ്വലവുമായ അവസ്ഥയിൽ ജീവിതം നയിച്ചവർ. മത്സരിച്ചു ജയിക്കുന്നതേക്കാൾ വിധേയപ്പെടുന്നതിലാണു സ്വാസ്ഥ്യമെന്നു കരുതിയ ധാരാളം പെൺപിറപ്പുകൾ. കലഹത്തെക്കാൾ ഒത്തുതീർപ്പുകളിൽ അവർ ആശ്വസിച്ചു. കഥ, കവിത, നോവൽ, നാടകം ഇങ്ങനെ ഏതു സാഹിത്യരൂപമെടുത്തു നോക്കിയാലും സ്ത്രീ ആവാസവ്യവസ്ഥയുടെ അത്തരമൊരു കാലത്തെ ഇങ്ങനെ അടയാളപ്പെടുത്തിയിരിക്കുന്നതു കാണാം. അപവാദങ്ങളായി ചില രചനകളെങ്കിലും ഇല്ലെന്നല്ല.

സ്വന്തം ശരീരത്തെ സ്നേഹിക്കാനും അഴകിൽ ഊറ്റംകൊള്ളാനും ലൈംഗിക താത്പര്യത്തിൽ നിലപാടെടുക്കാനും അസാമാന്യമായ മനോബലമാണൊരു സ്ത്രീക്കുള്ളത്. പക്ഷേ, സമൂഹം ചാർത്തിക്കൊടുത്തിട്ടുള്ള ചില മുൻവിധികളാൽ വേട്ടയാടപ്പെട്ട്

സ്വന്തം ഉൾക്കനം സ്വയം ബോധ്യപ്പെടാനോ മറ്റുള്ളവരെ ബോധ്യപ്പെടുത്താനോ അവൾക്കാകാതെ പോകുന്നു. ആത്മവിശ്വാസം നഷ്ടപ്പെട്ടും പരജയബോധം തളർത്തിയും തന്റെ തന്നെ ഉള്ളിലെ പ്രതിരോധങ്ങളോടേറ്റുമുട്ടാൻ പോലുമാവാതെ കുഴഞ്ഞു ജീവിക്കുന്നു.

സ്ത്രൈണതയെ സംബന്ധിച്ച് ശരീരദർശനത്തിന്റെ അവശ്യകത രൂപപ്പെടുന്ന നിർണായക മുഹൂർത്തമാണിത്. അതികഠിനമായ ഇഛാശക്തിയോടെ, തന്റെ അന്തരംഗത്തിൽ ഉരുവം കൊണ്ട സർഗാത്മതയുടെ ഇളം പൊടിപ്പുകളെ വളർത്തിയെടുത്തവരുടെ, അതിനായി തന്നെത്തന്നെ അഗാധമായി സ്നേഹിച്ചവരുടെ എണ്ണം പുരുഷന്മാരെ അപേക്ഷിച്ച് വളരെ കുറവാണ്. അപ്രധാനമെന്നു തോന്നുന്ന കൊച്ചു കൊച്ചു നഷ്ടങ്ങളും നീറ്റലുകളും ഒരുവളുടെ സർഗവൈഭവത്തെ എന്നെന്നേക്കുമായി കെടുത്തിക്കളയുന്നു. ലോകത്തോടുള്ള ഉത്തരവാദിത്വം ബോധ്യപ്പെട്ടു വളരുക എന്നതിൽ അസാമാന്യമായ ഉൾക്കരുത്തുണ്ട്. തീവ്രമായ സ്വാതന്ത്ര്യേഛയും മനോബലവും ചിന്തിക്കാൻ പ്രോത്സാഹിപ്പിക്കുന്ന ഗൃഹാന്തരീക്ഷവും തുറന്ന സൗഹൃദവുമെല്ലാം സൃഷ്ട്യുന്മുഖതയെ മൂർച്ചപ്പെടുത്തുന്ന ഘടകങ്ങളാണ്.

സ്ത്രീജന്മത്തിനും ജീവിതത്തിനും അവയർഹിക്കുന്ന മാനങ്ങൾ നല്കുക എന്ന തീരുമാനത്തോടെ, ഉറച്ച ദിശാബോധത്തോടെ സാഹിത്യമെന്ന നിയോഗത്തെ ഏറ്റെടുത്ത നിരവധി എഴുത്തുകാരെ നമുക്കിന്നറിയാം. ലിംഗഭേദമെന്യേ പുരുഷാധിപത്യത്തിനും ധിക്കാരത്തിനുമെതിരെ പൊരുതുന്നവർ. ഏറ്റുമുട്ടൽ പല തരത്തിലാണ്. ചിലർ ഭാവനയുടെ പ്രതീകാത്മകത കൈക്കൊള്ളുമ്പോൾ മറ്റു ചിലർ സ്വന്തം ശരീരദർശനത്തിൽ ഭ്രമിച്ചും വഴുതിയും ആന്തരചോദനകളാവിഷ്കരിക്കുന്നു. സ്വാനുഭവങ്ങളിലെ ചതിക്കുഴികളും പരാക്രമങ്ങളും തുറന്നെഴുതിക്കൊണ്ടുള്ള പക തീർക്കലാണ് മറ്റു ചിലർക്ക് പഥ്യം. ലൈംഗികതയുടെ സാമ്പ്രദായിക ചട്ടക്കൂടുകളോടുള്ള വിരക്തിയും വിഷയമാക്കുന്നവരുണ്ട്. ചുരുക്കത്തിൽ, ദീർഘമായ സഹനക്രിയയല്ല ജീവിതം എന്ന ഉണ്മയിലേക്ക് സ്ത്രൈണചേതനകൾ പരുവപ്പെട്ടു കഴിഞ്ഞിരിക്കുന്നു. ഇന്ദു മേനോന്റെ ഒട്ടുമിക്ക കഥകളും പ്രത്യേകിച്ചും 'ലെസ്ബിയൻ പശു' എന്ന കഥ വായിക്കപ്പെടേണ്ട പാരിസ്ഥിതിക മണ്ഡലം ഇതാണ്.

രണ്ടു തരത്തിലുള്ളതും സമാന്തരവുമായ പ്രണയപഥങ്ങളാണ് ഈ കഥയിലുള്ളത്. ഒന്ന്, പെണ്ണിന് പെണ്ണിനോടു തോന്നുന്ന

അസ്വഭാവികവും അഗാധവുമായ പ്രണയം. രണ്ട്, പെണ്ണിനും ആണിനും പരസ്പരം തോന്നുന്ന സ്വാഭാവികമായ ആകർഷണം. ആരു ജയിക്കുന്നു ആരു തോൽക്കുന്നു എന്നതേക്കാൾ ആണിന്റെയും പെണ്ണിന്റെയും ഇഷ്ടം വന്നു ഭവിച്ചത് ഒരാളിലായിരുന്നു എന്നതാണ് സവിശേഷമായത്. ശ്രീഹരിയും നന്ദിനി ഗോമാതയും മെഹ്റുന്നീസയെ പ്രണയിക്കുന്നു.

പരമ്പരാഗത മലയാളിപ്പുരുഷനും പരമ്പരാഗത മലയാളിസ്ത്രീയും മനസ്സിന്റെ അഗാധതലങ്ങളിൽ സൂക്ഷിച്ചു വച്ചിരുന്ന തരളിത രതിചിന്തകളെ തകർത്തെറിഞ്ഞു കൊണ്ടാണ് നന്ദിനി ഗോമാത മെഹ്റുന്നീസയെ മോഹിച്ചു തുടങ്ങുന്നത്. വലതു മൂക്കിൽ രത്ന മൂക്കുത്തിയിട്ട, നല്ല ഉയരവും കടഞ്ഞെടുത്ത ഉടലും വെള്ളാമ്പൽ പ്രകൃതിയുമുള്ള മെഹ്റുന്നീസയുടെ ശരീരത്തെ ഒരു പശു മറ്റൊരു പശുവിനെ സ്നേഹിക്കുന്ന പോലെ അവർ സ്നേഹിച്ചു. തന്റെ പതിനാറാം വയസ്സിൽ പരാലിസിസിനു ചികിത്സ തേടി ആയുർവേദാശുപത്രിയിൽ എത്തുന്ന മെഹറുന്നീസയ്ക്ക്, അവളെപ്പരിചരിക്കുന്ന നഴ്സ് ഒരു പശു അനുഭവമാണ്. ചവിട്ടി ഉഴിയുന്നതിനു പകരം ചവിട്ടി രസിക്കുകയും നെഞ്ചിൽ ഇരുമ്പു ലാടങ്ങൾ കൊണ്ടു അമർത്തിച്ചവിട്ടി ആനന്ദിക്കുകയും വാശിയോടെ ചുംബിക്കുകയും ചെയ്യുന്ന നഴ്സ്.

വിചിത്രമായ പ്രണയപരാക്രമങ്ങളെ അംഗീകരിക്കാനോ അതിൽ ആനന്ദിക്കാനോ മെഹ്റുന്നീസയ്ക്കാവുന്നില്ല. മാത്രമല്ല, തന്റെ അന്തരംഗത്തിൽ കുമിഞ്ഞു കൂടുന്ന വെറുപ്പിന്റെ സൂചകമായി നഴ്സിന് പശുവിന്റെ സാമ്യം കല്പിച്ചു കൊടുക്കുകയും 'ലെസ്ബിയൻ' എന്ന വിശേഷണം നൽകുകയും ചെയ്യുന്നു. പേരു കൊണ്ടെന്ന പോലെ രൂപം കൊണ്ടും പ്രകൃതം കൊണ്ടും ആ സ്ത്രീക്ക് പശുവിന്റെ മണവും മുഖവും പശുക്കുളമ്പു പോലെ പരുപരുത്ത കാല്പാദങ്ങളുമുള്ളതായി മെഹ്റുന്നീസ കണ്ടെത്തുന്നു. രോഗാതുരമായ തന്റെ ദേഹത്തോട് കാണിക്കേണ്ട ബഹുമാനവും കരുണയും പോലും അവർ കാണിക്കാതിരുന്നതും അവളോട് നിരന്തരം പ്രണയമഭ്യർത്ഥിച്ചതും മെഹ്റുന്നീസയെ കൂടുതൽ രുഷ്ടയാക്കുന്നു. നന്ദിനി ഗോമാതയോട് മെഹ്റുന്നീസയ്ക്കു തോന്നിയ വെറുപ്പിന്റെ പാരമ്യത്തിൽ, ആയുർവേദാശുപത്രിയിലേക്ക് പരാതി നൽകുകയും തർക്കപരിഹാര സമിതിയുടെ ആഭിമുഖ്യത്തിൽ ചർച്ച നടക്കുകയും ചെയ്യുന്നു. അവിടെ വച്ചാണ് മെഹ്റുന്നീസ ശ്രീഹരിയെ പരിചയപ്പെടുന്നത്. പച്ചയും നീലയും ഞരമ്പോടിയ അയാളു

ടെ മുഖം അവളെ വല്ലാതെ ആകർഷിച്ചു. മെഹ്റുന്നീസയുടെ ചെറിയ പല്ലുകളും തൊണ്ണുകാട്ടിയ ചിരിയും ശ്രീഹരിയെയും. വിലോഭനീയമായ ഈ പരസ്പരാകർഷണത്തെക്കുറിച്ച് കഥയിൽ വിശദീകരണങ്ങളോ വർണനകളോ ഇല്ല. അവർ രണ്ടുപേരുടെയും മതം വ്യത്യസ്തമായിരുന്നെന്നതോ, വിവാഹമെന്ന സ്ഥാപനത്തെ എതിർത്തുകൊണ്ട് അവർ 'കൊഹാബിറ്റേഷൻ' ആരംഭിച്ചതോ കഥാകാരിക്ക് വിഷയമേയല്ല; വായനക്കാർക്കും!

മെഹ്റുന്നീസയുടെ അത്ത മെഹ്മൂദ്ഖാൻ മാത്രമാണ് ആ ബന്ധത്തിൽ അസ്വസ്ഥനായത്. എന്നാൽ അവൾ ഗർഭിണിയാണെന്നറിഞ്ഞതോടെ അയാളുടെ സകല ദേഷ്യവും ഉരുകിത്തീർന്നു. പക്ഷേ, മെഹ്റുന്നീസയുടെയും ശ്രീഹരിയുടെയും മുഗ്ദ്ധമായ പ്രണയം ആദ്യം തിരിച്ചറിഞ്ഞത് നന്ദിനി ഗോമാതയാണ്. അക്രമാസക്തയായ പശുവിന്റെ ഭാവത്തോടെ ശ്രീഹരിയെ സൂക്ഷിച്ചു നോക്കിയും പരിതപിച്ചും അവൾ തന്റെ വിയോജിപ്പറിയിച്ചു. താനാണ് ആ പെണ്ണുടലിന്റെ യഥാർത്ഥാവകാശി എന്നൊരു വിലക്ക് ആ നോട്ടത്തിലുണ്ടായിരുന്നു. പക്ഷേ, ആൺ-പെൺ ആകർഷണത്തിനു വിലക്കിടാൻ അവർക്കോ അവരുടെ പടക്കപ്പൽക്കണ്ണുകൾക്കോ കഴിഞ്ഞില്ല.

ഒന്നിച്ചു താമസിക്കാൻ അവരിരുവരും തിരഞ്ഞെടുത്ത വീടിന്റെ തൊട്ടടുത്തുള്ള ഡയറിഫാമിന്റെ മുകളിലെ മുറിയിലാണ് നന്ദിനി ഗോമാത താമസിച്ചിരുന്നത്. രണ്ടായിരം പശുക്കളുള്ള ആ ഡയറിഫാമിന്റെ ഉടമസ്ഥയും അവരാണ്. അവിടെയിരുന്ന് തനിക്കാവും വിധം അവർ തന്റെ പ്രണയിനിയെ നിരീക്ഷിച്ചു. "വരൂ നമുക്കു വിവാഹം ചെയ്യാം" എന്നു പറഞ്ഞ് അവളുടെ പിന്നാലെ നടന്നും അവൾ കുളിക്കുമ്പോൾ വെന്റിലേറ്റർ ചില്ലിനു മുകളിലൂടെ ശാന്തമായ കണ്ണുകളോടെ അവളെ നോക്കിനിന്നും അവളുടെ മുഖത്തേക്ക് രാഗവായ്പോടെ ഉറ്റുനോക്കിയും ഉറങ്ങിക്കിടക്കുന്ന അവളെ വാശിയോടെ ചുംബിച്ചും ലജ്ജാഹീനമായ തുറന്നു പറച്ചിലുകളിലൂടെ തന്റെ പ്രേമപാരവശ്യം വെളിപ്പെടുത്തിയും നന്ദിനി ഗോമാത സ്ത്രൈണതയെ ആഘോഷമാക്കി.

ഒരു നഴ്സ് മാത്രമായ അവർ സ്വവർഗഭോഗത്തിന്റെ ബൗദ്ധിക തലങ്ങളിലൊന്നും തന്നെത്തന്നെ കുടിയിരുത്തുന്നില്ല. അതൊന്നും അവർക്കറിയുമെന്നും തോന്നുന്നുമില്ല. തനിക്ക് മെഹ്റുന്നീസയോടു തോന്നുന്ന അഭിനിവേശം അവൾക്ക് തന്നോടുണ്ടോ എന്നും അന്വേഷിക്കുന്നില്ല. കഠിനമായ പ്രണയപാശത്താൽ സ്വയം ബന്ധി

തയായി അപരയെ തന്റെ ഉടമസ്ഥതയിലേക്ക് വലിച്ചടുപ്പിക്കുവാൻ ആവതും പരിശ്രമിക്കുക; സ്വന്തം ശരീരതൃഷ്ണയെ ഗംഭീരമായി ബഹുമാനിച്ച് അസാധ്യവും ഏകപക്ഷീയവുമായ ലയനത്തിനായി ലക്ഷ്യം വയ്ക്കുക ഇതാണ് നന്ദിനി ഗോമാത ചെയ്യുന്നത്.

പൊസ്സെസ്സീവ്നെസ്സിന്റെ മൂർദ്ധന്യത്തിൽ നന്ദിനി ഗോമാത തന്റെ ശത്രുപക്ഷത്ത് നിറുത്തുന്നത് ശ്രീഹരിയെയാണ്. തനിക്കർഹതപ്പെട്ട കനി കവർന്നതും കാത്തുസൂക്ഷിക്കുന്നതും അയാളാണല്ലോ. ആദ്യഘട്ടത്തിൽ, തന്നെക്കൊണ്ടു പറ്റുന്ന നേർത്ത മര്യാദയോടെ, "മെഹ്റുന്നീസയെ വിട്ടു തരിക" എന്നെഴുതിയ കടലാസ്സു കൊണ്ടു പൊതിഞ്ഞ കല്ല് അയാൾക്കു മുന്നിലേക്കിട്ടു കൊടുത്ത് തന്റെ അശരണമായ അന്തരംഗം അവർ പ്രകടമാക്കി. യാതൊരു ഫലവുമില്ല എന്നു വന്നപ്പോൾ പിന്നീട് നടന്നത് ആത്മരോഷത്തിന്റെ രണ്ടാം ഘട്ടമാണ്. ശ്രീഹരിയെ പിന്തുടർന്നു വന്ന അവർ പരമമായ ശാന്തതയോടെ മെഹറുന്നീസയെ ഉപേക്ഷിക്കണമെന്ന് (വിട്ടു തരണമെന്നു തന്നെ) അയാളോട് ആവശ്യപ്പെട്ടു. വിട്ടുതരണം എന്ന വാക്കിന്റെ നിരവധി മാനങ്ങൾ നമുക്കിവിടെ നിന്നും കണ്ടെടുക്കാം.

മെഹ്റുന്നീസയുടെ സമ്മതത്തോടു കൂടിയല്ലാത്തതും തടങ്കൽ സ്വഭാവം പുലർത്തുന്നതും ഏകപക്ഷീയവുമായ ഒരു ദാമ്പത്യമാണ് അവർക്കുള്ളതെന്നും അതു താൻ മനസ്സിലാക്കിയിരിക്കുന്നുവെന്നുമുള്ള നിശബ്ദാർത്ഥങ്ങൾ ആ പ്രയോഗത്തെ സംഘർഷോന്മുഖമാക്കുന്നു. കരാറില്ലാത്ത ബന്ധമായതുകൊണ്ട് വേർപിരിയൽ എളുപ്പമായിരിക്കുമെന്നും അവൾ അയാളുടെ ഭാര്യപോലുമല്ലല്ലോ എന്നു കൂടി പറയുന്ന ഗോമാത, ശ്രീഹരി എന്ന ഭർത്താവിനേക്കാളധികം അവളുടെ നെഞ്ചിൽ താൻ സ്പർശിച്ചിട്ടുണ്ടെന്നും ഓരോ തൊടലിലും അവളുടെ ശരീരത്തിലെ ഓരോ അണുവും തരിപ്പോടെ ഉണർന്നു നിന്നത് താനറിഞ്ഞിട്ടുണ്ടെന്നും വികാരവായ്പോടെ അവതരിപ്പിക്കുന്നു. ശ്രീഹരിയുടെ പുരുഷചോദനകൾ ഉടഞ്ഞു തകർന്ന ഒരു സന്ദർഭമാണിത്. താൻ സ്വന്തമാക്കിയ ഒരുവളുടെ ഉടൽസ്പർശത്തിന്റെ ഉന്മാദാവേഗങ്ങളെക്കുറിച്ചറിയാനും പൂത്തുലഞ്ഞ ആ ശരീരത്തിന്റെ തുടിപ്പുകളിൽ അവകാശം സ്ഥാപിക്കാനും തനിക്കു മുമ്പേ മറ്റൊരാൾക്ക് കഴിയുക, അതും ഒരു സ്ത്രീക്ക് എന്ന തിരിച്ചറിവ് ശ്രീഹരിയിലെ പുരുഷാഭിമാനത്തെ ഛിന്നഭിന്നമാക്കി.

അടക്കാനാവാത്ത ക്ഷോഭത്താലും അപമാനഭാരത്താലും പുക

ഞ്ഞു പോയ അയാൾ, ഗോമാതയ്ക്കു നേരെ ആക്രോശിച്ചു; അവരെ ഉന്തി മാറ്റാൻ ശ്രമിച്ചു. രംഗം ഏറ്റവും ദയനീയമായത് അപ്പോഴാണ്. പശുത്തല കൊണ്ട് ശ്രീഹരിയുടെ നെഞ്ചിനിട്ടടിച്ചും കുളമ്പു കാലുകളുപയോഗിച്ച് കരുത്തോടെ തൊഴിച്ചും കൊന്നുകളയുമെന്ന് അലറിയും അയാളെ മൃതപ്രായനാക്കി. ഗോമൂത്രവും വിസർജ്ജ്യവും മണക്കുന്ന ചന്തയിലെ ഗോമാംസ വിൽപ്പനശാലയുടെ മുന്നിൽ അറവുമാംസം പോലെ കിടക്കുന്ന ആ വേളയിൽ ശ്രീഹരി വെങ്കിടേഷ് മെഹ്റുന്നീസയെ വിവാഹം കഴിക്കുന്ന കാര്യം തീരുമാനിച്ചു. ഒന്നല്ല മൂന്നു വട്ടം അയാൾ മെഹ്റുന്നീസയെ വിവാഹം കഴിച്ചു. ഹിന്ദു മതാചാരപ്രകാരം, മുസ്ലിം മതാചാരപ്രകാരം, നിയമപരമായി രജിസ്ട്രാപ്പീസിൽ വച്ചും.

സ്ത്രീകൾക്കു അവരർഹിക്കുന്ന പരമാവധി സ്വാതന്ത്ര്യം കൊടുക്കണമെന്നു കരുതുന്നതിനാൽ വിവാഹമെന്ന സ്ഥാപനത്തെപോലും അംഗീകരിക്കാത്ത ഒരാളായിരുന്നു ശ്രീഹരി. ശ്രീഹരിയുടെ ആദർശവും ഗോമാതയുടെ ആവശ്യവും നടത്തിയ ക്രൂരമായ ഏറ്റുമുട്ടലിൽ അയാളുടെ ആദർശവും അയാൾ തന്നെയും മരണോന്മുഖമാകുന്നു; തന്റെ ജീവിതവീക്ഷണമൊന്നാകെ തിരുത്താൻ അയാൾ നിർബന്ധിതനാവുകയും ചെയ്യുന്നു. കഥയിലെ ഏറ്റവും നിർണായകമായ ഒരു മുഹൂർത്തമാണിത്. സ്ത്രീ സ്വാതന്ത്ര്യത്തെ മുറിവേല്പിക്കുന്ന വിവാഹമെന്ന സ്ഥാപനത്തിൽ അഭയം പ്രാപിക്കാൻ നിർബന്ധിതനാവുന്ന അയാൾക്ക് ഒരു സാധാരണ മനുഷ്യന്റെ വിവാഹസങ്കല്പത്തിൽ സുരക്ഷിതത്വം കണ്ടെത്തേണ്ടതായും വരുന്നു.

വിവാഹമെന്ന ഇൻസ്റ്റിറ്റ്യൂഷനിൽ അവർ സുരക്ഷിതരായ അതേ ദിവസം ഡയറി ഫാമിന്റെ മതിലുകൾ തകർത്തുകളഞ്ഞ്, ലെസ്ബിയൻ പശു തന്റെ പ്രതിഷേധം രേഖപ്പെടുത്തി. രണ്ടായിരം പശുക്കൾ ഗ്രാമത്തിലേക്കിറങ്ങി. പശുക്കൾക്കെല്ലാം ഭ്രാന്തു പിടിച്ചതിനാൽ തുറന്നു വിട്ടതാണെന്ന അഭ്യൂഹം പരന്നു. ഭീതിദമായ ആ ഉച്ചക്കറുപ്പിൽ, നടുറോട്ടിൽ ലെസ്ബിയൻ പശു ചത്തു കമഴ്ന്നു. ഭ്രാന്തിപ്പശു കുത്തിയതിനാൽ ആളുകൾ കല്ലെറിഞ്ഞും മുളയാണി കൊണ്ടടിച്ചും അതിനെ കൊന്നു. ആ മരണത്തിൽ മറ്റാരേക്കാളും ആശ്വസിച്ചത് ശ്രീഹരിയാണ്. മെഹ്റുന്നീസയിൽ അവകാശം ചാർത്താൻ ഇനിയാരും വരില്ലെന്ന ബോധ്യം അയാളെ അഹങ്കാരിയായ ഭർത്താവാക്കി.

ഒരു പശു ചത്ത പോലെ ആ കൊടിയ കാമിയും ചത്തു എന്നു

ലാഘവത്തോടെ പറയാനാണ് ശ്രീഹരി ഉൾപ്പെടെയുള്ള സ്ത്രീവാദികൾ താത്പര്യപ്പെടുന്നത്. പക്ഷേ, പ്രണയനിരാസത്തിന്റെ കട്ടിത്തോടുകൾ ഉടച്ചു കളയാൻ നിർവാഹമില്ലാതെ ഒരുവൾ നടത്തിയ ആസൂത്രിത ആത്മഹത്യയായിരുന്നു ആ മരണം. മെഹ്റുന്നീസയോടു തോന്നിയ പ്രണയത്തിലെന്നപോലെ പ്രണയനിരാസത്തിലും മൃതിയിലും വളരെ അപരിഷ്കൃതമായ ഒരു രീതി അവലംബിക്കാൻ മാത്രമേ അവർക്കറിയുള്ളൂ. 'ലെസ്ബിയൻ' എന്ന് മെഹ്റുന്നീസയും ശ്രീഹരിയും വിന്യസിക്കുന്ന വാക്കിന്റെ അർത്ഥമോ ധ്വനിയോ മറ്റു പരിസരങ്ങളോ അവർക്കറിയില്ല. അത്തരമൊരു പ്രണയത്തിൽ നിലീനമായിട്ടുള്ള ഉൾത്തുടിപ്പുകൾ, മെഹ്റുന്നീസയുടെ രോഗകാലത്ത് അവളുടെ ശരീരത്തിൽ നിന്നും അവരാസ്വദിച്ചിട്ടുണ്ട്.

ആ മോഹവലയത്തിൽ നിന്നും മുക്തമാകാൻ അവർക്കാകുന്നുമില്ല. മെഹ്റുന്നീസ മറ്റൊരാളുടെ ഭാര്യയായിട്ടും ഗർഭിണിയായിട്ടും രൂഢമായ പ്രണയേച്ഛയിൽ നിന്നും പിന്മാറാൻ ഗോമാതയുടെ അപരിഷ്കൃത മനസ്സ് തയ്യാറായില്ല. സാമ്പ്രദായിക സദാചാര ചിന്തകളൊന്നും അവളെ അലട്ടിയുമില്ല. സ്ത്രീത്വത്തിന്റെ ഗഹനമായ മേച്ചിൽപ്പുറങ്ങൾ പല വിധത്തിൽ അനാവൃതമാകുകയാണിവിടെ. തന്റെ ഇണയെ സ്വയം കണ്ടെത്തിയ ഗോമാതയ്ക്ക് പുരുഷനോ പുരുഷമേധാവിത്വമോ ഒരു പ്രശ്നമല്ല. പക്ഷേ, തന്റെ ആത്മബോധ്യങ്ങളിൽ ഉറച്ചു നിൽക്കാൻ മരണം വരെ അവർക്കു സാധിക്കുന്നു. സ്ത്രീ ശാക്തീകരണത്തിന് അവശ്യം വേണ്ട ധൈര്യവും തുല്യ ലിംഗബോധവുമുള്ള ഒരു മനസ്സ്, സ്ത്രീ വാദിയെന്ന് സ്വയം വിശേഷിപ്പിക്കുന്ന ശ്രീഹരിക്കു പോലും ഇല്ല.

പുതിയ കഥാകഥന രീതിയുടെ സംഘർഷങ്ങളും ചലനങ്ങളും 'ലെസ്ബിയൻ പശു'വിനെ അഗാധമാക്കുന്നു. ഏകോന്മുഖമായ ലക്ഷ്യബോധവും പാരമ്പര്യാധിഷ്ഠിതമായ ചിന്താവിന്യാസവുമല്ല ഇവിടെയുള്ളത്. സ്വതന്ത്രമായ ഭാവനാവൈഭവവും ഏറ്റവും ആധുനികമായ നിരീക്ഷണങ്ങളുമാണ്. അവ കഥയുടെ ഉള്ളടക്കത്തെ ബലപ്പെടുത്തുന്നു. സ്ത്രീ ലൈംഗികേച്ഛകളും ഉടൽ പ്രത്യയശാസ്ത്രവും സ്വവർഗ്ഗ രതിചിന്തയും ക്രമപ്പെടുത്തിയ ചലനാത്മകമായ കഥാപ്രതലം സങ്കീർണവും നിർമമവുമാണ്. പുരുഷമേധാവിത്വത്തിന്റെ അസംസ്കൃതവശങ്ങൾ ആവിഷ്കരിക്കുക വഴി അവയുടെ ഹതാശമായ വിമോചനശ്രമങ്ങൾ കൂടി പുറത്തു കൊണ്ടുവരുന്നു. സ്ത്രീ പക്ഷപാതത്തേക്കാൾ സ്ത്രീ പ്രാതിനിധ്യം, ഔചിത്യ

മാർന്ന നർമ്മബോധം, രൂപകങ്ങൾ നിറഞ്ഞ നവീനമായ ഭാഷാപ്രയോഗം എന്നീ ഘടകങ്ങളും കഥാവായനയെ പുഷ്ടമാക്കുന്നു.

കുറിപ്പുകൾ

പവിത്രൻ പി, "സ്ത്രീയെ പതിവ്രതയാക്കിയത്", ഭാഷാപോഷിണി, 2001, ജനുവരി.

സഹായ ഗ്രന്ഥങ്ങൾ

ഇന്ദു മേനോൻ, 2003, "ഒരു ലെസ്ബിയൻ പശു", കറന്റ് ബുക്സ്

○○

അഞ്ച്

ശമനശരീരികളുടെ പതനപാതകൾ

(പിതാവും കന്യകയും @ ഡാഡി യു ബാസ്റ്റർഡ് എന്ന കഥയെ ആസ്പദമാക്കിയുള്ള പഠനം)

ഡോ. ദീപേഷ് കരിമ്പുങ്കര

ജീവിതത്തിന്റെ നെരിപ്പോടിൽ ചിതറിത്തെറിക്കുന്ന കനലുകളായി കഥകൾ കാലത്തെ അടയാളപ്പെടുത്തുകയും ലോകത്തെ പ്രകാശമാനമാക്കുകയും ചെയ്യുന്നു. പുറമേ പൂക്കുകയും അകമേ എരിയുകയും ചെയ്യുന്ന ജീവിതങ്ങളുടെ അനേകം വിനിമയങ്ങളാണ് സമകാലികകഥകളെ പലമയുടെ വിന്യാസങ്ങൾ തീർക്കുന്നത്. സമകാലത്തിൽനിന്ന് പലകാലങ്ങളിലേക്കായി ഓർമയും വർത്തമാനവും ചിതറിത്തെറിക്കുന്നു. ഏകജീവിതമെന്നത് അനേകജീവിതങ്ങളുടെ അടരുകളായി കൂടിച്ചേരുന്നു. ഏകതാനമല്ലാത്ത ഒരു ജീവിതക്രമത്തിന്റെ സങ്കീർണതകളാകെത്തന്നെയും ആധുനികോത്തരകഥകൾ പ്രതിനിധീകരിക്കുന്നു.

നിലവിലുള്ള സാമൂഹികക്രമങ്ങളുടെ പലമാനകങ്ങളെയും പുതിയകാല ജീവിതം പലവിധത്തിലും നിരാകരിക്കുന്നുണ്ട്. അതിന്റെ പ്രതിഫലനങ്ങളാണ് കഥകളിലും പ്രത്യക്ഷമാവുന്നത്. ആണുംപെണ്ണും ശരിയുംതെറ്റും പാപവും പുണ്യവും പുതിയ രാഷ്ട്രീയശരിയുടെ മാനകങ്ങളാൽ തിരുത്തപ്പെടുന്നു. പഴയവാക്കുകൾക്ക് അപ്രസക്തമാവുകയും പുതിയ വാക്കുകൾ ഉടലെടുക്കുകയും ചെയ്യുന്നു. പുതിയ ജീവിതം പുതിയ അർത്ഥങ്ങളെ വെളിപ്പെടുത്തുന്നു. ഇത്തരം പരിണതികൾ ഭാഷയിലും ജീവിതത്തിലുമെന്നപോലെ കഥയിലും സംഭവിക്കുന്നുണ്ട്. അതുകൊണ്ടുതന്നെ ഇതുവരെയുള്ള ജീവിതത്തിന്റെ തിരുത്തായി പുതിയ എഴുത്തുകൾ രൂപംകൊള്ളുന്നു. തിരുത്തിത്തിരുത്തി ജീവിതമെന്നപോലെ

കഥയും പുതിയ കാലത്തിനുമേൽ അടയാളങ്ങൾ പതിപ്പിക്കുന്നു.

ജീവിതത്തെ നിരന്തരം തിരുത്തിവരച്ചുകൊണ്ടിരിക്കുന്ന ഒരു ജീവിതഭൂപടം ഇന്ദുമേനോന്റെ കഥകൾ പ്രതിനിധീകരിക്കുന്നുണ്ട്. അനുഭവത്തിന്റെ പ്രശ്നമേഖലങ്ങളിൽ നുഴഞ്ഞുകയറുന്ന ഒരു പോരാളിയെപ്പോലെ അവരുടെ കഥകൾ അപകടങ്ങളിലേക്ക് നടന്നുചെല്ലുന്നു. സ്വാതന്ത്ര്യത്തിന്റെ കൊടിമരത്തിനുമേൽ കണ്ണീരിനാൽ നനഞ്ഞ ഒരു പതാക ഉയർത്തിക്കാട്ടുന്നു. പരാജയത്തിന്റെ കറുത്ത തുളകളുള്ള ഒരാകാശചിത്രം വരച്ചുവയ്ക്കുന്നു.

ആണധികാരത്തിന്റെ ഹിംസാത്മകതയാണ് ഇന്ദുമേനോന്റെ കഥകളുടെ കൊടിയടയാളമായി ത്തീരുന്നത്. കുടുംബ, സാമൂഹികപദവിയുമായി ബന്ധപ്പെട്ട അനേകം അധികാരരൂപങ്ങളുണ്ടെങ്കിലും പുരുഷത്വപരം (Masaulinism) എന്ന് പറയാവുന്ന ഒരു അധികാരരൂപം ഇന്ദുമേനോൻറെ കഥകളിലാകെയും കടന്നുവരുന്നു. 'പിതാവും കന്യകയും@ ഡാഡി യു ബാസ്റ്റർഡ്' എന്ന കഥ ഇതിലുള്ള നല്ല ഉദാഹരണമാണ്. പ്രണയവും രതിയും അതിനോടൊപ്പം വന്നുചേരുന്ന ചതിയും മൃതിയുമെല്ലാം അവരുടെ പല കഥകളിലുമെന്നപോലെ ഈ കഥയിലും ചേരുംപടിചേരുന്നു. പ്രണയം എക്കാലത്തും കാല്പനികമാണെങ്കിലും അതിന്റെ പരിണതികൾ പൊള്ളുന്ന അനേകം യാഥാർത്ഥ്യങ്ങളെയും വെളിപ്പെടുത്തുന്നുണ്ട്. പ്രണയത്തിന്റെ മഴത്തുള്ളിക്കിലുക്കത്തിൽത്തന്നെ പ്രളയത്തിന്റെ സംഹാരകശക്തി ഒളിഞ്ഞിരിക്കുന്നു. ആറ്റത്തിൽ ആറ്റംബോംബെന്നപോലെ മനുഷ്യനാൽ നിർമിക്കപ്പെട്ട സാമൂഹികക്രമങ്ങളോരോന്നും മനുഷ്യരാൽത്തന്നെ ശിഥിലമാക്കപ്പെടുന്നു. ഇത്തരത്തിൽ തിളച്ചുമറിയുന്ന ജീവിതത്തിന്റെ കഥനവൈവിധ്യങ്ങളാണ് ഇന്ദുമേനോന്റെ കഥകളിലാകെയുമുള്ളത്.

ആൺനോട്ടത്തിൽ പെൺകഥനങ്ങൾ

ആൺനോട്ടത്തിന്റെ വ്യത്യസ്തമായ വിനിമയമാണ് ഇന്ദുമേനോന്റെ ഒരോ കഥകളും. ആണിനെ സൂക്ഷ്മമായി നിരീക്ഷിക്കുന്ന ഒരു പെൺകണ്ണുകൾ അതിലുണ്ട്. അതുകൊണ്ടുതന്നെ ആൺമനസ്സിന്റെ അധോലോകങ്ങളെയും അവർ അന്വേഷണാത്മകമായി പിന്തുടരുന്നു. സ്ത്രീയെ, ലോകത്തെ, പുരുഷമനസ്സ് എങ്ങനെ കാണുന്നുവെന്നും പുരുഷമനസ്സ് ഉള്ളിൽ വഹിക്കുന്ന കാഴ്ചയും കാഴ്ചപ്പാടും എന്താണെന്നും തുറന്നുകാണിക്കാനുള്ള എളിയ ശ്രമമാണ് ഈ കഥകളൊക്കെയും. വിവാഹം, ദാമ്പത്യം തുടങ്ങിയ

സാമൂഹികക്രമങ്ങളെ മറികടക്കുന്ന, രഹസ്യസ്വാതന്ത്ര്യത്തെ കാംക്ഷിക്കുന്ന തന്റെ താത്പര്യത്തിനനുസരിച്ച് എല്ലാം സംവിധാനങ്ങളും പ്രയോഗിക്കുന്ന, ഉപയോഗിക്കാനും ഉപേക്ഷിക്കാനും പരിശീലനം നേടിയ ആധുനികമായ പുരുഷപാത്രങ്ങളെയാണ് ഇന്ദുമേനോന്റെ കഥകൾ പിന്തുടരുന്നത്.

'പിതാവും കന്യകയും' എന്ന കഥയിലെ പുരുഷകഥാപാത്രം ബാലചന്ദ്രനാണ്. മെഡിക്കൽ കോളേജിലെ കാർഡിയാക് വിഭാഗം തലവനും തൊറാസിക് സർജനുമായ ഒരമ്പത്തിമൂന്നുകാരൻ. കണ്ണാടിവ്യാപാരിയും പണച്ചാക്കുമായ പ്രഭാകരൻനായരുടെ ഒറ്റപ്പുത്രിയായ സരസ്വതിയാണ് ഭാര്യ. ഇവർക്കൊരു മകളുണ്ട്. വിനയ ബാലചന്ദ്രൻ. കഥയിലെ കുടുംബവൃത്താന്തം ഇത്രയുമാണെങ്കിലും കടുംബത്തിനകത്തല്ല ഈ കഥ നടക്കുന്നത്. സന്തോഷത്തിന്റെയും സ്നേഹത്തിന്റെയും ഒരു വീട് ഈ കഥയിലില്ല. പക്ഷേ, പ്രത്യക്ഷത്തിൽ ഏതൊരു കടുംബത്തിലുമെന്നപോലെ അതൊക്കെയുമുണ്ടെന്ന് പരസ്പരം വിശ്വസിക്കുകയും വിശ്വസിപ്പിക്കുകയും ഒരു പശ്ചാത്തലം കഥാകാരി വരച്ചുവെയ്ക്കുന്നു.

പ്ലസ്ടു ക്ലാസിൽ വിനയയുടെ സഹപാഠിയും സുഹൃത്തുമായ ആഗ്നസ് ഫെർണാണ്ടസ് ആണ് കഥാനായിക. കഥാശീർഷകത്തിലെ കന്യക ഇവളാണ്. വിനയയുടെ അച്ഛൻ ബാലചന്ദ്രനാണ് അതിലെ പിതാവ്. ആഗ്നസ് നാലാംതരംവരെ പഠിച്ചത് വിൻസ്കോസിലെ അമേരിക്കൻ സ്കൂളിലായിരുന്നു. അവിടെ ബിസിനസുകാരായ ദമ്പതിമാരുടെ ഏകമകൾ. അഞ്ചാംതരത്തിലാണ് അവൾ കേരളത്തിലെ സ്കൂളിലെത്തിയത്. വിനയയുടെ സഹപാഠിയായത്.

വിനയ എല്ലാവർക്കും അമ്മുവാണ്. ആഗ്നസാകട്ടെ ആഗിയും. സ്കൂൾ കുട്ടിയായ ആഗിയെ സംബന്ധിച്ചിടത്തോളം കൂട്ടുകാരിയുടെ അച്ഛൻ സ്വന്തം അച്ഛനെപ്പോലെത്തന്നെയാണ്. അച്ഛൻ എന്നോ അങ്കിൾ എന്നോ വിളിക്കാവുന്ന രക്ഷോരൂപങ്ങളാണവർ. അതുകൊണ്ടാവാം പൂമ്പാറ്റകളെപ്പോലെ പെൺകുട്ടികൾ അവർക്കിടയിലൂടെ സ്വസ്ഥവും സ്വതന്ത്രവുമായി പറക്കുന്നു കളിക്കുന്നത്.

ശമനശരീരികൾ

ആണിന്റെ പ്രണയം തൊലിപ്പുറത്താണെന്ന് പറയാറുണ്ട്, ശരീരമാണ് ആൺപ്രണയത്തിന്റെ വിഹാരഭൂമിക. കാഴ്ച, കേൾവി, സ്പർശം, ഗന്ധം, രുചി തുടങ്ങിയ ഇന്ദ്രിയാനുഭവങ്ങളോരൊന്നും

പ്രണയികൾക്ക് പ്രിയപ്പെട്ടതാണ്. ഇതിൽ സ്പർശമാണ് രത്യാധിഷ്ഠിതമായത്. കഥയിലെ പിതാവിനെ കാമാതുരമാക്കുന്നത് സ്പർശമാണ്. സ്പർശനം മനസ്സിലും ശരീരത്തിലും ഒരുപോലെ വികാരവിചാരങ്ങളുടെ തരംഗമാലങ്ങൾ സൃഷ്ടിച്ചേക്കാം. ബോധനിലയും മനോനിലയുമനുസരിച്ച് അത് വ്യക്ത്യാധിഷ്ഠിതവും പ്രവചനാതീതവുമായിത്തീരുന്നു.

ആഗ്നസ് ഒരിക്കൽ കൂട്ടുകാരിയുടെ അച്ഛൻ ബാലചന്ദ്രന്റെ നെറ്റിയിൽ തൊട്ടുകൊണ്ട് 'യീയച്ചന്റെ നെറ്റിക്ക് യെന്താ ഒരു തിളക്കം. കണ്ണാടി പോലെ' എന്ന് പറഞ്ഞ് അവളുടെ മൃദുലമായ വിരലുകൾകൊണ്ട് കൗതുകത്തോടെ ഒന്നുതൊട്ടു. അതുപോലെ ആഗ്നസിന്റെ ആദ്യ ആർത്തവദിനങ്ങളിൽ പൊള്ളിക്കിടന്ന അവളുടെ നെഞ്ചിലേക്ക് സ്റ്റെതെസ്കോപ്പ് വെച്ച് ഹൃദയമിടിപ്പ് ഉള്ളിലറിഞ്ഞതാണ് മറ്റൊരു നിമിഷം. ഈ രണ്ടു അവസരങ്ങളും ബാലചന്ദ്രന്റെ മനസ്സിൽ ആഗ്നസ് ഒരഭിനിവേശമായി വളരാൻ കാരണമായി. വൈകിയ രാത്രിയുറക്കങ്ങളിൽ, ഭാര്യയോടൊപ്പമുള്ള മടുക്കുന്ന രതിക്കിടയിൽ, ആശുപത്രിയിലെ എക്കോമോണിറ്ററിൽ തുടിച്ചുകൊണ്ടിരിക്കുന്ന ഹൃദയത്തിന്റെ കേടു പരിശോധിക്കുന്നതിനിടയിൽ ഒക്കെയും ആഗ്നസിന്റെ പൂമുല്ലച്ചിരി അയാളുടെ മനസ്സിലേക്കോടി വന്നു.

ബാലചന്ദ്രനിലൂടെ പുരുഷമനസ്സ് സഞ്ചരിക്കുന്ന നിഗൂഢതയുടെ അനേകം ഉൾവഴികളിലൂടെയാണ് കഥാകാരി വായനക്കാരെ കൂട്ടുകൊണ്ടുപോകുന്നത്. ആണും പെണ്ണും തമ്മിലുള്ള ബന്ധത്തിന്റെ അതിരുകൾ നിർണയിക്കാൻ കഴിയാത്തവിധം മനുഷ്യരുടെ മനോഗതികൾ പ്രവചനാതീതമായിത്തീരുന്നു. ആഗ്രഹങ്ങളെ ഉള്ളിൽ വഹിക്കുകയും അവസരങ്ങൾക്കായി കാത്തുനിൽക്കുകയും ചെയ്യുന്ന മൃഗമായി മനുഷ്യൻ മാറുന്നു. 'മറ്റു പൂച്ചെടി ചെന്നുതിന്നുന്ന ഒരു കൊറ്റനാടി' നെപ്പോലെ പുതുബന്ധങ്ങളും പുതുവുടലുകളും തേടുന്ന പുരുഷമനസ്സിന്റെ അധോലോകങ്ങളെ കഥാകാരി തുറന്നുകാണിക്കുന്നു.

അവസാനത്തെ കന്യക

കന്യകാത്വം സംബന്ധിച്ച പുതുതലമുറ പെൺസമൂഹത്തിന്റെ കാഴ്ചപ്പാടുകൾ കന്യകയും പിതാവും എന്ന കഥയിൽ വെളിപ്പെടുത്തുന്നുണ്ട്. സമൂഹം കാലങ്ങളായി പിന്തുടരുന്ന ശരീരത്തിന്റെ വിശുദ്ധിയുമായി ബന്ധപ്പെട്ട് സങ്കല്പനങ്ങൾ ഈ കഥയിൽ തകർ

ന്നുവീഴുന്നു. 'പ്ലസ് ടു ബി ക്ലാസിൽ പഠിക്കുന്ന പെൺകുട്ടികളിൽ അവശേഷിക്കുന്ന ഏക കന്യകയാണ് താൻ' എന്ന ആഗ്നസിന്റെ വെളിപ്പെടുത്തലിലൂടെയാണ് കഥാകാരി കന്യകാത്വം എന്ന സങ്കല്പനത്തെ തകിടം മറിക്കുന്നത്. ബാലചന്ദ്രൻ എന്ന അമ്പത്തിമൂന്നുകാരന് തന്റെ പ്രേമവും ശരീരവും സമർപ്പിച്ചുകൊണ്ട് ആഗ്നസ് ഈ യാഥാർത്ഥ്യത്തെ അനാവരണം ചെയ്യുമ്പോൾ പരമ്പരാഗതമായ ആൺകാഴ്ചപ്പാടുകൾക്കാണ് തകർച്ച സംഭവിക്കുന്നത്.

മറിച്ച് ഒരു പുതിയ ഒരു പെൺബോധം അവിടെ ഉയർന്നുവരുന്നു. ശരീരത്തെ നിലവിലുള്ള വ്യവസ്ഥയ്ക്കുമേൽ തളിച്ചിടാൻ പുതിയ പെൺബോധം തയ്യാറാവുന്നില്ല. അതേസമയംതന്നെ കന്യകയായിരിക്കുക എന്നത് ഒരപകർഷതയായി ഏറ്റുവാങ്ങുകയും ചെയ്യുന്നു. ആഗ്നസിൽ രൂപപ്പെട്ട അപകർഷം അത്തരത്തിലുണ്ടായിത്തീർന്ന ഒന്നാണ്. പുരുഷസമൂഹം സൃഷ്ടിച്ചുവെച്ച സാമൂഹികക്രമങ്ങൾ തകർത്തെറിയാൻ പാകത്തിൽ പെൺമനസ്സുകളിൽ സംഭവിക്കുന്ന മാറ്റത്തിന്റെ പ്രകടനപത്രികയാണ് കഥയിലെ പ്ലസ് ടു ബി ക്ലാസ്.

ഇത് ഒരു സ്കൂളിലോ ഒരു ക്ലാസിലോ മാത്രം ഒതുങ്ങുന്ന ഒരു മാറ്റമോ ആയി ഇതിനെ ചുരുക്കേണ്ടതില്ല. മറിച്ച് പെണ്ണെന്നത് കന്യകാത്വം സൂക്ഷിച്ചുവെയ്ക്കുന്ന ഒരു ശിലാമയ വസ്തുവാണെന്ന് സങ്കല്പനങ്ങളെ പ്ലസ്ടു ബി ക്ലാസ് തിരുത്തുന്നു.

കുടുംബത്തെ സൃഷ്ടിക്കുകയും കുടുംബത്തെ നയിക്കുകയും കുടുംബഘടനയ്ക്കകത്ത് എല്ലാ ഭദ്രമാണ് എന്ന് വിശ്വസിക്കുകയും ചെയ്യുന്ന ആണധികാരത്തിന്റെ വിശ്വാസസംഹിതയ്ക്കേറ്റ ഏറ്റവും വലിയ തിരിച്ചടിയാണ് ആഗ്നസിന്റെ വെളിപ്പെടുത്തൽ. സ്വന്തം കുടുംബത്തെ സുരക്ഷിതമാക്കിവെച്ച് അന്യകുടുംബത്തിലെ പെണ്ണിൽ - അത് ഭാര്യയാകാം മകളാകാം - തന്റെ കാമാതുരതയ്ക്ക് ശമനം ആഗ്രഹിക്കുന്ന ആൺപാത്രങ്ങളിലൊരാൾ മാത്രമാണ് ബാലചന്ദ്രൻ. ചുംബനശബ്ദതാരാവലി എന്ന കഥയിൽ കൃഷ്ണകുമാറും അതുപോലെ ഇന്ദുമേനോന്റെ പലകഥകളും ഇത്തരത്തിലുള്ള പുരുഷപാത്രങ്ങളുണ്ട്. അന്യരുടെ സ്വത്തിനെ അപഹരിക്കുന്നവരെ പരസ്വഹാരിത്വം ഇവരിലെല്ലാം ഒളിഞ്ഞിരിക്കുന്നു.

ആഗ്നസ് തന്റെ കന്യാകത്വം അവസാനിപ്പിക്കണം എന്നാഗ്രഹിച്ചതിന് തന്റെ ക്ലാസിലെ കൂട്ടുകാരികളോ അല്ലെങ്കിൽ പുതുതലമുറയുടെ പ്രവണതകളോ ഒക്കെ കാരണമായിട്ടുണ്ടാകാം. പ്രണയം ആർക്ക്? ആരോട്? എന്നതിനെപ്പറ്റിയും ചില സാമൂഹികസമ്മ

തികളുണ്ട്. ഭിന്നലിംഗത്തോട്-സമാനലിംഗത്തോട്- തോന്നുന്ന മാനസികവും ശാരീരികവുമായ ജൈവ ചോദനയാണത്. പക്ഷേ ജാതി, മതം, പ്രായം, സാമ്പത്തികാവസ്ഥ, സമൂഹികസ്ഥിതി ഇവയൊക്കെ ചേരുംപടിചേരുന്ന ബന്ധങ്ങൾക്ക് മാത്രമേ സാമൂഹികമായ അംഗീകാരം ലഭിക്കാറുള്ളൂ. കൂട്ടുകാരിയുടെ അച്ഛനായതുകൊണ്ട് സ്വാതന്ത്ര്യത്തോടെ സ്നേഹത്തോടെ 'അച്ഛാ' എന്ന് വിളിക്കുന്ന ബാലചന്ദ്രനോട് 'ആഗി' എന്ന ആഗ്നസിന് പ്രണയം തോന്നിപ്പിക്കുന്നതിന് കാരണമായിത്തീരുന്നത് അയാൾക്ക് അവളെ പ്രാപിക്കണമെന്ന ആഗ്രഹമാണ്. ഒരവസരം ഒത്തുവന്നപ്പോൾ അയാളവളെ മിടുക്കോടെ പരുവപ്പെടുത്തിയെടുക്കുന്നു. ആഗ്നസ് ബാലചന്ദ്രനോട് അതേപ്പറ്റി പറയുന്നത് ഇങ്ങനെയാണ്.

'ചാമ്പക്കപോലത്തെ ആമ്പിള്ളേര് എന്റെ ക്ലാസിൽ തന്നെയുണ്ടായിരുന്നു. അവര് പലരും ആഗ്രഹത്തോടെ നോക്കുന്നത് ഞാങ്കണ്ടിട്ടുണ്ട്' എന്നാണ്. അവൾക്ക് പക്ഷേ, അവരോടൊന്നും തിരിച്ച് അത്തരമൊരാഗ്രഹം തോന്നിയില്ല. അതിനു കാരണവും അവൾ വെളിപ്പെടുത്തുന്നു. 'അവരുടെയൊന്നും കണ്ണുകളിൽ കാണാത്ത എന്തോ ഒന്ന് ഞാനീ കണ്ണുകളിൽ കണ്ടു. ഈ സ്നേഹം... അതിന്റെ ചൂട്... ആ സുഖം.'

പെൺകുട്ടികളുടെ വിശുദ്ധിയായ സമൂഹം കണ്ടിരുന്ന കന്യകാത്വത്തെ ആഗ്നസ് ഒരു ഭാരമായാണ് കൊണ്ടുനടക്കുന്നത്. ക്ലാസിലെ മറ്റു കുട്ടികളെല്ലാം ആ മഹാഭാരത്തെ ഇറക്കിവെച്ചപ്പോൾ അവൾ മാത്രം അതിന്റെ ഭാരം പേറുന്നു. അനുദിനമെന്നോളം അതിന്റെ അസ്വസ്ഥത അവളനുഭവിക്കുന്നു. അതിൽ നിന്ന് തന്നെ മോചിപ്പിക്കാൻ സാധിക്കുക ഒരു പുരുഷനു മാത്രമാണ്. ഏതു പുരുഷൻ എന്നത് ചോദ്യമാണ്. അതിനുള്ള ഉത്തരം സാഹചര്യംകൊണ്ട് ബാലചന്ദ്രനായിത്തീരുന്നു. എന്തുകൊണ്ടാണത്? 'എന്നെ അത്ര സ്നേഹിക്കുന്ന ഒരാൾക്കു മാത്രമേ ഞാനതു കൊടുക്കുകയുള്ളൂ. എന്റെ കന്യകാത്വം.' എന്നവൾക്ക് ഉറപ്പുണ്ടായിരുന്നു. ബാലചന്ദ്രനൊപ്പമുള്ള സമാഗമസമയത്ത് അവളത് വെളിപ്പെടുത്തുന്നു. അതോടൊപ്പം തന്റെ കന്യകാത്വം കവർന്നെടുക്കാൻ അയാളോട് യാചിക്കുകയും ചെയ്യുന്നു.

'ഇദ് സ്വീകരിക്കൂ. എന്നെ സ്വതന്ത്രയാക്കൂ. എനിക്കീ ഭാരം താങ്ങാൻ വയ്യ. എന്റെ ക്ലാസിലെ അവസാനത്തെ കന്യകയാണ് ഞാൻ.' എന്ന ആഗിയുടെ വെളിപ്പെടുത്തൽ ബാലചന്ദ്രനെ സംബന്ധിച്ചിടത്തോളം ജീവിതം നൽകുന്ന വലിയ തിരിച്ചടികളിലൊന്നാ

യിത്തീരുന്നു. തന്റെ മകളുടെ, കന്യകാത്വം നഷ്ടപ്പെട്ട അവളുടെ നഗ്നചിത്രങ്ങൾ കൂട്ടുകാരികളുടെ ഫോണിലുണ്ടത്രേ. അവളുടെ മദ്യപാനങ്ങളെപ്പറ്റി അയാൾ ആഗ്നസിലൂടെ കേൾക്കുന്നു. സുഖത്തിനുവേണ്ടി എന്തുംചെയ്യാൻ മടിക്കാത്തവൾ. അങ്ങനെയങ്ങനെ അച്ഛനറിയാത്ത ഒരു മകൾ അച്ഛന്റെ മുന്നിൽ പിറന്നുവീഴുന്നു.

കുടുംബ, സാമൂഹിക ബന്ധവ്യവസ്ഥകളിൽ ഓരോ മനുഷ്യരും ജീവിക്കുന്നത് അവരവരുടെ രഹസ്യലോകങ്ങളിലാണെന്നും ആ രഹസ്യം പരസ്യമായിത്തീരുന്നിടത്ത് സ്വപ്നങ്ങൾ അവസാനിക്കുകയാണെന്നും ആഗ്രഹങ്ങളെല്ലാം ശമിച്ച ഒരു മനസ്സ് യാഥാർത്ഥ്യത്തെ സ്വികരിക്കാൻ പാകമായിത്തീരുകയാണെന്നും പാപത്തിന്റെ ഫലം ഏതു കാലത്തിലായാലും മരണമാണെന്നുമുള്ള തിരിച്ചറിവ് ഈ കഥ നൽകുന്നു.

വിരൽതൊട്ടാൽ വിരിയുന്ന പെൺപൂവോ?

പ്രണയത്താൻ വിടരുകയും പരസ്പരം പടരുകയും ചെയ്യുന്ന ആൺപെൺശരീരങ്ങളുടെ മയിൽപ്പീലിനർത്തനം കാല്പനികതയിൽ പൊതിഞ്ഞ് പലരും അവതരിപ്പിച്ചിട്ടുണ്ട്. പ്രണയജന്യമായ രതിപൂരണങ്ങൾ ആൺപെൺബന്ധത്തിന്റെ സൗന്ദര്യാത്മകതയായി എക്കാലവും വായനക്കാർ സ്വീകരിച്ചിട്ടുമുണ്ട്. പിതാവും കന്യകയും എന്ന കഥയിൽ പ്രണയത്തിന്റെ സ്വാഭാവികസൗന്ദര്യമില്ല. പ്രണയത്തിന്റെ സ്വാഭാവികസൗന്ദര്യമോ പൂർത്തിയോ അല്ല ഈ കഥയുടെ ലക്ഷ്യംതന്നെ. പക്ഷേ, കഥയിലെ കഥാപാത്രങ്ങൾക്കുണ്ടാവേണ്ടുന്ന സ്വാഭാവികമായ വളർച്ച കഥയ്ക്കുണ്ടോ എന്നതാണ് പ്രധാനകാര്യം.

ആഖ്യാനത്തിൽ അത്തരമൊരു സൂക്ഷ്മതയില്ലായ്മ അനുഭവപ്പെടുന്നുണ്ട്. അത് പതിനേഴുകാരിയും അമ്പത്തിമൂന്നുകാരനും തമ്മിലുള്ള ഒരു ബന്ധമായതുകൊണ്ടല്ല. ആർക്ക് ആരോടാണ് ആദ്യമായി പ്രണയ/കാമങ്ങളുണ്ടായതെന്നും വ്യക്തമല്ല. ആദ്യസ്പർശനത്തിൽ ബാലചന്ദ്രന്റെ ശരീരത്തിലുണ്ടായ വികാരാവേഗങ്ങളെപ്പറ്റി കഥാകാരി പറയുന്നു. രണ്ടാമത് ആർത്തവാരംഭവത്തിൽ പനിച്ചുടിൽ വാടിനിൽക്കുന്ന അവളുടെ നെഞ്ചിൽ സ്റ്റെതസ്ക്കോപ്പ് ചേർത്തുവെച്ച നിമിഷം മുതൽ ആഗ്നസ് ഒരാഗ്രഹമായി അയാളിൽ നിറയുന്നു. അതുകൊണ്ടുതന്നെ പുതുരുചികളും സുഖങ്ങളും തേടുന്ന ഒരു പുരുഷൻ എന്ന നിലയിൽ ബാലചന്ദ്രനിൽ തന്നെയാണ് പ്രണയകാമങ്ങളുടെ വിത്തെന്ന് ഉറപ്പിക്കാം.

'ചുവന്ന സന്ധ്യയും ചെറുമഴക്കോളും ചേർന്ന് മൂടിക്കെട്ടിയ കാഴ്ചപോലെ മങ്ങിയ അന്തരീക്ഷത്തിൽ' ആയിരുന്നു മൂന്നാമത്തെ കണ്ടുമുട്ടൽ. മൂന്ന് ഹൃദയശസ്ത്രക്രിയകൾ ചെയ്ത് മനുഷ്യരക്തത്തിന്റെ മടുക്കുന്ന മണവും പേറി നൂറു കിലോമീറ്റർ സ്പീഡിൽ (ഇത്രയും വേഗം എന്തിനായിരുന്നു എന്ന ചോദ്യം ബാക്കി നിൽക്കുന്നു) കാറോടിച്ച് വരുന്നതിനിടയിലാണ് മൂന്നാമതായി അവർ തമ്മിൽ കാണുന്നത്.

കാർ നിർത്തിയപ്പോൾ അവളതിൽ കയറി. കാറിൽ തന്നോടൊപ്പം ഇരിക്കുന്ന പെൺകുട്ടി സ്വന്തം മകളുടെ പ്രായമുള്ളവളും അവളുടെ കൂട്ടുകാരിയുമാണെന്ന് അയാൾ ആ നിമിഷംതന്നെ മറക്കുന്നു. അയാൾ ഒരു കാമുകനോ മറ്റെന്തൊക്കെയോ ആയി മാറുന്നു. അയാൾ കണ്ണാടിയിലൂടെ അവളെ നോക്കുന്നു. ആ നോട്ടത്തിൽ അയാളുടെ മനസ്സത്രയുമുണ്ട്. 'അയാൾ പരിഭ്രാന്തനും വിവശനുമായ കാമുകനെപ്പോലെ കണ്ണാടിയിൽ അവളെ നിറയെ ആർത്തിയോടെ കണ്ടുകൊണ്ടിരുന്നു.' അവളെ സീറ്റ് ബെൽറ്റിടാൻ സഹായിക്കുന്നതിനിടയിൽ അവളുടെ ദേഹത്ത് കൈയൊന്ന് സ്പർശിച്ചു. തികഞ്ഞ ഒരു മാന്യനെപ്പോലെ അയാളവളോട് സോറി പറയുകയും ചെയ്തു. വളരെ സ്വാഭാവികമായ ഈയൊരു സംഗതി അസാധാരണായ സംഭവഗതിയിലേക്ക് കഥയായി വികസിക്കുന്നു.

ജീവിതവും കഥയും തമ്മിൽ ബന്ധമുണ്ടാവുകയോ ഇല്ലാതിരിക്കുകയും ചെയ്യാം. ഭാവനയുടെയും അതിശയോക്തിയുടെയും അംശങ്ങൾ കഥയിൽ അടിക്കടി തിരുകയറ്റിയേക്കാം. വായനക്കാരെ ഇക്കിളിപ്പെടുത്താനുള്ള ചേരുവകളെല്ലാം ചേർത്തുവെയ്ക്കാം. ഇതെല്ലാം എഴുത്തുകാരുടെ സ്വാതന്ത്ര്യമാണ്. വായനക്കാർക്ക് കഥ വായിക്കാം. അഭിപ്രായം പറയാം. ഇഴകീറി കഥയെയും കഥാപാത്രത്തെയും വിചാരണചെയ്യാം. അത് വായനക്കാരുടെ സ്വാതന്ത്ര്യമാണ്. ഈ രണ്ടു സ്വാതന്ത്ര്യവും ഏതൊരു രചനയുമായി ബന്ധപ്പെട്ടു നിൽക്കുന്ന യാഥാർത്ഥ്യമാണ്.

പുണ്യപാപങ്ങളുടെ കണക്കുപുസ്തകങ്ങളെ പ്ലസ് ടു ക്ലാസ് ബിയിലെ കുട്ടികളോരുത്തരായി ഉപേക്ഷിച്ചു കൊണ്ടിരിക്കുന്നു. കന്യകയായി ഇനി താൻമാത്രമുള്ളൊരു ക്ലാസിൽ അതുപേക്ഷിക്കാൻ ഒടുവിൽ ആഗ്നസും ആഗ്രഹിക്കുന്നു. അതുകൊണ്ടാവാം ബാലചന്ദ്രന്റെ 'സോറി' എന്ന ശബ്ദം അവൾ കേൾക്കാതെ പോയത്. വിരൽ തൊട്ടമാത്രയിൽ വിരിയുന്ന ഒരു പെൺപൂവായി അവൾ മാറുന്നു. ബാലചന്ദ്രനോട് പ്രണയം തോന്നുന്ന ഒരവസ്ഥയിലൂടെ

കടന്നുപോയിട്ടില്ലാത്ത ഒരു പെൺകുട്ടിയിൽ പൊടുന്നനെയുണ്ടായി ഇത്തരമൊരു വികാരാവേഗത്തോട് സ്ത്രീശരീരശാസ്ത്രവും മനഃശാസ്ത്രവും യോജിക്കണമെന്നില്ല. ക്ഷണനേരംകൊണ്ട് ആഗ്നസിനെ കഥാകാരി പ്രണയപരവശയും കാമവിവശയുമാക്കി മാറ്റുന്നു.

'വിരൽ സ്പർശിച്ചമാത്രയിൽ അവളുടെ ശരീരം കോരിത്തരിപ്പോടെ പെട്ടെന്നുണർണ്ടായ ഞെട്ടൽ അയാളെ അമ്പരപ്പിച്ചു. അടുത്ത നിമിഷം അവൾ കണ്ണുകൾ മയക്കത്തിലെന്നോളം വിടർത്തി. നീണ്ട പീലികൾ ഭംഗിയിൽ ചിമ്മി. അവയിൽ സ്നേഹത്തിന്റെ മിന്നൽപ്പിണറിട്ടതുപോലെ അയാൾക്കു തോന്നി. പെട്ടെന്നുള്ള പ്രേരണയാൽ അയാളവളെ കൈകൊണ്ടു കോരിയെടുത്തു. ചോരപൊട്ടിത്തെറിക്കുവാനെന്നപോലെ ചോന്നുകിടക്കുന്ന ചുണ്ടുകളിൽ തന്റെ ചുണ്ടുകൾചേർത്ത് അയാൾ അമർത്തി ചുംബിച്ചു. നെറ്റിയിൽ, കൺപോളകളിൽ, സുന്ദരിയെല്ലുപൊന്തിയ കഴുത്തിൽ ഉടുപ്പൽപം വലത്തോട്ടു നീക്കി എല്ലാം അയാൾ ഒരു ചെറുപ്പക്കാരനെപ്പോലെ മാറിമാറി ചുംബിച്ചു. അവളുടെ കൈ ഒരു സർപ്പത്തെപ്പോലെ അയാളുടെ മുടിക്കുള്ളിൽ ഇഴഞ്ഞു.'

ബാലചന്ദ്രൻ എന്ന ഹൃദയരോഗവിദഗ്ധന് ആഗ്നനസെന്ന ഇളംപെണ്ണിനെ അമ്പരപ്പിക്കുന്ന വേഗത്തിൽ വരുതിയിലാക്കാൻ കഴിയുന്നു. മരുന്നു നൽകി ശരീരത്തിന്റെ പ്രതികരണം നിരീക്ഷിക്കുന്ന രീതി എല്ലാ ഡോക്ടർമാർക്കുമുള്ളതാണ്. ഡോക്ടർമാർ നൽകുന്ന മരുന്നുപോലെ ഒരു ചെറുസ്പർശം ആഗ്നസിന്റെ ശരീരത്തെ വികാരതീവ്രമാക്കുന്നു. താനഗ്രഹിക്കും വിധം അവളുടെ ശരീരം അനുകൂലമാകുംവിധം പ്രതികരിപ്പിക്കുന്നതിൽ ബാലചന്ദ്രൻ വിജയിക്കുന്നു. അയാളുടെ ആഗ്രഹങ്ങളുടെ പ്രവൃത്തികളിൽ അതിന്റെ നിവൃത്തികളിൽ അവളും പൂത്തുലയുകയും പുളകിതയാവുകയും ചെയ്യുന്നു. അയാളുടെ മുന്നിൽ ആ നേരത്ത് അവൾ ഒരു പെണ്ണുടൽ മാത്രമായിത്തീരുന്നു. പ്രായവും ബന്ധവും സാമൂഹികക്രമങ്ങളുടെയും മത-പാപബോധത്തിന്റെയും കെട്ടുപാടുകൾക്കമപ്പുറം അവർ രതിസുഖം ആഗ്രഹിക്കുന്ന രണ്ട് ശരീരങ്ങൾ മാത്രമായിത്തീരുന്നു.

തനിക്ക് വശംവദയായ പെൺകുട്ടിയോട് പിരിഞ്ഞുപോകാൻ നേരം അയാൾ പ്രതീക്ഷയോടെ ചോദിക്കുന്നു.

'നീ വരുമോ?'

'ഹെപ്പോ?'

'അടുത്ത വെള്ളിയാഴ്ച.'

'മ്മ്' അവൾ പാതിമയക്കത്തിൽ മൂളി.

അപ്രകാരം അവളെ കാമിക്കുന്ന ഒരു കാമുകനായി മറ്റെല്ലാ തിരക്കുകളും മാറ്റിവെച്ച് ഡോ. ബാലചന്ദ്രൻ കഥാരംഭത്തിൽ കടൽത്തീരവിജനതയിലെ ഒറ്റപ്പെട്ട റിസോർട്ടിൽ അവളെ കാത്തിരിക്കുന്നു.

ആണും പെണ്ണും തമ്മിലുള്ള ശാരീരികപൂരണം എന്നതിനപ്പുറം ലൈംഗികതയ്ക്ക് അനേകം മാനങ്ങളുണ്ട്. അതൊരു പ്രശ്നവിഷയമായി നിലകൊള്ളുകയും തുടരുകയും ചെയ്യുന്നു. ലൈംഗികതയെ ഭദ്രമാക്കാനുള്ള പരിശ്രമത്തിൻറെ ഭാഗമായാണ് വിവാഹം, കുടുംബം, സദാചാരം തുടങ്ങിയ സാമൂഹികസങ്കല്പങ്ങളും വ്യവസ്ഥകളുമുണ്ടായത്. ഉണ്ടാക്കുന്ന വ്യവസ്ഥകളെല്ലാം ഉണ്ടായിത്തീരുന്ന ചോദനകളാൽ തിരുത്തപ്പെടുന്നുണ്ട്. അനുസരണം പോലെ നിരാസങ്ങളുണ്ടാവുന്നത് അതുകൊണ്ടാണ്. മനുഷ്യരിൽ അന്തർലീനമായ ലൈംഗികചോദനകൾ വ്യവസ്ഥകളെ സ്വീകരിക്കാനല്ല; നിരന്തരം മറികടക്കാനാണ് ശ്രമിച്ചുകൊണ്ടിരിക്കുന്നത്.

അനേകം രഹസ്യലോകങ്ങളെ ഉള്ളിൽ വഹിക്കുകയും സമാഗമവഴികളന്വേഷിക്കുകയും ചെയ്യുന്ന വ്യക്തിശരീരങ്ങളായി മനുഷ്യർ ജീവിക്കുന്നു. ഇതൊരുതരം ഇരട്ടജീവിതവും ഇരട്ടവ്യക്തിത്വവുമാണ്. വ്യക്തിയുടെ പരസ്യജീവിതം സാമൂഹികക്രമത്തെ അനുസരിക്കുന്നതായി നടിക്കുന്നു. അതേസമയം രഹസ്യജീവിതമാകട്ടെ ആന്തരികതയെ തിരിച്ചറിഞ്ഞ് ആത്മകാമനകൾക്ക് ശമനംതേടുന്നു.

അച്ഛനെന്ന പദവും പദവിയും

കുടുംബസാമൂഹികഘടനയിൽ പിതാവ് ഒരു അധികാരചിഹ്നമാണ്. സമൂഹത്തിൽ കുടുംബത്തിന്റെ സ്ഥാനം ഉറപ്പിക്കുന്നതിൻറെ നിർണായകശക്തിയായി പിതാവ് നിലകൊള്ളുന്നു. വിനയ എന്ന അമ്മുവും ഭാര്യ സരസ്വതിയും കുടുംബഘടനയിലേക്ക് വിളക്കിച്ചേർത്ത കണ്ണികളാണ്. എങ്കിലും കഥ കടുംബബന്ധത്തിന്റെ തണലിടങ്ങളിലേക്കല്ല; കുടുംബത്തിന് പുറത്ത് ആൺമനസ്സ് അന്വേഷിക്കുന്ന ആനന്ദങ്ങളുടെ മേച്ചിൽപ്പുറങ്ങളിലേക്കാണ് യാത്രയാവുന്നത്. സരസ്വതിയിൽനിന്ന് അത് ആഗ്നസിലേക്കുള്ള യാത്രയായിത്തീരുന്നു.

ഭാര്യയുമായുള്ള മടുപ്പുതോന്നുന്ന രതിക്കിടയിൽ, അപൂർവ്വമാ

യി മാത്രം കാണുന്ന ചില ബ്ലാക്ക് ആൻഡ് വൈറ്റ് സ്വപ്നങ്ങൾക്കിടയിൽ അയാളുടെ മനസ്സ് എത്രയോ വട്ടം നിശ്ശബ്ദമായി മന്ത്രിച്ചത് അവളുടെ പേരായിരുന്നു. ആഗ്നസ്... ആഗ്നസ്... ആഗ്നസ്.... തന്റെ മകളായി അമ്മുവിന്റെ സഹപാഠി ആഗ്നസിലേക്ക് തുളഞ്ഞുകയറുന്ന കണ്ണും മനസ്സുമായി ഡോക്ടർ ബാലചന്ദ്രന്റെ ദിനരാത്രങ്ങൾ കടന്നുപോവുന്നു. അയാളാഗ്രഹിച്ച വിധം അവളുടെ മനസ്സും ശരീരവും അയാൾക്ക് വിധേയമാവുന്നു.

അപ്പോഴും എപ്പോഴും അവളുടെ നാവിൻത്തുമ്പിൽ നിന്നൂർന്നു വീണത് അച്ഛാ എന്ന വിളിയായിരുന്നു. മനസ്സ് പ്രേമാതുരമാവുകയും ശരീരം കാമാവേശിതമാവുകയും ചെയ്യുന്ന ഘട്ടങ്ങളിലൊക്കെയും അച്ഛാ എന്ന വിളി അയാളിൽ വലിയ അസ്വസ്ഥകൾ ഉണ്ടാക്കി.

പക്ഷേ, ആഗ്നസിന് ആന്തരിക സംഘർഷങ്ങളൊന്നുമില്ല. സമൂഹം നിർമ്മിച്ചുവെച്ച സാമൂഹികക്രമങ്ങളോ നിയമങ്ങളോ അതിന്റെ കെട്ടുപാടുകളോ അവളുടെ ചിന്തയിൽപ്പോലും ഒരിക്കലും കടന്നുവരുന്നില്ല. ജീവിതം ആഘോഷമാക്കിത്തീർക്കുന്ന ശരീരത്തെ ഉത്സവമാക്കിത്തീർക്കുന്ന പ്ലസ്ടു ബി ക്ലാസിലെ അവസാനത്തെ കന്യകയാണ് താനെന്ന് അറിവും പുതിയ തലമുറയുടെ ജീവിതക്രമങ്ങളിൽ താൻ ഏറ്റവും പിന്നിലാണെന്നുമുള്ള തിരിച്ചറിവ് മാത്രമാണ് അവളുടെ ഏറ്റവും വലിയ വേവലാതി. അതുകൊണ്ടുതന്നെ അമ്മുവിന്റെ അച്ഛനോട് ഒരു കാമുകനെപ്പോലെ ഇടപഴകുമ്പോൾ അവൾക്ക് പൂർവ്വഭാരങ്ങളുടെ സംഘർഷങ്ങളൊന്നുമില്ല. അവൾ അയാളോട് ഒരു കാമുകനോടെന്നപോലെയും കളിക്കൂട്ടുകാരനെപ്പോലെയും ജീവിതത്തിന്റെ കളിയും കാര്യവും വെളിപ്പെടുത്തുന്നു. ഉപാധികളേതുമില്ലാത്ത ഒരു സ്വീകാര്യതയിൽ അവൾ തന്നെത്തന്നെ വിരിച്ചുവയ്ക്കുന്നു. ഒന്നും മറച്ചുവെയ്ക്കാനില്ലാത്ത ഒരു പാഠപുസ്തകം പോലെ സ്വയം വെളിപ്പെടുത്തുന്നു.

'ഈ സുന്ദരവയസ്സനായിരിക്കും എന്റെ കാമുകനെന്ന് അവള് സ്വപ്നത്തിലും കൂടി കർതില്യ, അല്ലേ അച്ഛാ?' എന്ന് റിസോർട്ടിൽ വെച്ച് ആഗ്നസ് പറഞ്ഞത് കളിയായും എന്നാൽ കാര്യമായുമാണ്. ആഗ്നസിന്റെ ഓരോ വാക്യത്തിനൊപ്പവും ഊർന്നുവീഴുന്ന 'അച്ഛാ' എന്ന അഭിസംബോധന ബാലചന്ദ്രന്റെ മനസ്സിൽ കയ്പാർന്ന അനുഭവമാണ് ഉണ്ടാക്കുന്നത്. അതുകൊണ്ടുതന്നെ അയാൾ ഉള്ളിൽ നിന്നാളുന്ന നിലവിളിപോലെ അറിയാതെ പറഞ്ഞുപോകുന്നു. 'പ്ലീസ് ആഗ്നസ് ദയവു ചെയ്ത് എന്നെ അച്ഛാന്ന് മാത്രം

വിളിക്കല്ലേ.' സ്നേഹവും കരുതലുമായിത്തീരേണ്ടി ഒരു പദം, കേൾക്കുന്ന മാത്രയിൽ സന്തോഷത്തിന്റെ നിലാവായി മാറേണ്ടുന്ന ഒരു ശബ്ദമാണ് ബാലചന്ദ്രനെ സംബന്ധിച്ചിടത്തോളം കേൾവിയിൽ അനേകം വേദനകളിലേക്കു കൊണ്ടുപോവുന്ന ഒന്നായിത്തീരുന്നത്. താൻ ചെയ്യുന്നതിനെ തെറ്റിനെ അയാൾ ഓർക്കുകയോ 'അച്ഛാ' എന്ന വിളിയിലൂടെ തിരിച്ചറിയുകയോ ചെയ്യുന്നതുകൊണ്ടുതന്നെയാണ്.

ആഗ്നസ് താൻ അഗ്രഹിച്ചപോലെ റിസോർട്ടിലെത്തിച്ചേർന്നതിൽ ബാലചന്ദ്രൻ അങ്ങേയറ്റം സന്തോഷവാനാണ്. പക്ഷേ, അവൾ ധരിച്ചിരിക്കുന്ന സ്കൂൾ യൂണിഫോം അയാളിൽ അച്ഛാ വിളിപോലെ മറ്റൊരുതരം അസ്വസ്ഥതതയിലേക്ക് നയിക്കുന്നു. പന്ത്രണ്ട് വർഷത്തോളമായി തന്റെ മകളുടെ ശരീരത്തോട് ഒട്ടിനിന്ന അതേ വസ്ത്രത്തിലാണ് ആഗ്നസും വന്നു നിൽക്കുന്നത്. അത് അയാളെ അങ്ങേയറ്റം അലോസരപ്പെടുത്തുന്നു.

'അയാൾക്ക് പെട്ടെന്ന് മകളുടെ സഹപാഠിയാണ് മുന്നിലുള്ളതെങ്കിലും മകളെ ഓർമ്മ വന്നു. ഉള്ളിലൊരു വിറയോടി. അതുകൊണ്ടാവാം അയാൾ ദയനീയമായി ആഗ്നസിനോട് അപേക്ഷിക്കുന്നു. നീയാ യൂണിഫോമൊന്ന് മാറ്റ് ആഗ്നസ്' എന്ന്.

മകളുടെ ഓർമ്മ അയാളിലേക്ക് പലപ്പോഴായി തുളച്ചുകയറുന്നു. അതുകൊണ്ടുതന്നെയാണ് അയാൾ ആഗ്നസിനോട് ഇപ്രകാരം അപേക്ഷിക്കുന്നത്.

യുണിഫോം മാറി, കുളിച്ചു വന്ന് ആഗ്നസ് അയാളുടെ മാറിൽ ഒട്ടിനിൽക്കുമ്പോഴാണ് പ്ലസ് ടു ബി ക്ലാസിന്റെ ചാരിത്രരഹസ്യം ആഗ്നസ് വെളിപ്പെടുത്തുന്നത്. സ്വന്തം മകളെപ്പറ്റി ഏതൊരച്ഛനെയും പോലെ അയാൾ നല്ലത് മാത്രമേ ചിന്തിക്കുന്നുള്ളൂ. അമ്മയോടും അച്ഛനോടും പറയാത്ത ഒരു രഹസ്യജീവിതം ഉള്ളിൽപേറുന്ന പ്ലസ്ടൂ ബി ക്ലാസുകാരിയിൽ തന്റെ മകളും ഉണ്ടെന്ന അറിവ് അയാളെ നിരാശനാക്കുന്നു.

കാമശമനം ആരോടെന്ന തിരിച്ചറിവുപോലും ഇല്ലാതെ പെരുമാറിയതിൽ അയാൾ കുറ്റബോധത്തിലേക്ക് വഴുതി വീഴുന്നു. അതുകൊണ്ടു തന്നെ ഞാൻ തെറ്റുചെയ്തു എനിക്ക് പോണം എന്നയാൾ വേദനയോടെ നിലവിളിക്കുന്നു. വാതിലിൽ മുട്ടുകേട്ട് അതു തുറക്കുന്ന ക്ഷണം അയാൾ തലപൊട്ടി ചോരയൊലിപ്പിച്ച് നിലംപരിശാവുകയും ചെയ്യുന്നു.

കഥയ്ക്കുള്ളിലെ മറ്റൊരു കഥ

കഥാവസാനത്തിൽ ഒരു പുതിയ കഥ രൂപപ്പെടുന്നു.

അതൊരു ചെന്നായയുടെ കഥയാണ്.

വാച്ച്മാന്റെ രൂപത്തിലാണ് മാംസഭക്ഷകനായ ചെന്നായ എത്തിച്ചേരുന്നത്. കഥാവസാനത്തെ അങ്ങേയറ്റം നാടകീയമാക്കുന്ന ഒരു പരിണതിയാണത്. വാതിൽ തുറന്നയുടനെ വാച്ച്മാൻ തന്റെ കയ്യിലുള്ള ടോർച്ച് കൊണ്ടു ബാലചന്ദ്രന്റെ തലയ്ക്കടിക്കുന്നു. തല പൊട്ടി അയാൾ ബോധരഹിതനായപ്പോൾ ഭയത്തോടെ പുതപ്പിനുള്ളിലൊതുങ്ങിയ ആഗ്നസിനടുത്തേക്ക് അയാൾ നടന്നടുക്കുന്നു. ഒരു കുഞ്ഞുകുട്ടിക്ക് മാമനെന്നോളം ഒരു പഴയ നാടോടിക്കഥ പറഞ്ഞുകൊടുക്കുന്നു.

വിഡ്ഢിയാക്കപ്പെട്ട ഒരു ചെന്നായയുടെ കഥയായിരുന്നു അയാൾക്ക് പറയാനുണ്ടായിരുന്നത്. വിശന്നു വലഞ്ഞ് അവശനായ ചെന്നായ ഒരിക്കൽ ഒരു വീട്ടിലെത്തിയപ്പോൾ അമ്മ കുഞ്ഞിനോട് പറയുന്നതു കേൾക്കുകയാണ്. 'നീ വികൃതികാട്ടിയാൽ ഞാൻ നിന്നെ ചെന്നായയ്ക്ക് കൊടുക്കും. പാവം ചെന്നായ പുലരുന്നതു വരെ ആ വീട്ടുവാതിൽക്കൽ കൊതിയോടെ കാത്തിരുന്നു. പുലർന്നപ്പോൾ വീട്ടുകാർ അതിനെ തല്ലിയോടിച്ചു'

അത്തരമൊരു വിഡ്ഢിയായ ചെന്നായാകാൻ മാമന് താത്പര്യമില്ലെന്ന വെളിപ്പെടുത്തലിലാണ് കഥയ്ക്കുള്ളിലെ കഥ അതിന്റെ ആന്റി ക്ലൈമാക്സിലേക്ക് പ്രവേശിക്കുന്നത്. അതും പറഞ്ഞ് അയാൾ ഒരു വിടലച്ചിരിയോ അവളുടെ അടുത്തേക്ക് നീങ്ങി. അയാളുടെ വായിൽ ചെന്നായയുടെ തേറ്റകൾ മുളച്ചുപൊന്തി. വിഷനഖങ്ങൾ കൂർത്തുപൊന്തി. ഭയത്തോടെ അവൾ പിന്നിലേക്കാഞ്ഞതും അയാൾ അവളെ പിടിച്ചു വലിച്ചതും ഒന്നിച്ചായിരുന്നു. ആഗ്നസിൻറെ തല കട്ടിലിൻറെ മൂലയിൽ തട്ടി ചോരപൊട്ടി. തന്റെ നെഞ്ചിലെ മാംസം ഭക്ഷിക്കാനായി തേറ്റയുമായി വന്ന ചെന്നായയെ കണ്ട് പാതിബോധത്തിൽ അവൾ അലറി വിളിച്ചു. ബോധം മറഞ്ഞുപോയ പാതിമയക്കത്തിൽ അവളൊരു സ്വപ്നം കണ്ടു. അത് അവളുടെ അച്ഛനെയായിരുന്നു. അവൾ അച്ഛനെ വിളിച്ചു കരയുകയും ഉറക്കപ്പിച്ചിൽ എന്തൊക്കെയും പിറുപിറുക്കുകയും ചെയ്തു.

കാമനകളുടെ എരിപൊരിസഞ്ചാരമാണ് മനുഷ്യമനസ്സ്. ചോദനകളാൽ നിത്യബന്ധിതവും നിരന്തരമെന്നോളം സംഘർഷഭരിതവുമാണത്. കാമനകളിൽ ശക്തവും ജൈവികവുമായി ലൈംഗികത നിലകൊള്ളുന്നു. ഉടലിനെ ഒരുലയായിത്തീർക്കുന്ന ആന്തരജ്വ

ലനമാണത്. സ്വാഭാവികമെന്ന് പൊതുസ്വീകാര്യമെങ്കിലും മനുഷ്യ വംശമിന്നോളം നേരിട്ട സങ്കീർണതകളിൽ ലൈംഗികത ഒരു പ്രധാനപ്രശ്നവിഷയമായിത്തീരുന്നു.

രതിയോടൊപ്പം അനേകം സംഘർഷങ്ങൾ രൂപപ്പെടുന്നു. ശമനം തേടലിനൊപ്പം വന്നുചേരുന്ന അനേകം പതനപാതകളെ അത് വായനക്കാരെ ഓർമ്മിപ്പിക്കുകയും ചെയ്യുന്നു.

ആറ്

ഇമ്പത്തിന്റെ ഇനിപ്പും കയ്പും

ഡോ. സിബി കുര്യൻ

ഇന്ദുമേനോന്റെ 'ഭ്രൂണം' എന്ന കഥയെക്കുറിച്ചുള്ള ഒരു സാധാരണ വായനക്കാരന്റെ കുറിപ്പാണിത്. ഈ കഥയിൽ മുലപ്പാലെന്ന അർത്ഥത്തിൽ ഉപയോഗിച്ചിരിക്കുന്ന പ്രാദേശികപദം ഇമ്പമെന്നതാണ്. ഇമ്പമെന്ന വാക്കിന് ഇഷ്ടം, പ്രിയം, സന്തോഷം, മാധുര്യം എന്നൊക്കെയാണ് മാനകഭാഷയിലെ അർത്ഥം. മാതൃത്വത്തിന്റെ അടയാളമായ മുലപ്പാൽ അമ്മയും കുഞ്ഞും തമ്മിലുള്ള പാരസ്പര്യത്തിന്റെ ഇമ്പംതന്നെ. ഉമ്മമാർ നല്ല പഴുത്ത വരിക്കച്ചക്ക കഴിച്ചിട്ടുണ്ടെങ്കിൽ തേൻവരിക്കയുടെ ഇനിപ്പായിരിക്കും ഇമ്പത്തിനെന്ന് ഈ കഥയിലെ കുട്ടികൾ കൊതിപറയുന്നു. അപ്പോൾ ഒതളങ്ങ കഴിച്ച ഉമ്മയുടെ ഇമ്പത്തിന് തീർച്ചയായും കയ്പുമായിരിക്കും. മാതൃത്വത്തിന്റെ ഈ വിരുദ്ധദ്വന്ദ്വങ്ങളെയാണ് 'ഭ്രൂണ'മെന്ന കഥ സാക്ഷാത്കരിക്കുന്നത്.

ആയിരത്തൊന്നു രാവുകളുടെ സുവിദിതവും അനസ്യൂതവുമായ കഥപറച്ചിലിന്റെ നാടകീയമായ അന്തരീക്ഷമാണ് എല്ലാക്കാലത്തും കഥാരചനയെ പ്രചോദിപ്പിക്കുന്നത്. രാത്രിയിൽ കന്യകയുടെ ചാരിത്ര്യം നശിപ്പിക്കുകയും രാവിലെ അവളെ കൊന്നുകളയുകയും ചെയ്യുന്ന ഷഹരിയാർ രാജാവിനുമുമ്പിൽ കഥപറയേണ്ട വരുന്ന ഷഹറസാദിന്റെ സംഭ്രമജനകമായ മനോനിലയെ സ്വജീവിതംകൊണ്ട് അടയാളപ്പെടുത്തുന്നവരാണ് എല്ലാ കഥാകൃത്തുക്കളും, എല്ലാ കാലത്തും. സ്വന്തം ജീവൻ കയ്യിലെടുത്തുകൊണ്ടാണ് കഥാഖ്യാനം. ശ്രോതാവിൽ നിരന്തരം ആകാംക്ഷ ജനിപ്പിക്കുകയും അതുവഴി തുടർന്നും കഥപറയാനായി തന്റെ ജീവൻ നിലനിർത്തു

കയും ചെയ്യുകയെന്ന വെല്ലുവിളിയെ അതിജീവിക്കുന്നവരാണ് എഴുത്തുകാർ. ആകാംക്ഷാഭരിതമായ രീതിയിൽ നിരന്തരം കഥപറഞ്ഞുകൊണ്ട് സ്വന്തം അസ്തിത്വം നിലനിർത്തിയ ഷഹറസാദിന്റെ പരമ്പരയിലെ ഊർജ്ജസ്വലയായ പിൻമുറക്കാരിയാണ് ഇന്ദുമേനോൻ. അവരുടെ പക്കൽ ഉദ്വേഗജനകമായ കഥകൾ നിരവധിയുണ്ട്. അവ നാടകീയമായി അവതരിപ്പിക്കാനുള്ള ചടുലമായ ഭാഷയും ആഖ്യാനതന്ത്രങ്ങളുണ്ട്.

താനുൾപ്പെടുന്ന സമൂഹത്തിന്റെ അസ്തിത്വം അനവരതം കാത്തുസൂക്ഷിക്കാനുള്ള ആർജ്ജവവും അവർക്കുണ്ട്. വായനക്കാരുടെ ശ്രദ്ധപിടിച്ചുപറ്റിയ നിരവധി കഥകളുടെ രചയിതാവായ ഇന്ദുമേനോന്റെ പ്രധാനപ്പെട്ട ഒരു കഥയാണ് 'ഭ്രൂണം'.

ഭ്രൂണമെന്ന കഥാനാമത്തിൽ നിന്നുതന്നെ തുടങ്ങാം.

ബീജസങ്കലനം നടന്ന അണ്ഡം വികാസം പ്രാപിക്കുന്നതിന്റെ ആദ്യഘട്ടമാണ് ഭ്രൂണം. മനുഷ്യരിൽ ബീജസങ്കലനത്തിനു ശേഷം ഏകദേശം ഒമ്പതാം ആഴ്ചവരെ ഭ്രൂണം, പിന്നെ ഗർഭസ്ഥശിശു, പ്രസവത്തോടെ മനുഷ്യശിശു. അങ്ങനെവരുമ്പോൾ സ്ത്രീയുടെ മാതൃത്വത്തിന്റെ ആദ്യാങ്കുരമാണ് ഭ്രൂണമെന്നുവരുന്നു. 'ഭ്രൂണ'മെന്ന മനോഹരമായ ഈ കഥയിലൂടെ ഇന്ദുമേനോൻ ആവിഷ്ക്കരിക്കുന്നതും മാതൃത്വത്തിന്റെ സൂക്ഷ്മഭാവങ്ങൾതന്നെ.

അമ്മയുടെ ഗർഭപാത്രത്തിന്റെ കരുണയും കരുതലും ലിംഗഭേദമില്ലാതെ എല്ലാ ഭ്രൂണങ്ങളും ആവോളം അനുഭവിക്കുന്നു. ഭ്രൂണത്തോടൊപ്പം അമ്മയിൽ രൂപപ്പെടുന്ന പ്ലാസന്റയിൽനിന്ന് പോഷകങ്ങളും ജീവവായുവും സ്വീകരിച്ചാണ് ഭ്രൂണം മനുഷ്യശിശുവിലേക്കുള്ള വളർച്ച ആരംഭിക്കുന്നത്. പ്രസവാനന്തരം അമ്മയുടെ മുലപ്പാലാണ് കുഞ്ഞിന് ജീവാമൃതമാകുന്നത്. ഭ്രൂണത്തിന്റെ രൂപീകരണംമുതൽ തുടങ്ങുന്ന മാതൃത്വത്തിന്റെ ആന്തരരഹസ്യങ്ങളിലേക്ക് കൺതുറക്കുകയും വിഭ്രമജനകമായ മനുഷ്യാവസ്ഥകളിലേക്ക് വായനക്കാരനെ കൈപിടിച്ചു നയിക്കുകയും ചെയ്യുന്ന കഥയാണ് 'ഭ്രൂണം'.

'ഭ്രൂണ'മെന്ന കഥയിൽ കഥാതന്തു ഒരു ഭ്രൂണംപോലെ ഉരുവംകൊള്ളുകയും കഥാകാരിയുടെ സവിശേഷമായ ഭാഷയുടെയും ആഖ്യാനരീതിയുടെയും സ്നേഹപരിലാളനകളേറ്റ് കഥാശരീരമായി വളർന്നുവികസിക്കുകയും ചെയ്യുന്നു. തന്റെ ആത്മവത്തയുമായി ഇഴുകിചേർന്നു നിൽക്കുന്ന ജീവിതപരിസരത്തുനിന്ന് കണ്ടെടുക്കുന്ന കഥകളെ ആവിഷ്ക്കരിക്കാൻ പര്യാപ്തമായ ഭാഷയാണ്

കഥാകാരി പ്രയോഗസിദ്ധമാക്കുന്നത്. നാടിന്റെ നന്മയും തനിമയും പ്രതിഫലിപ്പിക്കുന്ന ഇന്ദുമേനോന്റെ ഭാഷ പൊട്ടിത്തെറിച്ച് നിറങ്ങളും തീയും പുകയും വാരിവിതറുന്നതാണെന്ന് എം. മുകുന്ദൻ അഭിപ്രായപ്പെടുന്നു. 'ഭ്രൂണ'മെന്ന കഥയിലെ മാപ്പിളഭാഷയുടെ പശുവിൻനെയ്യ് മണം നമ്മെ കൊതിപ്പിക്കുന്നു. 'ഭ്രൂണം' വായിക്കുവാനല്ല, വായിലിട്ട് നുണയുവാനാണ് തോന്നിയതെന്നുകൂടി അദ്ദേഹം പ്രസ്താവിക്കുന്നുണ്ട്.

ചിരപരിതമായ വാക്കുകളെങ്കിലും അവയുടെ പ്രയോഗസന്ദർഭവും സഞ്ചയനവും സൃഷ്ടിക്കുന്ന അർത്ഥഭേദങ്ങളാണ് ഇന്ദുമേനോന്റെ ഭാഷയ്ക്ക് നിത്യനൂതനത്വം പകർന്നുനൽകുന്നത്. ഒരേസമയം ഇമ്പത്തിന്റെ മാധുര്യവും വേർപാടിന്റെ തീവ്രവേദനയും അനുഭവപ്പെടുത്തുന്നുണ്ട് 'ഭ്രൂണ'ത്തിലെ ഭാഷ. പ്രസവയന്ത്രം, ഇരുട്ടിന്റെ അല്ലനിറങ്ങൾ, ജലസർപ്പങ്ങൾ തുടങ്ങിയ ഭാഷാപ്രയോഗങ്ങൾ കഥാഘടനയിൽ പ്രസരിപ്പിക്കുന്ന വെളിച്ചം അന്യാദൃശ്യമാണ്. 'കൊതികാരണം അതിന്റെ ചുണ്ടിലൂടെ ഈത്തയൊലിച്ചു.' എന്ന വാക്യം വെളിവാക്കുന്ന ശൈശവ നിഷ്കളങ്കതയും, 'ആർത്തവമില്ലാത്ത ഒരു ശരീരം എത്രമാത്രം വിളർക്കാവോ അത്രയും അവൾ വിളറുകയും മഞ്ഞചന്ദ്രനെപ്പോലെ ശോഷിക്കുകയും ചെയ്തു.' എന്ന വാക്യം സംവഹിക്കുന്ന സ്ത്രീയുടെ ദൈന്യതയും വായനക്കാരിലേക്ക് പകരാനുള്ള ധ്വനനശേഷി കഥാകാരിയുടെ വാക്യനിർമ്മിതിക്കുണ്ട്. വാക്കും വാക്യഘടനയും പ്രയോഗിക്കുന്നതിൽ ഇന്ദുമേനോൻ പുലർത്തുന്ന മിതത്വവും ഉചിതജ്ഞതയും അവരുടെ ഇതരകഥകളിലെന്നപോലെ 'ഭ്രൂണ'ത്തിനും അസാധാരണമായ അർത്ഥഗരിമ പകർന്നുനൽകുന്നുണ്ട്.

ജീവിതപരിസരത്തുനിന്ന് സമാഹരിക്കുന്ന കഥയുടെ നാമ്പുകളെ കഥാകാരി അസാധാരണമായ വൈദഗ്ദ്ധ്യത്തോടെയാണ് നട്ടുനനച്ചു സാഹിത്യസുരഭിലമായ കഥാഗാത്രമായി വളർത്തിയെടുക്കുന്നത്. ഒരു ഭ്രൂണത്തിന്റെ വളർച്ചപോലെതന്നെ. ഈ രൂപാന്തരണ പ്രക്രിയയിൽ കഥാകാരി സ്വീകരിക്കുന്ന ആഖ്യാനതന്ത്രങ്ങളാണ് അവരുടെ കഥകൾക്ക് ഉത്തരാധുനികതയിലേക്ക് പ്രവേശം സാധ്യമാക്കിയത്. പരമ്പരാഗതമായി കഥാകൃത്തുക്കൾ പിന്തുടരുന്ന തുടർച്ചയുടെ ആഖ്യാനമല്ല, ഇടർച്ചയുടെ ആഖ്യാനമാണ് ഇന്ദുമേനോനു പഥ്യം. 'ഭ്രൂണ'ത്തിലെ ആഖ്യാനരീതിയെക്കുറിച്ചുള്ള എൻ. എസ്. മാധവന്റെ അഭിപ്രായം ഇക്കാര്യം വ്യക്തമാക്കുന്നു. 'ഭ്രൂണം' എന്ന കഥ, എട്ടാം ക്ലാസ്സിൽ പഠിത്തം നിർത്തി, രണ്ട് കല്യാണം

കഴിച്ച, ഏഴുകുട്ടികളെ പ്രസവിച്ച പൂമക്കുടിയുടെ കഥ. സഹജീവികളുടെ സമ്മർദ്ദത്തിന് പെട്ടെന്ന് വിധേയമാകാവുന്ന ഒരു കഥ.

കാരണം ഇതിൽ മതം, ദേശം, സ്ത്രീത്വം തുടങ്ങിയ പൊതുജന മുൻവിധികൾക്ക് അനുസൃതമായി പൊലിപ്പിക്കാവുന്ന പല ഘടകങ്ങൾ അടങ്ങിയിട്ടുണ്ട്. എന്നാൽ കഥാകൃത്ത്, കഥയിൽ ഇടപെടാതെ, കുറച്ചു ദൃശ്യങ്ങൾ കാണിച്ചുതരുന്നു; കുറച്ചു സംഭാഷണങ്ങൾ കേൾപ്പിക്കുന്നു. 'കുറച്ചു ദൃശ്യങ്ങളിലൂടെയും സംഭാഷണങ്ങളിലൂടെയും പൂമക്കുട്ടിയുടെ സ്വത്വഹനനത്തിന്റെ അതിശക്തമായ രാഷ്ട്രീയചേരുവകൾ അവതരിപ്പിക്കാൻ ശേഷിയുള്ളതാണ് തന്റെ പിൻമുറക്കാരിയുടെ ആഖ്യാനരീതിയെന്ന എൻ. എസ്. മാധവന്റെ അഭിപ്രായം അവർക്കുള്ള അംഗീകാരംതന്നെ.

റൈഹാനത്ത് എന്ന പൂമക്കുട്ടിയുടെ കഥയാണ് കഥാകൃത്തിന് പറയാനുള്ളത്. ആദിമദ്ധ്യാന്തപൊരുത്തത്തോടെ അതു പറയാനല്ല അവർ തുനിയുന്നത്. വസ്തുകഥനം, ഓർമ്മ തുടങ്ങിയ സങ്കേതങ്ങൾ ഉപയോഗിക്കുമ്പോൾതന്നെ കഥയുടെ വ്യത്യസ്ത ചേരുവയിലുള്ള ചെറുതും വലുതുമായ ഖണ്ഡങ്ങളെ വ്യത്യസ്ത ഇടങ്ങളിൽ വിന്യസിക്കുന്ന കലാതന്ത്രമാണ് കഥാകാരി സ്വീകരിക്കുന്നത്. പല വർണത്തിലുള്ള പൊടികൾ ആകാശത്തിലേക്ക് വാരിവിതറുകയും നിലംപതിക്കുമ്പോൾ അതൊരു മനോഹര ചിത്രമായിത്തീരുകയും ചെയ്യുന്ന മാന്ത്രികന്റെ കരവിരുതാണ് കഥാകാരിക്ക് സ്വന്തം.

ശിലയിൽനിന്ന് ശില്പം കൊത്തിയെടുക്കുകയല്ല, പല ശിലകൾ ചേർത്തുവച്ച് ശില്പം മെനയുകയാണ് അവരുടെ രീതി. പല രൂപത്തിലുള്ള ഖണ്ഡങ്ങൾ ചേർത്തുവച്ച് നിർമ്മിക്കുന്ന പസിലിന്റെ സ്വഭാവമാണ് ഇന്ദുമേനോന്റെ ആഖ്യാനശൈലിക്കുള്ളത്. ഒരോ ഖണ്ഡങ്ങളും സ്വതന്ത്രങ്ങളും തനിമയുള്ളവയുമാണ് എന്നാൽ അവ ഉചിതജ്ഞതയോടെ ചേർത്തുവയ്ക്കുമ്പോൾ ലഭിക്കുന്ന മനോഹരരൂപത്തിന്റെ സൗന്ദര്യമാണ് അവരുടെ കഥകളെ ചേതോഹരമാക്കുന്നത്. പല ആണികൾ തറച്ചുവച്ച് അവയിലൂടെ പലവർണ നൂലുകൾ പല പാറ്റേണിൽ വിന്യസിക്കുന്നതിലെ സൗന്ദര്യത്തെക്കുറിച്ച് ഒരു അഭിമുഖത്തിൽ ഇന്ദുമേനോൻ സൂചിപ്പിച്ചിട്ടുമുണ്ട്.

ഭാഷയുടെയും ആഖ്യാനത്തിന്റെയും വർണക്കടലാസിനുള്ളിൽ മാധുര്യമൂറുന്ന പ്രമേയംകൂടി ഉണ്ടാകുമ്പോഴാണ് കഥയെന്ന ചോക്ലേറ്റ് വായനക്കാരന് മധുരതരമായി തീരുന്നത്. അക്കാര്യത്തിലും

'ഭ്രൂണ'മെന്ന കഥ നമ്മെ സംതൃപ്തരാക്കുന്നു. മനസ്സിലിട്ട് പേർത്തും പേർത്തും നുണഞ്ഞ് ആസ്വദിക്കാൻപോന്ന കാമ്പ് ഈ കഥയിൽ ഏറെയുണ്ട്. എപ്പോഴും മുലകുടിക്കാൻ വേണ്ടി വാശിപിടിച്ചു കരയുന്ന ഒരു കുട്ടിയെക്കുറിച്ചുള്ള അമ്മയുടെ ഓർമ്മയിലാണ് 'ഭ്രൂണം' എന്ന കഥ ആരംഭിക്കുന്നത്. അവസാനിക്കുന്നതാകട്ടെ അമ്മയുടെ വിഷംചുരത്തുന്ന നെഞ്ചിലേക്ക് കുട്ടികൾ ചുണ്ടു താഴ്ത്തുന്നിടത്തും.

കുട്ടികൾക്ക് സ്നേഹസ്തന്യം പകരാൻ കൊതിച്ച അമ്മ, വിഷം ചെരിയുന്നവളായി മാറുന്ന ഭീതിദമായ പരിണതിയാണ് ഈ കഥ അടയാളപ്പെടുത്തുന്നത്. റൈഹാനത്ത് എന്നാണ് ആ അമ്മയുടെ പേര്. പക്ഷേ, അവളുടെ വാപ്പിച്ചി ഇട്ട പൂമക്കുട്ടി എന്ന പേരിലാണ് അവൾ അറിയപ്പെട്ടത്. ആ പേരിട്ടതിനു പിന്നിലുള്ള കഥ കഥാകാരി വെളിപ്പെടുത്തുന്നുണ്ട്. 'പരുന്തിന്റെ കാലിൽത്തൂങ്ങി കരിമ്പനയിലൊളിച്ചിരുന്ന മിടുക്കിയായ പൂക്കുട്ടിയുടെ പാട്ടുകഥ അക്കാലത്ത് കുണ്ടോട്ടി പ്രദേശത്ത് വളരെ പ്രസിദ്ധമായിരുന്നു. പൂമക്കുട്ടിയുടെ മിടുക്കിലും ധൈര്യത്തിലും ആകൃഷ്ടനായി തന്റെ മകളും അങ്ങനെ വളരണമെന്ന് അവളുടെ വാപ്പിച്ചി ആഗ്രഹിച്ച് അവൾക്ക് ആ പേരുവച്ചു.' എന്നാൽ ഒമ്പതാംക്ലാസ്സിൽ പഠിക്കുന്ന സമയത്ത് അവളുടെ വിവാഹം കഴിഞ്ഞതോടെ മിടുക്കിലും ധൈര്യത്തിലുമുള്ള അവളുടെ വളർച്ച ഒട്ടൊക്കെ ശിഥിലമായി.

കൊണ്ടോട്ടി അങ്ങാടിയിലെ അബ്ദുള്ള സ്റ്റോർ ഹാജി അബ്ദുൾ റഹ്മാന്റെ ഇളയ മകൻ വാവയാണ് പൂമക്കുട്ടിയെ വിവാഹംകഴിച്ചത്. ഗാനമേളയ്ക്ക് പാട്ടുപാടാൻ പോകുമായിരുന്ന വാവയുമൊത്തുള്ള അവളുടെ ജീവിതം ഏറെ സന്തോഷകരമായിരുന്നു. വിവാഹത്തിനുശേഷം ഓരോ സന്ധ്യയ്ക്കും വാവ ഗാനമേളകൾക്കുപോയി. കൂടെ പൊന്നിലും പുതുവസ്ത്രത്തിലും അയാൾ തിളക്കിയെടുത്ത പൂമാബിയും. അവരുടെ ദാമ്പത്യജീവിതത്തെ കഥാകൃത്ത് അവതരിപ്പിക്കുന്നത് ഇങ്ങനെയാണ്.

'ജീവിതം അക്കാലത്ത് അലസവും രസകരവുമായ കപ്പൽയാത്രയായി. ലവണജലത്തിന്റെ വിക്ഷോഭങ്ങളിൽ വാവയുടെ പാട്ടു കേട്ടുണർന്നുമുറങ്ങിയും അവൾ അയാളുടെ നെഞ്ചിൽപറ്റി വളർന്നു.' സ്നേഹനിർഭരമായ ദാമ്പത്യമായിരുന്നു വാവയുടെയും പൂമക്കുട്ടിയുടേതും. എങ്കിലും അവൾ വാവയെ അകാരണമായി ഉപേക്ഷിക്കുന്നു. അതിന് സയുക്തികമായ കാരണങ്ങളൊന്നും കണ്ടെത്താൻ കഴിയുന്നുമില്ല.

ഗർഭിണിയായിരുന്ന സമയത്ത് ചിക്കൻപോക്സിന്റെ കടുത്ത ആക്രമണം അവളുടെ ശരീരത്തെ തളർത്തി. 'പള്ളേല്ള്ളത് ഇല്ലാണ്ടാക്കാണ്ട് പറ്റൂല.' എന്ന് വൈദ്യരും 'മനസ്സിന് എത്ര സക്തിണ്ടായേലും സികിത്സണ്ടേനി ചെയ്യേണേച്ചാൾ കുരിപ്പ് മാറണം. കുട്ടീനെ കളേണം.' എന്ന് പ്രാഥമികാരോഗ്യകേന്ദ്രത്തിലെ ഡോക്ടർ മറിയംബിയും തീർത്തുപറഞ്ഞപ്പോഴാണ് 'സമ്മേയ്ക്ക് പൂമക്കുട്ട്യേ.' എന്ന് വാവ കെഞ്ചിയത്. എട്ടാം മാസത്തിൽ ചാപിള്ളയെ പെറ്റപ്പോൾ അവൾ വാവയെ വെറുത്തു. അതെന്തിനായിരുന്നുവെന്ന് അവൾക്കുപോലും അറിയില്ല. കഥയിലെ വരികൾ ഇങ്ങനെയാണ്. 'പൊക്കിൾക്കൊടി കഴുത്തിലിറുങ്ങി അത് നീലച്ചുകിടന്നപ്പോൾ താൻ വാവയെ പകയോടെ വെറുത്തതെന്തിനായിരുന്നു? പൂമക്കുട്ടി ഞെട്ടലോടെ ഓർത്തു. ആത്മാവുകൊണ്ടും രക്തവും മജ്ജയും മാംസവുംകൊണ്ടും തന്നെ സ്നേഹിച്ച ഒരാളെ തള്ളിപ്പറഞ്ഞതെന്തിനെന്നും അവൾക്ക് മനസ്സിലായതേയില്ല.'

പൂമക്കുട്ടി ഭർത്താവിനെ മൊഴിചൊല്ലിയതിനെ ന്യായീകരിക്കാൻ പര്യാപ്തമായ തെളിവുകളൊന്നും കഥയിൽ കാണാനില്ല. 'തിരിയാ ലോകരഹസ്യമാർക്കുമേ.' എന്നു ചിന്താവിഷ്ടയായ സീതയെപ്പോലെ പരിതപിക്കാനേ വായനക്കാരനു കഴിയുന്നുള്ളു. അപ്പോഴാണ് അയാൾ കഥാകാരിയുടെ സാഹിത്യലോകത്തേക്ക് ഉറ്റുനോക്കുന്നത്. മനുഷ്യബന്ധങ്ങളുടെ നിരവധി സമസ്യകൾ അവിടെ ദൃശ്യമാകുന്നു. ഭാര്യാഭർത്തൃബന്ധത്തിൽ 'ഈഡിപ്പൽ കോംപ്ലക്സ്' കടന്നുവരാമെങ്കിൽ എന്തുകൊണ്ട് ഇലക്ട്ര കോംപ്ലക്സ് വന്നുകൂടാ. അമ്മയും മകനും തമ്മിലുള്ള ബന്ധത്തിൽനിന്ന് ഭിന്നമായി അച്ഛനും മകളും തമ്മിലുള്ള ബന്ധത്തെ സൂചിപ്പിക്കുന്നു ഇലക്ട്ര കോംപ്ലക്സ്.

വാവയും പൂമക്കുട്ടിയും തമ്മിലുള്ള ബന്ധത്തിൽ അച്ഛൻ മകൾ സ്നേഹത്തിന്റെ താരള്യം അനുഭവവേദ്യമാണ്. പൂമക്കുട്ടിയുടെ അച്ഛനെപ്പോലെ വാവ അവളെ അണിയിച്ചൊരുക്കുന്നു. പൂമക്കുട്ടിയുടെ പാട്ടുകഥ പാടിക്കൊടുക്കുന്നു. നെഞ്ചിന്റെ സുരക്ഷിതത്വത്തിലേക്ക് ചേർത്തുപിടിക്കുന്നു. അതുകൊണ്ടാവാം ഒരച്ഛന്റെ മുമ്പിൽ ശാഠ്യം പിടിക്കുന്ന കുഞ്ഞിനെപ്പോലെ, കളിപ്പാട്ടം വലിച്ചെറിഞ്ഞു കളയുന്ന കുട്ടിയുടെ ലാഘവത്തോടെ അവൾ വാവയെ തന്റെ ജീവിതത്തിൽനിന്ന് പറിച്ചെറിഞ്ഞത്. 'അതിനുശേഷം അവൾ ഒറ്റയായി ജീവിക്കാനുള്ള തീരുമാനമെടുത്തു. എട്ടുവർഷത്തെ അദ്ധ്വാനവും ഒരുക്കവും വേണ്ടിവന്നു അതിന്. ആദ്യം വാവയിൽനിന്ന്...

പിന്നെ ഉമ്മ... ഉമ്മൂമ്മ... ഏറ്റവും പ്രിയപ്പെട്ടവരുടെ സ്നേഹവലകൾ തീഷ്ണമായ മൗനംകൊണ്ട് അവൾ പൊട്ടിച്ചുകളഞ്ഞു.' ഏറ്റവും പ്രിയപ്പെട്ടവരുടെകൂടെ അവളെ പേരുചൊല്ലി വിളിച്ച വാപ്പിച്ചിയില്ല. അപ്പോഴേക്കും വാപ്പിച്ചി വാവയായി പരിണമിച്ചിരിക്കാം.

വീണ്ടുമൊരിക്കൽകൂടി പൂമക്കുട്ടിയെ ഒരാൾ വിവാഹം ചെയ്തു. അവളുടെ അറിവോ സമ്മതമോ കൂടാതെ. ഒരു ദുബായ്ക്കാരൻ. അന്നാണ് അവൾ ഏറ്റവുമൊടുവിൽ നിലവിളിച്ചത്. കല്യാണത്തിനു പാട്ടുപാടാൻ വന്ന വാവ അവിടെയുണ്ടായിരുന്നു. 'നെഞ്ചുപിടഞ്ഞും പൊട്ടിയും, പ്രായപൂർത്തിയാവാത്ത ഒരു പെൺകുട്ടിയുടെ നിസ്സഹായതയോടെ അവൾ വാവയുടെ കാലുപിടിച്ചുകരഞ്ഞു...', 'സാരമില്ല. സാരമില്ല സാരമില്ല പൂമക്കുട്ടീ. 'അയാളവളെ നെഞ്ചിലമർത്തിപ്പിടിച്ചു. അയാളുടെ നെഞ്ചിലെ ഉപ്പുമണമേറ്റ് അവൾക്ക് ശ്വാസംമുട്ടി.' വാവയും പൂമക്കുട്ടിയും തമ്മിലുള്ള ബന്ധത്തിന്റെ ആഴം വെളിവാക്കുന്ന സന്ദർഭമാണിത്. ഉമ്മ വന്ന് അവളെ പിടിച്ചു മാറ്റി. പിന്നെ അവൾ കരഞ്ഞിട്ടില്ല. രണ്ടാം ഭർത്താവിനെ സ്നേഹിച്ചിട്ടുമില്ല. അയാളുടെ ചുണ്ടുകൾ നെഞ്ചിലെ വയലറ്റു കണ്ണടയാളത്തിൽ സ്പർശിച്ചപ്പോഴെല്ലാം കെണിയിൽ കുരുങ്ങിയ കാട്ടുമൃഗത്തെപ്പോലെ അവൾ അറപ്പോടെ ചീറി.' അവളുടെ ദാമ്പത്യജീവിതം തികച്ചും യാന്ത്രികമായിത്തീർന്നു. 'അമ്ലം + ക്ഷാരം = ജലം.' എന്ന സൂത്രവാക്യം തന്റെ രതിക്കും ബാധകമാണെന്ന് അവളറിഞ്ഞു.

പ്രണയത്തിന്റെ പൂരകത്വമില്ലാത്തതിനാൽ തന്റെ ശരീരം ഉണരുന്നില്ലെന്ന് പൂമക്കുട്ടി മനസ്സിലാക്കി. എങ്കിലും അവൾ ഏതൊരു സാധാരണ പെണ്ണിന്റെയും അവസ്ഥകളിൽകൂടി കടന്നുപോകാൻ നിർബന്ധിതയായി. ആർത്തവപ്രക്രിയയും പ്രസവിക്കാനും മുലയൂട്ടാനുമുള്ള ശേഷിയും സ്ത്രീക്കുമാത്രമാണുള്ളത്. ഇതിനു യോജിച്ച ശരീരാവയവങ്ങളും ഹോർമോണുകളും സ്ത്രീക്കുണ്ട്. ഇതിന്റെ അടിസ്ഥാനത്തിലാണ് കുഞ്ഞുങ്ങളെ ഗർഭംധരിക്കാനും പ്രസവിക്കാനും വളർത്താനും അവരെ പരിപാലിക്കാനുമുള്ള ജീവശാസ്ത്രപരമായ വിധി സ്ത്രീക്കുള്ളതാണെന്ന് അമേരിക്കൻ സാമൂഹ്യശാസ്ത്രജ്ഞയായ നാൻസി ചോദറോവ് നിരീക്ഷിച്ചത്. മാതൃത്വത്തെ ഒരു ജീവശാസ്ത്ര പ്രക്രിയമാത്രമായി പരിഗണിച്ച ചിന്തകർ സ്ത്രീത്വത്തിന്റെ സാമൂഹികവും രാഷ്ട്രീയവുമായ പ്രാധാന്യത്തെ അവഗണിച്ചു.

കുഞ്ഞിനെ പ്രസവിച്ചു മുലയൂട്ടി വളർത്തുക എന്നതിനപ്പുറം

സാമൂഹികഘടനയിൽ മാതൃത്വത്തിനുള്ള സവിശേഷധർമ്മം വീണ്ടെടുക്കാനുള്ള ശ്രമമാണ് ആധുനിക ഫെമിനിസ്റ്റുകളും അവരോട് ചേർന്നുനിന്നുകൊണ്ട് എഴുത്തുകാരും സാക്ഷാത്ക്കരിക്കാൻ ശ്രമിക്കുന്നത്. ഈ പ്രതിഷേധത്തിന്റെ ശബ്ദം 'ഭ്രൂണം' എന്ന കഥയിൽ മുഴങ്ങിക്കേൾക്കുന്നുണ്ട്. അയാളുടെ ക്ഷാരാംശം തന്നെ ഒരു സാധാരണ പ്രസവയന്ത്രമാക്കുമെന്ന പൂമക്കുട്ടിയുടെ തിരിച്ചറിവ് എത്ര തീഷ്ണമാണ്. അവളുടെ നിശബ്ദത ശക്തമായ പ്രതിഷേധമായിത്തീരുന്നുണ്ട് കഥയിൽ.

'ലാവപോലെ ചുട്ടുപഴുത്തതും ഉരുകിക്കൊഴുത്തതുമായ ഹൃദയരക്തം ലോഹനാരുപോലുള്ള ഞരമ്പുകളിൽ പൊടിയുന്നത് അറിഞ്ഞില്ലെന്നു ഭാവിക്കും. അവൾ വിറപൂണ്ട ചുണ്ടുകൾ അമർത്തിപ്പിടിക്കും.' എന്നിങ്ങനെ മൗനംകൊണ്ടാണ് ആദ്യഘട്ടത്തിൽ അവൾ പ്രതിഷേധിക്കുന്നത്. ഇവിടെ മാതൃത്വം അനുഭവസ്ഥയായ സ്ത്രീയുടെ നിശബ്ദതയാൽ മുദ്രകുത്തപ്പെട്ട പുരുഷാധിപത്യസ്ഥാപനമായി പരിണമിക്കുന്നു.

കരിപ്പൂർ മൈതാനം വിമാനത്താവളമായി മാറിയതിനെക്കുറിച്ചുള്ള പരാമർശങ്ങൾ കഥയിൽ കടന്നുവരുന്നുണ്ട്. പൂമക്കുട്ടിയുടെ ബാല്യകാല സ്മൃതിയിലൂടെയാണത്. റജബ് മാസങ്ങളിൽ ഹിന്ദുക്കുട്ടികളോടൊപ്പം പൂനുള്ളാൻ പോയതിനേക്കുറിച്ച്, പച്ചമുള പൂത്ത് അരികൊഴിയുന്ന പുൽക്കാടുകളിൽ ചണച്ചാക്കുകൾ നിരത്തി മുളയരി കൊഴിയുന്നത് നോക്കിയിരിക്കുന്നതിനെക്കുറിച്ച് അവളോർക്കുന്നു. പിന്നീട് മൈതാനി വെട്ടിത്തെളിച്ച് വിമാനത്താവളമുണ്ടാക്കി. കരിപ്പൂർ വിമാനത്താവള നിർമ്മിതിയെക്കുറിച്ചുള്ള വിവരണം ആധുനിക പരിഷ്കൃതി പ്രകൃതിയിൽ ഏൽപ്പിക്കുന്ന ആഘാതത്തെക്കുറിച്ചുമാത്രമുള്ളതല്ല. അതിനോടുചേർത്ത് വെട്ടിയൊരുക്കപ്പെടുന്ന പെണ്ണിനെക്കൂടി കഥാകൃത്ത് കാട്ടിത്തരുന്നുണ്ട്. അപൂർവ്വമായിമാത്രം സംസാരിക്കുന്നതുകാരണം തൊണ്ടയിൽ ചിലമ്പിക്കലിന്റെ കറകറപ്പ് കഫംപോലെ ഉറഞ്ഞുപോയവളാണ് 'ഭ്രൂണ'ത്തിലെ നായിക.

പ്രകൃതിയെ തനിക്കനുകൂലമാക്കാൻ മനുഷ്യൻ രൂപപ്പെടുത്തിയ കാഴ്ചപ്പാടുകളും പരീക്ഷണങ്ങളും ഒന്നുചേർന്നാണ് സംസ്കാരം സൃഷ്ടിക്കുന്നത്. പ്രകൃതിക്കുമേൽ സംസ്കാരം വിജയിച്ചിടത്താണ് സ്ത്രീക്ക് കീഴ്നില കല്പിക്കപ്പെട്ടത്. പ്രകൃതിയോടിണങ്ങി നിൽക്കുന്ന സ്ത്രീയുടെ മാനസികഘടന അധികാരവും യുദ്ധവും ആഗ്രഹിക്കുന്നില്ല. പുരുഷാധിപത്യ വ്യവസ്ഥയിൽ കുടുംബം

എന്ന സ്ഥാപനത്തിനകത്തെ നിർബന്ധിത തൊഴിലായി മാതൃത്വം മാറിയപ്പോഴാണ് പ്രശ്നങ്ങൾ ആരംഭിച്ചതെന്ന് ഷെറി ബി. ഓട്ട്നർ അഭിപ്രായപ്പെടുന്നു.

'ഭ്രൂണ'ത്തിലെ നായികയായ പൂമക്കുട്ടിക്ക് രണ്ടാംഭർത്താവിനോട് യാതൊരു സ്നേഹവും ഉണ്ടായിരുന്നില്ല. എങ്കിലും കുടുംബമെന്ന സ്ഥാപനത്തിന്റെ ഭാഗമായിത്തീർന്ന അവൾ ആറുകുട്ടികൾക്ക് ജന്മം നൽകുന്നു. കരിപ്പൂർ വിമാനത്താവള നിർമ്മിതിയിൽ സിമിന്റു തേച്ച അവിടുത്തെ ഭൂമിക്കടിയിൽ മുളയരി ശേഖരിക്കാൻവേണ്ടി വിരിച്ച ചണച്ചാക്കുകളും അവയിൽ പറ്റിയ മുളയരികളും ഉണ്ടാകാമെന്ന് അവൾക്ക് തോന്നാറുണ്ട്.

ഇനി കഥയിലെ വാക്കുകൾ തന്നെ ഉദ്ധരിക്കാം. 'അവളെപ്പോലെ അനാരോഗ്യവതിയും മെല്ലിച്ചവളുമായ പെണ്ണ് പ്രസവയന്ത്രം പോലെ ഏഴു കുട്ടികളെ പെറ്റുവെങ്കിൽ ഒറ്റത്തവണ സൂര്യപ്രകാശം തട്ടിച്ചാൽ തളിരിലകളും ഇളന്തണ്ടുകളുമായി മുളന്തൈകൾ വളർന്ന് കരിപ്പൂർ വിമാനത്താവളം ഒരു മുളങ്കാടായി മാറാമെന്ന് അവൾ തന്നോടുതന്നെ വീമ്പിളക്കാറുണ്ട്.' പുരുഷമേൽക്കോയ്മയാൽ അടിച്ചമർത്തപ്പെട്ട മണ്ണുംപെണ്ണും ഒരു ഉയർത്തെഴുന്നേൽപ്പിനായി കോപ്പുകൂട്ടുന്നതിന്റെ വ്യക്തമായ സൂചന നൽകുന്ന ഈ ഘട്ടത്തിൽ 'ഭ്രൂണ'മെന്ന കഥ ഇക്കോഫെമിനിസത്തിന്റെ അർത്ഥതലങ്ങളെ ആവാഹനംചെയ്യുന്നുണ്ട്. മഹത്വവത്ക്കരിച്ചും കാല്പനികമായി ചിത്രീകരിച്ചും സ്ത്രീയെ അസ്വതന്ത്രയായി നിലനിർത്താനുള്ള മാർഗമായി ഉപയോഗപ്പെടുത്തുന്ന മാതൃത്വത്തെ, സ്ത്രീത്വത്തിന്റെ സ്വാതന്ത്ര്യത്തിലേക്ക് ആനയിക്കാനുള്ള പരിശ്രമം കഥയുടെ അവസാനഘട്ടത്തിൽ വെളിവാകുന്നുണ്ട്.

മാതൃത്വത്തിന് അർത്ഥം നൽകുന്നത് മക്കളാണ്. അപ്പോൾ മക്കളുടെ നഷ്ടം മാതൃത്വനിഷേധവുമാകാം. ഏഴാമത്തെ കുട്ടിയുടെ മരണത്തിന്റെ വിശദമായ വിവരണത്തോടെയാണ് കഥയാരംഭിക്കുന്നത്. അമ്മയുടെ ഹൃദ്യമായ ചിരികണ്ട് മരണത്തിനു തൊട്ടുമുമ്പ് അതിന് മുലകുടിക്കണമെന്നു തോന്നി. കൊതികാരണം അതിന്റെ ചുണ്ടിലൂടെ ഈത്തയൊലിച്ചു. എന്നാൽ കുഞ്ഞിന് സ്തന്യം നുകരാനുള്ള ഭാഗ്യമുണ്ടായില്ല. ചന്തികഴുകിക്കാൻവേണ്ടി തോടിന്റെ മധ്യഭാഗത്തു കൊണ്ടുനിർത്തിയ കുഞ്ഞ് ഒഴിക്കിൽപെട്ടു.

ഈ രംഗം കഥാകൃത്ത് വർണ്ണിക്കുന്നത് ഇപ്രകാരമാണ്. 'കുട്ടികളുടെ നിലവിളി കേട്ടപ്പോൾ അവൾ തിരിഞ്ഞുനോക്കി. മാസങ്ങളോളം ചൂണ്ടലിട്ടുകിട്ടിയ ഒരു വലിയ മീൻകുഞ്ഞ് തോട്ടിലേക്ക്

ചാടിപ്പോയതിന്റെ ലാഘവത്തോടെ പിന്നീടവർ നീന്തിപ്പോന്നു.' ഇതിലെ ഓരോ വാക്കുകളും നിരവധി അർത്ഥം സംവഹിക്കുന്നു ണ്ട്. ദിവസങ്ങളോളമല്ല, മാസങ്ങളോളമാണ് ചൂണ്ടലിട്ടത്. മാസങ്ങ ളോളം ഗർഭത്തിൽ കഴിഞ്ഞതിനു ശേഷമാണ് കുഞ്ഞു ജനിക്കുന്ന ത്. വലിയ മീൻകുഞ്ഞാണ് നഷ്ടമായത്. ലാഘവത്തോടെയാണ് തിരിച്ചു നീന്തിപ്പോന്നത്. അതിന്റെ മയ്യക്കട്ടിൽ ഖബറിലേക്കെടു ത്തപ്പോൾപ്പോലും അവൾ നിലവിളിച്ചില്ല എന്ന പ്രസ്താവംകൂടി ശ്രദ്ധിക്കുക. മറ്റുള്ളവരുടെ ശകാരവാക്കുകളും അവളെ വേദനിപ്പി ച്ചില്ല. ഉണങ്ങാത്ത മുറിവിൽനിന്ന് അല്പംകൂടി തോലടർന്നാലെ ന്താണ് എന്നാണ് അവൾ ചിന്തിക്കുന്നത്. ഉണങ്ങാത്ത മുറിവ് ആ ദ്യഭർത്താവായ വാവയിൽ നിന്നുള്ള വേർപാടും അതിനുശേഷം അവളുടെ അറിവോ സമ്മതമോ കൂടാതെ നടന്ന രണ്ടാം വിവാഹ വുംതന്നെ. അതിൽനിന്നു തോലടർന്ന വേദനമാത്രമാണ് കുഞ്ഞി ന്റെ വേർപാട് അവൾക്ക് നൽകിയത്.

ഏഴാമത്തെ കുഞ്ഞിന്റെ മരണം യാദൃച്ഛികമായി സംഭവിച്ചതാ വാം. പക്ഷേ, മറ്റു കുഞ്ഞുങ്ങളുടെ മരണവും ഒപ്പം തന്റെതന്നെ മരണവും പൂമക്കുട്ടി സ്വയം വരിച്ചതുതന്നെ. പെറ്റെഴുന്നേറ്റതിന്റെ മൂന്നാം മാസത്തിൽ നാലുകുട്ടികളെയുംകൊണ്ട് അവൾ വീണ്ടും തോട്ടിലേക്ക് പോയത് തീരുമാനിച്ചുറച്ചപോലെയാണ്. ഇവിടെയും വായനക്കാരന് സംശയമാകുന്നു. പൂമക്കുട്ടിക്ക് ആകെ ഏഴു മക്കൾ. ഒന്ന് ഗർഭത്തിൽവച്ചുതന്നെ ചാപിള്ളയായി. ഏഴാമത്തെ കുട്ടി തോ ട്ടിൽ ഒഴുക്കിൽപ്പെട്ടു മരിച്ചു. ബാക്കി അഞ്ചുകുട്ടികൾ ഉണ്ടല്ലോ, കഥാകൃത്ത് നാലുകുട്ടികളെക്കുറിച്ചേ പറയുന്നുള്ളു. അഞ്ചാമനെ വിടെ? തോട്ടിലെ പച്ചനിറമുള്ള ഗ്രാമജലത്തിൽ പ്രളയകാലത്തി ന്റെ നീലക്കടൽ തെളിഞ്ഞപ്പോൾ ആലിലയിൽ കിടന്ന് വിരലൂണു നടത്തിക്കൊണ്ട് അഞ്ചാമൻ കഥയിൽ പ്രത്യക്ഷനായി - കണ്ണൻ എന്ന ഹിന്ദുദൈവം.

തോടനങ്ങുമ്പോഴെല്ലാം പൂമക്കുട്ടിക്ക് വാവയെ ഓർമ്മവരും. താനും വാവയും അതിലിറങ്ങി നീന്തിക്കുളിച്ചതും ജലാശയത്തി ന്റെ അടിത്തട്ടിൽ മുഴുക്കുട്ടികളെപ്പോലെ പിടഞ്ഞ് മുങ്ങാങ്കുഴിയിട്ട് ചുംബിച്ചതും അവൾക്കോർമ്മവരും. ആ ഓർമ്മയിലേക്കാണ് ഒടു വിൽ അവൾ മടങ്ങുന്നത്. കൃഷ്ണനെന്ന ഹിന്ദുദൈവവും വാവ യും ഒരാളാണെന്ന് അവൾ അറിയുന്നു. അവരുടെ നീലക്കാല്പാദ ങ്ങൾ. ഹാ അവന്റെ വിരലുണ്ടത് ആരാണ്?

അവൾ കുടുംബത്തിന്റെ, മാതൃത്വത്തിന്റെ കെട്ടുപാടിൽനിന്ന്

സ്വാതന്ത്ര്യത്തിന്റെ ലോകത്തേയ്ക്കുള്ള യാത്രക്കൊരുങ്ങുന്നു. തോട്ടിലൂടെ ഒഴുകിവന്ന വലിയൊരു ഒതളങ്ങ അവൾ കൈക്കലാക്കുന്നു. എനക്ക്, എനക്ക് എന്ന് കുട്ടികൾ കൈനീട്ടുന്നു. 'ഇമ്മ തിന്നോട്ടെ, ഇന്നട്ട് ഇമ്മ ഞമ്മളിക്ക് പാലുതരും.' മൂത്തവൻ ധൈര്യത്തോടെ പറഞ്ഞു.

രസകരമായ കളി ആരംഭിക്കുകയായി. കുഞ്ഞിന്റെ പ്ലാസന്റ വെട്ടിക്കളഞ്ഞ് തന്നെ വേദനയിൽ നിന്നും സ്വതന്ത്രയാക്കിയ പേറ്റിച്ചിയോട് അപ്പോളവൾക്ക് ദേഷ്യം തോന്നി. പ്ലാസന്റയിലേക്കുള്ള കുട്ടികളുടെ മടക്കമാണ് അവൾ ആഗ്രഹിക്കുന്നത്. ഒപ്പം മാതൃത്വത്തിൽനിന്ന് പിൻമടങ്ങാനും. അതിനായി കയ്പുചുരത്തുന്ന ഇമ്പം നൽകാൻ അവൾ തയ്യാറെടുത്തു. വളരെ സാവധാനം ഒതളങ്ങ തിന്നു. അവൾ കുപ്പായത്തിന്റെ പിന്നുകളൂരി മാറിടം സ്വതന്ത്രമാക്കി തോട്ടുകരയിൽ മലർന്നുകിടന്നു. വിവൃതമായ നെഞ്ചിലേക്ക് കുട്ടികളോരോരുത്തരായി ചുണ്ടുതാഴ്ത്തി.

വിഷം ചുരത്തുന്ന അമ്മയുടെ മാറിടവും കണ്ണനെന്ന ഹിന്ദു ദൈവത്തിന്റെ സാന്നിദ്ധ്യവുംകൊണ്ട് പുരാണപ്രസിദ്ധയായ ഒരു അമ്മയുടെ ഓർമ്മ വായനക്കാരിൽ നിറയുന്നു. ഉണ്ണിക്കണ്ണനെ തേടിവന്ന പൂതന. അമ്പാടിക്കണ്ണനെ വിഷമുലയൂട്ടിയ പൂതന മരണത്തോടെ മോക്ഷം പ്രാപിക്കുന്നു. ഇവിടെയും മോക്ഷപ്രാപ്തിയുണ്ട്. ഭർത്താവിന്റെ സ്നേഹരാഹിത്യത്തിൽനിന്ന്, കുടുംബജീവിതത്തിന്റെ യാത്രികതയിൽനിന്ന് അവൾ വാവ നൽകുന്ന സ്നേഹത്തിന്റെ സ്വാതന്ത്ര്യത്തിലേക്ക് യാത്രയാകുന്നു. ഒപ്പം അവളുടെ ഇമ്പത്തിന്റെ മാധുര്യംനുകർന്നു വളർന്ന കുട്ടികൾ അതേ ഇമ്പത്തിന്റെ കയ്പുനുകർന്നു പ്ലാസന്റയിലേക്ക് മടങ്ങുന്നു. കഥ അവസാനിക്കുകയായി. 'തീവ്രമായ വേദനയോടെ താനപ്പോൾ പെറ്റവയെന്നപോലെ നാലു കുഞ്ഞുങ്ങളെ ചേർത്തുപിടിച്ച്, അവൾ അവസാനമായി ഒന്നുകൂടി നിലവിളിച്ചു. അവളുടെ നിലവിളി ജലാശയത്തിന്റെ ഉള്ളറകളിലേക്ക് പ്രകമ്പനംകൊണ്ട് താണുപോയി.' അർത്ഥസാന്ദ്രമായ ഭാഷയിൽ ആഖ്യാനവൈചിത്ര്യത്തോടെ ഇന്ദുമേനോൻ പറഞ്ഞ 'ഭ്രൂണ'മെന്ന കഥയിൽ മാതൃത്വം സ്ഥാപനവത്ക്കരിക്കപ്പെടുന്നതിലുള്ള പ്രതിഷേധമുണ്ട്, പെണ്ണും പ്രകൃതിയും ഉയർത്തെഴുന്നേൽക്കുമെന്ന പ്രതീക്ഷയുണ്ട്. ഒപ്പം പെൺജീവിതത്തിന്റെ അലിവും മാധുര്യവുമുണ്ട്.

○○

ഏഴ്

സാക്ഷ്യപത്രങ്ങൾ സാക്ഷ്യപ്പെടുത്താത്തത്; 'പുലയടി' എന്ന കഥയെക്കുറിച്ച്

ഡോ. പി.എസ്. ജ്യോതിലക്ഷ്മി

അനീതിയുടെ സാക്ഷ്യപത്രങ്ങളെക്കുറിച്ചാണ് ഇന്ദു മേനോന്റെ 'പുലയടി' എന്ന കഥ ചർച്ച ചെയ്യുന്നത്. ഒറ്റവാക്കിൽ നിർവ്വചിച്ചാൽ അതൊരു 'പുലയേതിഹാസ' മാണെന്നു പറയാം. പുലയജീവിതത്തെയും അതിന്റെ ജൈവികമായ ആവാസവ്യവസ്ഥയേയും യഥാതഥമായി മണ്ണിന്റെ മണമുള്ള ഭാഷയിലൂടെ അവതരിപ്പിച്ചിരിക്കുന്ന കഥയാണ് 'പുലയടി.' കഥ തുടങ്ങുന്നത്, മഴയത്ത് വരമ്പു തുളുമ്പി വെള്ളം കയറിക്കിടക്കുന്ന പന്തിപ്പാ നെയ്തുവിടർത്ത കണ്ടങ്ങളുടെ ദൃശ്യത്തോടെയാണ്. കാർഷിക സംസ്കാരത്തിൽ നിന്നടർത്തിയെടുത്ത ബിംബങ്ങളിലൂടെ, ഗൃഹാതുരത്വത്തിന്റെ നെടുവീർപ്പുകളോടെ വരച്ചിടപ്പെടുന്നത് പരിഷ്കാരം കൊണ്ടും വികസനം കൊണ്ടും ധൃതഗതിയിൽ ഉപരിതലം മായ്ക്കപ്പെട്ടു പോകുന്ന കേരളീയ ഗ്രാമഭൂമിയുടെ ദൃശ്യങ്ങളാണ്.

'കണ്ടമൊരുക്കിയും കള കുത്തിയും ഞാറ് നട്ടും പൂർവ്വികരുണ്ട പുഞ്ചയോരങ്ങളിൽ ടാറു തൊപ്പിയിട്ട പഞ്ചായത്ത് റോഡ് നനഞ്ഞു കിടന്നു. പുലക്കുഴിയച്ചാർ കൂട്ടത്തോടെ വിറ്റുപോയ പാട്ട നിലങ്ങളിൽ ഫ്ളാറ്റിന്റെ എല്ലു കൂടുകൾ. പെണ്ണടിമകളെ ലേലം കൊണ്ട തറയും അവരുറങ്ങിയ പടിഞ്ഞാറെ ചുടലക്കുഴിയും ഇന്നില്ല. മൂപ്പച്ചാരെ ഈമം കത്തിച്ച മൂലയും ഇന്നില്ല. അവയ്ക്കു മീതെ സെക്രട്ടേറിയറ്റിലേക്കു പോകുന്ന തീവണ്ടികളുടെ തടങ്ങളാണ്.' തുടങ്ങിയ പരാമർശങ്ങൾ വികസ്വരമാക്കപ്പെടുന്ന, വികസനത്തിനു വേണ്ടി കൈമോശം സംഭവിച്ച പുഞ്ചപ്പാടങ്ങളെക്കുറിച്ചുള്ള നഷ്ടബോധമോമോ ആവലാതിയോ മാത്രമല്ല നഷ്ടമാ

കുന്നത്, സ്വന്തം വിയർപ്പിറ്റിയ പണിയിടങ്ങളും കഠിനയാതനകൾ നിറഞ്ഞ ഭൂതകാലത്തിന്റെ അവശേഷിപ്പുകളും കൂടിയാണ്. ഇവിടെ ചരിത്രം മായ്ക്കപ്പെടുന്നു. ചരിത്രത്തിന്റെ വിസ്മൃതിയിൽ സാക്ഷ്യപത്രങ്ങൾ ആവശ്യമാകുന്നു. താനാരാണെന്ന് തെളിയിക്കേണ്ട ബാധ്യത പൗരന്മാർക്ക് ഉണ്ടാകുകയും അത് സ്ഥിരീകരിക്കാനുള്ള അധികാരം ഗവൺമെന്റിനായിരിക്കുകയും അത് സവർണ്ണരായ ഉദ്യോഗസ്ഥരുടെ തീർപ്പുകൾക്ക് വിധേയമാവുകയും ചെയ്യുമ്പോൾ ബധിരമായ ചെവികളോടെ ആത്മാവിലേക്കുറഞ്ഞു കൂടുന്ന പുലയന്റെ വർത്തമാനകാല യാഥാർത്ഥ്യമാണ് 'പുലയടി' എന്ന കഥ.

സർക്കാരിൽ നിന്നുള്ള മുദ്രവെച്ച കവർ കൈവിറയലോടെ ഒപ്പിട്ടു വാങ്ങുന്ന സുകു എന്ന പുലയനെ അവതരിപ്പിച്ചു കൊണ്ടാണ് കഥ ആരംഭിക്കുന്നത്. പോസ്റ്റ്മാന്റെ കൈയിൽ നിന്ന് ഒപ്പിട്ടു വാങ്ങിയ കത്ത് തന്റെ മൂത്ത മകളെക്കൊണ്ട് വായിപ്പിച്ചു കേൾക്കുന്നു. അച്ഛന്റെയും മകളുടെയും പ്രതികരണത്തിലൂടെ കഥ അവസാനിക്കുന്നു. ഇതിനിടയിലുള്ള സുകുവിന്റെ മാനസസഞ്ചാരമാണ്, അതിലൂടെ ഉരുത്തിരിഞ്ഞു വരുന്ന പുലയജീവിത യാഥാർത്ഥ്യങ്ങളാണ് ഇന്നലെയുടെയും ഇന്നിന്റെയും വിവേചനത്തിന്റെ ഭിന്നമുഖങ്ങളാണ് കഥയുടെ ശരീരം.

പത്തിരുപതു പേജുകളിലായി സാമാന്യം നീണ്ട ഒരു കഥയാണ് പുലയടി. എന്നാൽ ആ രൂപദൈർഘ്യത്തെ അതിവർത്തിച്ചു കൊണ്ട് നിലകൊള്ളുന്ന കാലദൈർഘ്യവും വിഷയ വൈപുല്യവും ആണ് കഥയുടെ യഥാർത്ഥ വലിപ്പം നിർണ്ണയിക്കുന്നത്. ഒരു നോവലായി വികസിപ്പിക്കുവാൻ കഴിയുന്നത്ര സംഭവങ്ങളെ കുറുക്കിയൊതുക്കി കഥയാക്കി മാറ്റിയതിലുള്ള കഥാകാരിയുടെ വൈഭവം എടുത്തു പറയേണ്ടതാണ്. ഒരേസമയം വർത്തമാനത്തിലും ഭൂതകാലത്തിലും മാറിമാറി നിന്നു കൊണ്ട് സുകുവെന്ന മനുഷ്യൻ തന്റെയും തന്റെ വംശപരമ്പരയുടെയും അസ്തിത്വം തേടുകയാണ്. അനുഭവയാഥാർത്ഥ്യങ്ങളിലൂടെ പുലയജീവിതത്തെ പാരായണം ചെയ്യുകയാണ്.

കത്ത് വാങ്ങുമ്പോഴുള്ള കൈവിറ കണ്ട് സുകുവിനെ പോസ്റ്റ്മാൻ ബിജു, 'പുലർച്ചയ്ക്ക് തന്നെ തുടങ്ങിയോ കൈ വിറ?' എന്നു പറഞ്ഞു കളിയാക്കുന്നുണ്ട്. എന്നാൽ, തന്റെ വിറ, ബെവ്കോവിന്റെ വരീല് നിൽക്കാത്തതിന്റേതല്ലെന്ന് അയാൾ മറുപടി നൽകി. 'വെറ എന്റെ ചങ്കിനാണ്. അദും ചെറുങ്ങനെ ഒന്നുവല്ലടാ. എന്റെ ഉള്ളു പനങ്കൊല തുള്ളുമ്പോലാ വെറക്കുന്നേ. നിനക്കത് തിരിയു

കേലടാ ഉവ്വേ. മടവുള്ള ഒരു പുലയാളെ തന്തയാകുമ്പോ പിർത്ത്യേകിച്ചും'. സുകുവിന്റെ നിസ്സഹായജീവിതത്തെക്കുറിച്ചുള്ള സൂചന മാത്രമാണിത്. 'കുഞ്ഞാഞ്ഞയുടെ പേരെന്താന്നാ പറഞ്ഞെ' എന്ന ബിജുവിന്റെ പരിഹാസത്തിലൂടെ അയാളുടെ പ്രജ്ഞ, ഇന്നലെകളിലേക്ക് കൂപ്പുകുത്തുന്നു. ജാതി സർട്ടിഫിക്കറ്റിനു വേണ്ടി ഓഫീസർക്കു മുസിൽ വീണ്ടും വീണ്ടും വിചാരണ ചെയ്യപ്പെടുന്നു. വളരെ സ്വാഭാവികതയോടെ, ഒഴുക്കോടെ, ഇടർച്ചകളില്ലാതെ ഒന്നിൽ നിന്ന് മറ്റൊന്നിലേക്കുള്ള തുടർച്ചയായാണ് കഥ വിന്യസിക്കുന്നത്. ഒരു കഥാകാരി എന്ന നിലയിൽ ഇന്ദു മേനോൻ പ്രകടിപ്പിക്കുന്ന കൈയടക്കം കഥയിൽ ഉടനീളം കാണാവുന്നതാണ്.

ഓഫീസറുടെ വിചാരണയിലൂടെ പട്ടികജാതിക്കാർക്കിടയിലുണ്ടായ മതപരിവർത്തനം എന്ന വിഷയവും അതിന്റെ രാഷ്ട്രീയവും കഥ ചർച്ചചെയ്യുന്നു. കുമാരഗുരുവും പൊയ്കയിൽ യോഹന്നാനും പരാമർശവിധേയമാവുന്നത് കഥയിൽ ഒരു യാഥാർത്ഥ്യപ്രതീതി ജനിപ്പിക്കുകയും ചരിത്രപരമായ ഒരു മാനം നൽകുകയും ചെയ്യുന്നു. 'ഞാന്നല്ല ഒന്നാന്തരം പെലയനാണ് മാഡം.' എന്ന് ഓഫീസർക്ക് മുമ്പിൽ ആവർത്തിക്കുമ്പോൾ സുകുവിന് ആ ഉറപ്പ് കിട്ടുന്നത് കുട്ടിക്കാലത്തെ സ്കൂൾ ഓർമ്മകളിൽ നിന്നാണ്, അകറ്റി നിർത്തപ്പെടലിൽ നിന്നാണ്. ഈ പെലയനൊരു ചൂരുണ്ട് എന്നു പറഞ്ഞു തന്നെ ലാസ്റ്റ് ബെഞ്ചിലേക്ക് പറഞ്ഞു വിടുന്ന കുട്ടിക്കാല സ്വപ്നങ്ങളിലെ പേടിയായ ശേഖരൻ മാഷിന്റെ അറപ്പും വെറുപ്പും കലർന്ന മുഖവും മാഷിന്റെ വാക്കുകൾ കേട്ട് കൈയടിച്ചു ചിരിക്കുന്ന കുട്ടികളും ഈറം മണക്കുന്ന കുപ്പായക്കൈയിൽ സങ്കടത്തോടെ കണ്ണുതുടക്കുന്ന താനും അടങ്ങിയ ചിത്രത്തിൽ നിന്നാണ്.

ഈ കഥ കേവലം ഒരു സുകുവിന്റെ കഥയല്ലെന്നും പുലയവംശത്തിന്റെ ഏടുകളിലെ പൊള്ളിക്കുന്ന ഒരു അധ്യായം മാത്രമാണെന്നും ഉള്ള തിരിച്ചറിവാണ് ഇത് മുന്നോട്ടു വയ്ക്കുന്നത്. മറ്റൊരു സന്ദർഭത്തിൽ, 'ആരേലും എന്തേലും എഴുതിത്തന്നാൽ പോകുവോടാ നിന്റെ ജാതി? തേച്ചു കുളിച്ചാലുമ്പോവേല ഒപ്പിട്ടാലും പേകൊലാ.' എന്ന ചുടലക്കുഴിക്ക് അരികിൽ നിന്ന് ചത്തു തലയ്ക്കുമുകളിൽ നിൽക്കുന്ന ചാവരുകളുടെ പൊട്ടിച്ചിരി ശബ്ദത്തിന് ഇങ്ങനെയൊരു മറുവശം കൂടി ഉണ്ട്. എന്തിന്റെ പേരിലാണോ തങ്ങൾ അപമാനിക്കപ്പെടുന്നത്, 'മറ്റു മനുഷ്യർ വെറുത്ത പുലക്കുഴിയന്റെ മണം, കൊത്തിക്കളയിൽ അയ്യത്തിന്റെ ഉള്ളു പൊട്ടി വരു

ന്ന അസ്സൽ ചേറിന്റെ ചൂരാണത്, പുലയന്റെ മാത്രം ചൂര്.' ഈ അറിവ് മണ്ണിനോട് ചേർന്ന് നിൽക്കുന്ന മനുഷ്യർക്ക് മാത്രം ഉള്ള അറിവാണ്. 'നിങ്ങളുടെ അച്ഛൻ ശരിക്കും ആരായിരുന്നു, എന്താ യിരുന്നു?' എന്ന ഓഫീസറുടെ ചോദ്യത്തിലൂടെ മനസ്സിൽ ഉയർ ത്തെഴുന്നേറ്റ അപ്പന്റെ രൂപം അയാളുടേതു തന്നെയാണ്. തൊലി യും മണവും ചിരിയും അപ്പനിൽ നിന്ന് പകർന്നു കിട്ടിയ തന്നിലൂ ടെയാണ് അയാൾ അപ്പനെ അറിയുന്നത്. അപ്പന്റെ ഉടലും ഉയിരും ഇന്ദുമേനോൻ വരച്ചിടുമ്പോൾ അത് കഥയ്ക്കകത്തെ കവിതയാകു ന്നു. പച്ചമണ്ണിനോട് ഒട്ടിനിൽക്കുന്ന ബിംബങ്ങളിലൂടെ പച്ചയായ പുലയജീവിതത്തെ വാക്കിഴകീറി വെളിപ്പെടുത്തുമ്പോൾ നിറങ്ങൾ ഇല്ലാത്ത ആ ബ്ലാക്ക് ആൻഡ് വൈറ്റ് ചിത്രത്തിലെ തുടിക്കുന്ന ജീവനാരുകൾ ആസ്വാദകരിലേക്കും പകർന്നു കിട്ടുന്നു.

ജാതി സംവരണത്തിനെതിരെയുള്ള പൊതുസമൂഹത്തിന്റെ മനോഭാവം, ഉപരിവർഗ്ഗത്തിന്റെ അസഹിഷ്ണുത എങ്ങനെയാണ് പ്രവർത്തിക്കുന്നതെന്ന് സംവരണത്തിന് അർഹതയുള്ളവരെ പ്രതിയോഗിയായി കാണുന്നതെന്നു കഥ കാണിച്ചുതരുന്നു. 'താൻ പിഎസ്സി ലിസ്റ്റിൽ പിന്നാക്കം പോയത് തന്റെ അയൽവാസിയാ യ പീച്ചാളിയുടെ പേരക്കുട്ടിക്ക് കിട്ടിയ സംവരണമാണെന്ന് ആജീ വനാന്തകാലം വിശ്വസിച്ചു പോരുന്ന പക അവർക്ക് സുകുവിനോ ടും തോന്നി. ഓരോ സംവരണക്കാരനും തന്നെ പുകച്ചു താഴേക്ക് ചാടിച്ച എതിരാളിയാണെന്ന് കരുതി ജാതിവെറിയിൽ മുങ്ങിയ അസൂയയോടെ പല്ലുകൾ അമർത്തിപ്പിടിച്ചു.' അവരുടെ രൂക്ഷമായ നോട്ടത്തിൽ സുകുവിന്റെ നാവ് ആദിമമായ ഭയത്തോടെ തരിച്ചു. ആദിമമായ ഈ ഭയമാണ് പുലയേതിഹാസത്തിന്റെ അടിത്തറ.

പുലയർക്കു മണ്ണിലുള്ള അവകാശം ചർച്ച ചെയ്യുന്ന വേറൊരു സന്ദർഭം, അച്ചാച്ചിയുടെയും പൊന്തമ്മാച്ചിയുടെയും ശവമടക്ക് സമയമാണ്. ആരുമുറങ്ങാത്ത മണ്ണിൽ അച്ചാച്ചിയെ അന്തസ്സോടെ അടക്കണം എന്ന് ആശിച്ച അയ്യപ്പൻ പുരത്തറ പൊളിച്ച് അവിടെ ത്തന്നെ കുഴികെട്ട് നടത്താൻ തീരുമാനിക്കുന്നു. എന്നാൽ സർക്കാ രിൽ നിന്ന് കിട്ടിയ പുര പൊളിക്കാൻ തനിക്ക് അവകാശമില്ലെന്ന് അറിവ് അയാളെ നിസ്സഹായനാകുന്നു. അവസാനം പുലയന്റെ ചുടലക്കുടിയിൽ കന്നി മണ്ണ് തേടി അവൻ അലയുന്നു. തന്റെ പുല ച്ചിയായ പൊന്തമ്മേയുടെ കുഴി തോണ്ടുന്ന കൊച്ചൂട്ടിയാകട്ടെ ഒരു സന്ദർഭത്തിൽ നിയന്ത്രണം വിട്ടു കരയുന്നു.

ഇന്ദുമേനോന്റെ ഭാഷയെക്കുറിച്ച് പലരാൽ പലവട്ടം പരാമർശി

ക്കപ്പെട്ടിട്ടുണ്ട്. ഭാഷയുടെ അധികാര ഭാവത്തെ കൃത്യമായി അട യാളപ്പെടുത്തിയ കഥയാണ് പുലയടി.

അതുപോലെ തന്നെ ഭാഷയുടെ പ്രയോഗ സാധ്യതകളെ കൃത്യമായി ഉപയോഗപ്പെടുത്തിയിട്ടുമുണ്ട് ഈ കഥയിൽ. കഥയു ടെ അന്തരീക്ഷത്തിൽ നിന്നു തന്നെ വാക്കുകൾ തെരഞ്ഞെടുത്തു വയ്ക്കുന്നതിലുള്ള കഥാകാരിയുടെ ശ്രദ്ധ സൂചിപ്പിക്കാതിരിക്കാൻ ആവില്ല. ജീവിതം ആധുനികവൽക്കരിക്കപ്പെട്ടപ്പോൾ ഏറ്റവും അധികം പരിണാമവിധേയമായ ഒന്നാണ് ഭാഷ. നിത്യജീവിതത്തിൽ നിന്ന് ഉപയോഗമില്ലാതെ അടർന്നുപോയ നിരവധി വാക്കുകൾ ഉണ്ട്, പ്രത്യേകിച്ച് കാർഷിക ജീവിതവുമായി ബന്ധപ്പെട്ടവ. സസ്യ ങ്ങളും, ജന്തുക്കളും, ജലജീവികളും, ഫല മൂലങ്ങളും, ശരീരഭാഗ ങ്ങളും ഒക്കെയായി അന്യം നിന്നുപോയ ധാരാളം വാക്കുകൾ കഥ യിലേക്ക് ആനയിക്കപ്പെടുന്നുണ്ട്.

പുതുതലമുറയ്ക്ക് അന്യമായി പോയ ഇത്തരം വാക്കുകളുടെ ഒരു പദകോശത്തിനു പോലും സാധ്യതയുണ്ട്. വാക്കുകളുടെ മാത്രമല്ല ശൈലികളുടെയും വാക്യഘടനയുടെയും ഉപയോഗവും അനന്യതയും എടുത്തുപറയേണ്ടതാണ്.

മുറുക്കിക്കെട്ടിയ കമ്പിയുമായി നിലകൊള്ളുന്ന ഒരു സംഗീതോ പകരണം പോലെയാണ് ഇന്ദു മേനോന്റെ ഈ കഥ. ആ സംഗീ തോപകരണത്തിൽ കാറ്റടിച്ചുയരുന്ന വിലാപഗീതം മനുഷ്യഹൃദ യങ്ങളെ കീറിമുറിച്ചുകൊണ്ട് നീതിക്കായി മുഴങ്ങിക്കൊണ്ടിരിക്കും.

റഫറൻസ്
പുലയടി, പഴരസത്തോട്ടം, ഇന്ദു മേനോൻ,
ഡി.സി.ബുക്സ് കോട്ടയം, 2017

(1) പഴരസത്തോട്ടം പുറം 49, (2) പുറം 49, (3) പുറം 66, (4) പുറം 51, (5) പുറം 53, (6) പുറം 55, 56, (7) പുറം 55, (8) പുറം 65, (9) പുറം 65, (10) പുറം 66, (11) പുറം 66

○○

എട്ട്

പ്രേമസൂത്രം

ഡോ. സുവർണ്ണനീദേവി ഇ.

മലയാളചെറുകഥാസാഹിത്യത്തിന്റെ ഉത്തരാധുനികത ഘട്ടത്തെ വേറിട്ട വഴികളിലൂടെ ശ്രദ്ധേയമാക്കിയ ഇന്ദുമേനോന്റെ തിരഞ്ഞെടുത്ത കഥകൾ എന്ന ചെറുകഥാസമാഹാരത്തിലുൾപ്പെടുന്ന ഒരു കഥയാണ് പ്രേമസൂത്രം- പുരുഷലൈംഗികതയെക്കുറിച്ച് ഒരു ഉപന്യാസം. ഉത്തരാധുനികതയിലേയ്ക്ക് കടക്കുന്ന ചെറുകഥാലോകത്ത് പ്രതിരോധത്തിന്റെയും വിരുദ്ധനിലപാടുകളുടെയും കലഹവും അവിടവിടെ തെളിയുന്ന പ്രണയവും കാമനകളും അടങ്ങുന്ന സവിശേഷമുഖങ്ങളെ ഒപ്പിയെടുക്കുന്ന അഥവാ തുറന്നുകാണിക്കുന്ന ഇന്ദുമേനോൻ കഥകളുടെ സമാഹാരത്തിലെ വ്യത്യസ്തമായ ഒരു ആവിഷ്കാരം തന്നെയാണ് പ്രേമസൂത്രം. സ്ത്രീയനുഭവങ്ങളുടെ പ്രതിരോധാത്മകമായ ആവിഷ്കാരങ്ങളിൽ നിന്നും വ്യത്യസ്തമായി പുരുഷലൈംഗികതയെ വിഷയമാക്കിയിരിക്കുന്നു. ജീവിതസായാഹ്നത്തിൽ മരണമുഖമോളമെത്തിയ കഥാനായകനായ പുരുഷൻ ആ അവസ്ഥയിലും അടങ്ങാത്ത സ്ത്രീശരീരകാമനയ്ക്ക് വശപ്പെടുന്നതായി സ്വയം ചിന്തിക്കുന്ന രംഗത്തോടെയാണ് കഥയുടെ പ്രാരംഭം.

മസ്തിഷ്കമരണം സംഭവിച്ച് ആശുപത്രിക്കിടക്കയിൽ യന്ത്രസഹായത്തോടെ ശ്വാസം കഴിക്കുന്ന കഥാനായകൻ പുരുഷലൈംഗികതയെക്കുറിച്ച് ഉപന്യാസം എഴുതാൻ ആരംഭിക്കുകയാണ്. എഴുപതിലെത്തിയ അയാൾ ഉപന്യാസരചനയ്ക്കു മുമ്പായി തന്റെ ഭൂതകാലത്തെ അല്പമൊന്ന് പ്രകാശിപ്പിക്കുന്നു. ആദ്യം തന്റെ ജീവിതപങ്കാളിയിലേയ്ക്കാണ് ഓർമ്മ ചെല്ലുന്നത്. ഇപ്പോഴും ഈ വാർദ്ധക്യത്തിലും താനുമൊത്തുള്ള ലൈംഗികവേഴ്ചയുടെ അനുഭൂതി

കളെ പുതുമയോടെ നിലനിർത്തുന്ന ഭാര്യയെപ്പറ്റി അയാൾ പറയുന്നു. അവളാകട്ടെ പരമ്പരാഗതമായി സമൂഹം നിർമ്മിച്ചെടുത്ത കുടുംബവ്യവസ്ഥകളിൽ തന്റേതെന്നു കരുതുന്ന പുരുഷനുമൊത്തുള്ള വേഴ്ചകൾ അവളിലുളവാക്കിയ സവിശേഷസംതൃപ്തികളിൽ മാത്രം അഭിരമിക്കുകയും അതിനെ നെഞ്ചിലേറ്റി രതി ആസ്വദിക്കുകയും ചെയ്യുന്ന സ്ത്രീയുടെ പ്രതിരൂപമാകുന്നു.

സംതൃപ്തദാമ്പത്യത്തിന്റെ ഉദാത്ത മാതൃകയായി പുറംലോകം വിലയിരുത്തിയിരുന്ന അവരുടെ ജീവിതത്തിൽ ഭാര്യയെ ആഹ്ലാദിപ്പിക്കുവാനുള്ള അവശ്യഘടകമായും അയാൾ രതിയെ കണക്കാക്കുന്നു. ആ ദാമ്പത്യത്തിൽ മൊട്ടിട്ട നാലാമത്തെ സന്തതിയെയും ഇരുകൈകളും നീട്ടി സ്വീകരിക്കുവാൻ തയ്യാറാകുന്ന സ്ത്രീയുടെ മാതൃത്വവാഞ്ഛയെ സാഭിമാനം അയാൾ നോക്കിക്കാണുന്നു. തനിക്ക് പരസ്ത്രീകളുമായിട്ടുള്ള ബന്ധം മറച്ചുപിടിച്ചുകൊണ്ട് തന്റെ ജീവിതപങ്കാളിയെ സദാ സന്തോഷവതിയായി കൊണ്ടുനടക്കുന്നുവെന്നതിൽ അയാൾ അങ്ങേയറ്റം അഭിമാനം കൊള്ളുന്നു.

എഴുപതാം വയസ്സിൽ അതിഭീകരമായ ഹെമറേജിൽ അഞ്ചു ദിവസത്തിലധികം ആയുസ്സു പറയാത്ത അവസ്ഥയിൽ, യാതൊരു ഓർമ്മയുമില്ലാതെ കിടന്ന സാഹചര്യത്തിലും അയാളുടെ ഇസിജി റീഡിങ് പൂർണ്ണാരോഗ്യവാനായ ഒരുവന്റേതുപോലെയാണ് എന്നു കണ്ട് ഡോക്ടർ അമ്പരന്നുപോകുന്നു. ഈ സംഭവത്തോടെ, താൻ ജീവിതത്തിൽ എക്കാലവും നേരിട്ട ഈ അസാധാരണത്വത്തെ പ്രകടമാക്കുവാൻ അയാൾ ആഗ്രഹിക്കുന്നു. അതേക്കുറിച്ചു വെളിപ്പെടുത്താനാണ് അയാൾ തന്റെ ലൈംഗികതയെപ്പറ്റി ഉപന്യാസം എഴുതാൻ തയ്യാറാകുന്നത്. കൂടാതെ, അതിന് അനുയോജ്യമായ ശീർഷകമായ കാമസൂത്രം എന്നതിൽ നിന്നും അല്പം മാറ്റി ഹൃദയത്തിന്റെ അടിത്തട്ടിലൂറുന്ന സ്നേഹാർദ്രമായ വികാരത്തിന്റെ സ്പർശനം എവിടെയൊക്കെയോ ഉണ്ടായിട്ടുള്ളതുകൊണ്ടാവാം പ്രേമസൂത്രമെന്ന് അതിനു പേരിടാമെന്നും അയാൾ തീരുമാനിക്കുന്നത്.

ഭാര്യയെക്കൂടാതെ താൻ ലൈംഗികബന്ധത്തിൽ ഏർപ്പെട്ട ഇരുപത്തിരണ്ട് സ്ത്രീകളിൽ ആദ്യമായും അവസാനമായും പ്രാപിച്ച രണ്ടു സ്ത്രീകളെക്കുറിച്ചുള്ള ചിന്തകളുടെ ചെറിയൊരോർമ്മക്കുറിപ്പാണ് ഈ ഉപന്യാസത്തിന്റെ പ്രധാന വിഷയം. പത്തൊമ്പതാം വയസ്സിലാരംഭിച്ച അയാളുടെ ലൈംഗികത വാത്സ്യായനന്റെ കാമസൂത്ര പ്രതിപാദകങ്ങളായ കാമകലയുടെ പാഠങ്ങളിലൂ

ടെ കടന്നുകയറി ഒടുവിൽ കാമാസക്തിയുടെ മരണമെന്ന പത്താമത്തെ സ്ഥാനാരോഹണത്തിലേയ്ക്കടുക്കുന്നു.

നാട്ടിലെ അറിയപ്പെടുന്ന തറവാട്ടിലെ അംഗമായ രവി എന്ന ഈ കഥാനായകന് ചെറുപ്രായത്തിൽ വാല്യക്കാരിയോടുണ്ടായ സംഭോഗകാമനയാണ് ആദ്യത്തേത്. നാട്ടിൻപുറത്തുകാരിയായ ശ്രീവിദ്യയോടുണ്ടായ കാമവാസന, കല്ലുവക്കന്റെയും സീതയക്കന്റെയും വേശ്യാലയത്തിലേയ്ക്ക് സുഹൃത്തുക്കളുടെ സഹായത്തോടെ അയാളെ കൊണ്ടെത്തിക്കുന്നു. വലിയവീട്ടിൽ നിന്നുവരുന്നവർക്കുള്ള വിശേഷസൽക്കാരവുമേറ്റുവാങ്ങി അതിനു പ്രതിഫലമായി തന്റെ മാലയും നൽകി മുറിയിലേയ്ക്ക് പ്രവേശിക്കുമ്പോൾ കണ്ട കാഴ്ചയിൽ അയാൾ തകർന്നുപോകുന്നു. അത് ശ്രീവിദ്യയായിരുന്നു.

തന്നെ രക്ഷിക്കണമെന്നവൾ കേണപേക്ഷിക്കുകയും അവർ തന്റെ സുഹൃത്ത് ശ്രീകുമാറിന്റെ പ്രണയിനിയുമാണെന്നറിയുന്നതോടെ അയാളുടെ രണ്ടാമത്തെ രതിപരിശ്രമവും അവസാനിക്കുന്നു. തന്നിലെ ലൈംഗികാസക്തി തന്നെ അവിടേയ്ക്ക് എത്തിച്ചതും അതിനാൽ അവൾ രക്ഷപെട്ടതും അയാൾ തന്റെ അസാധാരണതയിലേയ്ക്ക് കൂട്ടിച്ചേർക്കുന്നു.

തുടർന്ന് അയാളുടെ ജീവിതം കൽക്കട്ടയിലേയ്ക്ക് കുടിയേറിയപ്പോൾ അവിടെവച്ച് പരിചയപ്പെട്ട പ്രൊഫസർ മുഖർജിയുടെ മകൾ മൃണാളിനി മുഖർജിയാണ് അയാൾ ആദ്യമായി പ്രാപിച്ച സ്ത്രീയെന്നും ഓർക്കുന്നു. ഇരുപതു വയസ്സുള്ള കാമസൂത്രപാഠങ്ങൾ വശത്താക്കിയ ആ സ്ത്രീയുമായുള്ള പ്രേമവും രതിയും കാമസൂത്രപാഠങ്ങളിലൂടെ പ്രകടമാക്കുകയാണ് കഥാകാരി.

മൃണാളിനിയുടെ വിവാഹാഭ്യർത്ഥനയെ നിരസിക്കുന്ന അയാൾ അവളാൽ താൻ ഭോഗിക്കപ്പെടുകയായിരുന്നുവെന്നും പരാമർശിക്കുന്നു. തന്റെ ജീവിതത്തിലൂടെ തുടർന്നങ്ങോട്ട് കടന്നുപോയ ഇരുപത്തിരണ്ടു സ്ത്രീകളും അവരുടെ ഉടലുകൾ പ്രേമപൂർവ്വം അയാൾക്ക് വിശിഷ്ടഭോജ്യമാക്കുകയായിരുന്നു എന്നും അതിലൂടെ എല്ലാ സ്ത്രീകളും അറുപത്തിനാലു കാമസൂത്രകലകളിലേതെങ്കിലുമൊന്നിൽ പ്രാഗല്ഭ്യം നേടുകയും ചെയ്തുവെന്നും അയാൾ പ്രഖ്യാപിക്കുന്നു.

ബാധ്യതയൊന്നുംതന്നെ ബാക്കിവയ്ക്കാത്ത അയാളുടെ കാമത്തിന്റെ അഥവാ പ്രേമത്തിന്റെ ഭാജനങ്ങളായി മാറിയ ആ സ്ത്രീകളാരും തന്നെ നിരാശരായിരുന്നില്ല. മറിച്ച് ആദരവോടെ അയാളെ

സ്വീകരിക്കുകയായിരുന്നുവത്രേ.

മാത്രവുമല്ല പിന്നീടുള്ള കൂടിക്കാഴ്ചകളിൽ അവരാരും ഇതേക്കുറിച്ചു സ്മരിച്ചതേയില്ല എന്നും തന്റെ ഭാര്യയോടൊപ്പം നിൽക്കുമ്പോഴും വളരെ സൗഹൃദപരമായി സംസാരിച്ചിരുന്നുവെന്നും അയാൾ ഓർക്കുന്നു. ഈ വിധം അതീവരഹസ്യമായി കൊണ്ടാടിയ ലൈംഗികതയുടെ അഥവാ കാമത്തിന്റെ രഹസ്യസൂത്രമായി പ്രേമം മാറുന്നു. അതുകൊണ്ടുതന്നെ തന്നോടൊപ്പം കിടക്ക പങ്കിട്ട ഒരു പെണ്ണിനും അതോർത്ത് കുറ്റബോധവും ഉണ്ടായിട്ടില്ല എന്നയാൾ വിശ്വസിക്കുന്നു. ഇവിടെയും അയാൾ തന്നിലെ അസാധാരണത്വം വീക്ഷിക്കുന്നു.

ഒടുവിൽ ഇരുപത്തിരണ്ടാമതെത്തുന്ന സ്ത്രീ അപർണ്ണ ഭട്ടാചാര്യ, താൻ ആഗ്രഹിക്കാതെ തന്നിലേയ്ക്കെത്തിച്ചേർന്നവളാണെന്നയാൾ ഓർത്തെടുക്കുന്നു. തന്റെ ഇളയമകളെക്കാൾ പ്രായം കുറഞ്ഞ അവളുമായുണ്ടായ രതിയെ മകൾക്കും കാമുകിക്കും ഇടയിലെ പുരിപ്പിക്കാനാവാത്ത ഒരു പ്രേമത്തിന്റെ മാരകമായ അവസ്ഥ എന്നാണ് അയാൾ വിശേഷിപ്പിക്കുന്നത്. ഒരുനാൾ മാതാപിതാക്കളോടൊപ്പം അപർണ്ണയെത്തുമ്പോൾ മൃണാളിനിയാണ് അവളുടെ അമ്മയെന്നും മൃണാളിനിയിൽ നിന്നും അപർണ്ണ തന്റെ മകളാണെന്നും തിരിച്ചറിയുന്ന നിമിഷം അയാളുടെ തലയിൽ പൊട്ടിത്തെറിയുണ്ടാക്കി. രക്തക്കുഴലുകൾ പൊട്ടി, തലച്ചോറു കലങ്ങി ചോര ചിതറിക്കൊണ്ട് അയാൾ അശരണമായ കരച്ചിലോടെ താൻ ചെയ്തുപോയ പാപത്തിന്റെ തീക്ഷ്ണതയിൽ നിലംപതിച്ചു.

സത്യം മനസ്സിലാക്കുന്ന അപർണ്ണയും ജീവനൊടുക്കുന്നു.

തന്റെ തലച്ചോറ് ബലിച്ചോറായി മാറുന്ന; താനൊരു ജഡപിണ്ഡമായി മാറിയിരിക്കുന്ന അവസ്ഥയിലും സംഭവിക്കുന്നതെല്ലാം കൃത്യമായി അറിയുവാനും കഴിഞ്ഞുപോയവയെ വ്യക്തമായി ഓർത്തെടുക്കുകയും ചെയ്യുന്ന മസ്തിഷ്കത്തിന്റെ അസാധാരണത്വത്തെ അയാൾ വീണ്ടും ബോധ്യപ്പെടുത്തുന്നു.

കാമസക്തിയുണ്ടാക്കിയ വലിയ പാപത്താൽ ഒടുവിൽ അയാളുടെ ഓർമ്മകളും നിലയ്ക്കുന്നു.

മനുഷ്യജീവിതത്തിന്റെ അടിയൊഴുക്കുപോലെ കടന്നുപോകുന്ന ലൈംഗികതയുടെ ബഹിർസ്ഫുരണമാണ് പ്രേമസൂത്രം ആവിഷ്കരിക്കുന്നത്. ലൈംഗികതയുടെ കടന്നുകയറ്റം ഉണ്ടാക്കിത്തീർക്കുന്ന വിക്ഷുബ്ധതകളിലേയ്ക്കും അവിടെയെല്ലാമുള്ള ആണധികാരത്തിന്റെ നേർക്കാഴ്ചകളെയും ഇന്ദുമേനോൻ കഥകൾ ആവിഷ്കരി

ക്കുന്നുണ്ട്. അവിടെയെല്ലാം സ്ത്രീക്കു പ്രതിരോധത്തിന്റെയും പ്രതികാരത്തിന്റെയും വഴികൾ തിരഞ്ഞെടുക്കേണ്ടതായും വരുന്നുണ്ട്. എന്നാൽ ബലാത്കാരമല്ലാതെ പ്രേമപൂർവ്വം തന്നിലേയ്ക്കെത്തുന്ന സ്ത്രീകളുമായുള്ള ഒരു പുരുഷന്റെ വേഴ്ചകളെയാണ് ഈ കഥ അവതരിപ്പിക്കുന്നത്. ബാഹ്യസുഖഭോഗതല്പരത രതിയിലൂടെ ഒടുവിൽ ജീവിതാന്ത്യത്തിൽ അതിന്റെ നശ്വരതയെയും ഓർമ്മപ്പെടുത്തുന്നുണ്ടിവിടെ. സ്ത്രീശരീരവർണ്ണനകൾക്ക് കഥാകാരി കൊടുക്കുന്ന പ്രാധാന്യം ഇവിടെയും പ്രകടമാണ്. സ്ത്രീ ഉടലിന്റെ ഗ്രാമീണവശ്യതയും നാഗരികഭംഗിയും ഒരുപോലെ അനാവരണം ചെയ്യുന്നു.

ഭാഷയുടെ ഒഴുക്കും പ്രയോഗഭംഗിയും ഒത്തുചേരുന്ന കഥാകഥനരീതി കഥയുടെ ശീർഷകത്തിൽ തുടങ്ങി ആമുഖത്തിലൂടെ കഥാന്ത്യം വരെ തെളിഞ്ഞുനിൽക്കുന്നു. കൂടാതെ വർത്തമാനകാലത്തെ ആഖ്യനശൈലിയിലൂടെ വളരെയധികം വൈകാരികമായ കഥാന്തരീക്ഷം കാഴ്ചവയ്ക്കുവാൻ കഥാകാരിക്ക് സാധിച്ചിട്ടുണ്ട്.

OO

ഒമ്പത്

ചില സ്വപ്നങ്ങളിൽ... സീതാലക്ഷ്മിയുടെ കറുത്ത മുടിയിഴ

ഡോ. ആശാമോൾ എസ്.

സ്ത്രീത്വത്തിന്റെ നാനാർത്ഥങ്ങൾ തേടുന്ന കഥകൾകൊണ്ട് മലയാള കഥാലോകത്ത് ശ്രദ്ധേയയായിത്തീർന്ന എഴുത്തുകാരിയാണ് ഇന്ദുമേനോൻ. സ്ത്രീയുടെ ശാരീരികവും മാനസികവും ആത്മീയവുമായ നിലപാടുകളെല്ലാം തന്റെ എഴുത്തിലേക്ക് കൂട്ടിക്കൊണ്ടുവരുന്ന എഴുത്തുകാരി, എഴുത്തിലൂടെ സ്ത്രീയുടെ സ്വാതന്ത്ര്യപ്രഖ്യാപനമാണ് ലക്ഷ്യം വയ്ക്കുന്നത്. നിലനില്ക്കുന്ന വ്യവസ്ഥിതികളോട് കലാപസ്വരം ഉയർത്തിക്കൊണ്ടാണ് ഇന്ദുമേനോന്റെ ഓരോ കഥകളും കടന്നുപോകുന്നത്. മതനിയമങ്ങളും പ്രത്യയശാസ്ത്രനിലപാടുകളും മാത്രമല്ല രാജ്യത്തിന്റെ ഭരണഘടനപോലും എഴുത്തിനു ബാധകമല്ല, എഴുത്ത് ആത്യന്തികമായി കലാപമാണ് എന്ന എം. മുകുന്ദന്റെ വീക്ഷണം ഇന്ദുമേനോന്റെ കഥകൾക്ക് സാർത്ഥകമാണ്.

സമകാലികലോകത്ത് ചർച്ച ചെയ്യപ്പെടുന്ന എല്ലാ വിഷയങ്ങളോടും തന്റേതായ നിലപാടിൽ ഉറച്ച് നിന്നുകൊണ്ട് കലാപസ്വരം ഉയർത്തുവാൻ ശ്രമിക്കുന്നവയാണ് ഇന്ദു മേനോന്റെ മിക്കകൃതികളും. അതിൽ എടുത്തുപറയേണ്ട ഒന്നാണ് 'ചില സ്വപ്നങ്ങളിൽ... സീതാലക്ഷ്മിയുടെ കറുത്ത മുടിയിഴ' എന്ന കഥ. ഈ കഥയിൽ എഴുത്തുകാരി പിൻതുടരുന്ന രചനാതന്ത്രം വളരെ വ്യത്യസ്തമാണ്. സീതാലക്ഷ്മി എന്ന കഥാപാത്രത്തെ, അവരുടെ ജീവിതാനുഭവങ്ങളെ മുൻനിർത്തിക്കൊണ്ട് സമൂഹത്തിലെ സ്ത്രീയവസ്ഥകളെ നോക്കിക്കാണുവാനും പുരുഷാധിപത്യചിന്തകളെ വിമർശിക്കുവാനും എഴുത്തുകാരി തയ്യാറാകുന്നു. അതിനായി ഈ കഥയിൽ

എഴുത്തുകാരി ഉപയോഗിക്കുന്നത് ഒരു സാധാരണ കുടുംബാന്ത രീക്ഷത്തെയാണ്. ബാഹ്യമായ സംഘട്ടനങ്ങൾക്കോ സംഘർഷ ങ്ങൾക്കോ ഇടംനൽകാതെ തികച്ചും ശാന്തമെന്ന് തോന്നുന്ന രീതിയിൽ മുന്നേറുന്ന കഥാഗതി ആന്തരിക സംഘർഷങ്ങളാൽ സമ്പന്നമാണ്. അതിനിണങ്ങുന്ന രചനാരീതിയും ഭാഷാ പ്രയോഗ വും ഇന്ദു മേനോന്റെ കഥകളിൽ ഈ കഥയെ വ്യത്യസ്ത സ്ഥാന ത്തിനർഹമാക്കുന്നു.

ശാന്തമായ ബാഹ്യഘടനയും സംഘർഷാത്മകമായ ആന്തരിക ഭാവവും ഉൾക്കൊള്ളുന്ന 'ചില സ്വപ്നങ്ങളിൽ... സീതാലക്ഷ്മിയു ടെ കറുത്ത മുടിയിഴ' എന്ന കഥ എല്ലാക്കാലത്തും പ്രസക്തമായ കുറെയേറെ വിഷയങ്ങളിലേക്ക് വായനക്കാരന്റെ ശ്രദ്ധയെ കൊ ണ്ടുവന്നു നിർത്തുന്നു. നിശബ്ദയായിപ്പോയ സീതാലക്ഷ്മി എന്ന പെൺകുട്ടിയുടെ ജീവിതം പുരുഷാധിപത്യമൂല്യങ്ങളെ ചോദ്യം ചെ യ്യുവാനുള്ള ഉപാധിയാക്കി എഴുത്തുകാരി മാറ്റിയിരിക്കുന്നു. ജീവി ച്ചിരുന്നപ്പോൾ സീതാലക്ഷ്മി എത്രമാത്രം നിശബ്ദയായിരുന്നുവോ മരണശേഷം അവൾ അത്രമേൽ വാചാലയായിത്തീരുന്നു. നെഞ്ചു പൊട്ടിക്കരയുന്ന ഒരു പാവം പെൺബോധത്തിൽ നിന്നും പകയു ടെ തീക്കനൽ തിളക്കത്തിലേക്ക് അവൾ വളർന്നുവരുന്നത് സ്വാഭാ വികതയോടെ എഴുത്തുകാരി ആവിഷ്ക്കരിച്ചിരിക്കുന്നു. പക്ഷേ, ആ വളർച്ച അവൾ നേടിയെടുത്തത് മരണത്തിലൂടെയാണ് എന്ന താണ് ദുഃഖിപ്പിക്കുന്ന യാഥാർത്ഥ്യം.

അതായത് മരണശേഷമാണ് സീതാലക്ഷ്മി എന്ന കഥാപാത്രം കഥയിൽ വളർന്നു വികസിക്കുന്നത്. ഓരോ ദിവസവും അവൾ രവിശങ്കറിന്റെ ഉള്ളിൽ വളരുകയാണ്, ആ വളർച്ച കഥാനായകന്റെ കുറ്റബോധത്തെയും വളർത്തുന്നു. അവസാനം അയാളിൽ അസ്വ സ്ഥതയുടെ വിത്തുകൾ വാരി വിതറുന്ന സീതാലക്ഷ്മിയുടെ ജീവിതം, അവൾ കടന്നുപോയ വഴികളെക്കുറിച്ചുള്ള നായകന്റെ ചിന്തകൾ എല്ലാം ചേർത്ത് വയ്ക്കുമ്പോൾ പ്രണയത്തിന്റെയും സ്ത്രീപുരുഷബന്ധത്തിന്റെയും സാധ്യതകൾ ആരായുന്നതിനൊ പ്പം, സ്ത്രീയുടെ മനസ്സും, സ്നേഹവും, വ്യക്തിത്വവും തിരിച്ചറിയ പ്പെടാതെ പോകുന്നതിലെ ആകുലതയും പങ്കുവയ്ക്കുന്നു. സീതാ ലക്ഷ്മിയുടെ മരണം, അത് വീണ്ടെടുക്കുന്നതിനുള്ള ശ്രമത്തിന്റെ ഭാഗമാണെന്ന് കൂടി കരുതേണ്ടിവരും.

'ചില സ്വപ്നങ്ങളിൽ...സീതാലക്ഷ്മി യുടെ കറുത്ത മുടിയിഴ' എന്ന കഥയിലെ നായകകഥാപാത്രം ചിത്രകാരനായ രവിശങ്കറാ

ണ്. സീതാലക്ഷ്മിയുടെ മരണശേഷം ഭ്രമകല്പനകൾക്കടിപ്പെട്ടു പോകുന്ന രവിശങ്കറിന്റെ ജീവിതമാണ് യഥാർത്ഥത്തിൽ ഈ കഥ അനാവരണം ചെയ്യുന്നത്.

എന്നാൽ സീതാലക്ഷ്മിയുടെ അദൃശ്യസാന്നിധ്യമാണ് കഥയ്ക്ക് കരുത്ത് പകരുന്നത്. രവിശങ്കറിന്റെ ഒരു സ്വപ്നാനുഭവം പങ്കുവച്ചുകൊണ്ടാണ് കഥ തുടങ്ങുന്നത്. സീതാലക്ഷ്മിയുടെ മരണശേഷം അവളുടെ സാന്നിധ്യം അയാൾക്ക് അനുഭവപ്പെടുന്നു. 'നെഞ്ചിൽത്തട്ടിയ ഓട്ടുവളയിട്ട കൈത്തണ്ടയ്ക്കുപോലുമില്ല തണുപ്പ്. ഉള്ളിലെ ചോരയുടെ പുളപ്പിനും മിടിക്കുന്ന ഹൃദയത്തിനുപോലുമുണ്ട് ഇളംചൂട്.' എന്ന് ചിന്തിക്കുന്ന അയാളെക്കൊണ്ട് 'പിന്നെ ആരു പറഞ്ഞു അവൾ മരിച്ച പെൺകുട്ടിയാണെന്ന്?' എന്ന് ചോദിപ്പിക്കുവാൻ തക്ക ശക്തമായിത്തീരുന്നു അവളുടെ സാന്നിധ്യം.

സ്വപ്നത്തിൽനിന്നും ഉണർന്നിട്ടും സ്വപ്നസമാനമായ അവസ്ഥയെ പിൻതുടരുന്ന രവിശങ്കർ, അയാളിൽ വന്നുനിറയുന്ന ഭ്രമകല്പനകളിലൂടെ രവിശങ്കറിന്റെയും സീതാലക്ഷ്മിയുടെയും ജീവിതം എഴുത്തുകാരി വായനക്കാർക്ക് മുന്നിൽ അവതരിപ്പിക്കുന്നു. സീതാലക്ഷ്മിയുടെ മരണം ആത്മഹത്യയാണ്. അവർക്ക് ഒരു ചെറിയ മകളുണ്ട്. ആ മകളെ രവിശങ്കറിനെ ഏല്പിച്ചിട്ടാണ് അവൾ പോയത്. സീതാലക്ഷ്മിയുടെ മരണത്തിന് കാരണക്കാരൻ താനാണെന്ന കുറ്റബോധവും പേറിയാണ് രവിശങ്കർ പിന്നീടുള്ള ജീവിതം തള്ളിനീക്കുന്നത്. താനും നരേഷും തമ്മിലുള്ള അവിശുദ്ധബന്ധമാണ് സീതയുടെ മരണകാരണമെന്ന് രവിശങ്കറിനറിയാം. 'ഒരിക്കെ നിന്നോട് തോന്നിയ അരുതാത്ത സ്നേഹം കാരണമാ എന്റെ സീത പോയത്. നീയൊറ്റയൊരുത്തനാ അവളെയെനിക്ക് നഷ്ടപ്പെടുത്തിയത്' എന്ന ഏറ്റുപറച്ചിൽ അതിന് തെളിവാണ്.

അവളോടുള്ള തന്റെ പ്രണയം യഥാർത്ഥത്തിൽ അയാൾ തിരിച്ചറിയുന്നത് അവളുടെ മരണശേഷമാണ്. ആ തിരിച്ചറിവിൽ നിന്നുകൊണ്ടാണ് 'സീതാലക്ഷ്മീ ഞാൻ നിന്നെ സ്നേഹിക്കുന്നു, നിന്നെ മാത്രം ഞാൻ സ്നേഹിക്കുന്നു.' എന്നയാൾ വിളിച്ചു പറയുന്നത്. ആ പ്രണയനഷ്ടം അയാളെ തകർത്തുകളയുന്നു. കലാകാരന്മാരുടെ ഭാര്യയാവുന്നതിനെ ഞാൻ ഭയക്കുന്നു, എന്നു പറഞ്ഞു കൊണ്ട് രവിശങ്കറിന്റെ ജീവിതത്തിലേക്ക് കടന്നുവന്ന സീതാലക്ഷ്മിക്കാകട്ടെ ആത്മഹത്യ അവളുടെ സ്വാതന്ത്ര്യപ്രഖ്യാപനമായിരുന്നു. അവളുടെ ഭീരുത്വമല്ല അവളെ അതിലേക്ക് നയിച്ചത്, തന്റെ സ്നേഹത്തെ കാണാതെപോയവനോടുള്ള പ്രതികാരമായിരുന്നു

അത്. രവിയുടെ ഭ്രമകല്പനകളിൽ പകയോടെ തിളങ്ങുന്ന സീതാലക്ഷ്മിയുടെ വൈരക്കൽ മൂക്കുത്തി അതിന് തെളിവാണ്. രവിയുടെ സ്വപ്നത്തിൽ വന്ന് തന്റെ മുടിയിഴകളിൽ വിരലോടിച്ച് 'അറപ്പ് തോന്നുന്നുവല്ലേ, സത്യം എനിക്കുമതേ. എന്തുചെയ്യാം മരിച്ചിട്ടും അവ മാത്രം മരിക്കാതെ വളരുകയാണ്...' എന്നുപറയുന്ന സീതാലക്ഷ്മിയുടെ വാക്കുകൾ കേവലം മുടിയിഴകളെ മാത്രമല്ല വർണ്ണിക്കുന്നത്. അവ പകരം തന്റെ പ്രണയത്തെ കാണാതെ പോയവനോടുള്ള വെറുപ്പിനെ കൂടിയാണ് പ്രതിനിധാനം ചെയ്യുന്നത്. വീണ്ടെടുക്കാനാവാത്ത പ്രണയം നഷ്ടബോധമായി വളരുന്നതും അത് വ്യക്തിജീവിതത്തെ തകർത്തു കളയുന്നതുമായ ചിത്രം ഈ കഥ മനോഹരമായി ചിത്രീകരിച്ചിരിക്കുന്നു. മരണത്തിനപ്പുറത്തേക്ക് വളരുന്ന സ്ത്രീപുരുഷബന്ധത്തിന്റെ തലവും ഇതിൽ കണ്ടെത്താനാകും.

രവിശങ്കറിന്റെ കുറ്റബോധവും ഒറ്റപ്പെടലും അതിന്റെ പൂർണ്ണതയിൽ വായനക്കാരനിൽ എത്തിക്കുവാൻ സവിശേഷമായ ആഖ്യാനതന്ത്രമാണ് എഴുത്തുകാരി പിൻതുടരുന്നത്. ഭ്രമാത്മകതയുടെ അന്തരീക്ഷം കഥയ്ക്ക് പ്രത്യേക അനുഭൂതി പകർന്നുനൽകുന്നു. സീതാലക്ഷ്മിയുടെ മരണശേഷം അവളുടെ മുടിയിഴകളുടെ സാന്നിധ്യം തന്നെ വിടാതെ പിൻതുടരുന്നതായി രവിശങ്കറിന് അനുഭവപ്പെടുന്നു. കാറ്റിൽ പറന്നുപറന്ന്, ഉറവയിലൂറിയൂറി കറുത്ത മുടിയിഴകൾ അയാളുടെ ഉറക്കവും കടന്ന് ഉണർവിലും അയാളെ വേട്ടയാടുന്നു. സീതാലക്ഷ്മിയുടെ മരണത്തിന് കാരണക്കാരൻ താനാണെന്ന ചിന്ത അയാളെ വേട്ടയാടിക്കൊണ്ടിരിക്കുന്നു. ഈ ചിന്തയുടെ ആധിക്യം അയാളുടെ മാനസികനിലയെത്തന്നെ തകരാറിലാക്കുന്നു.

സമൂഹം ഭ്രാന്തെന്ന് വിളിക്കുന്ന രോഗാവസ്ഥയിലേക്ക് പതുക്കെ രവിശങ്കർ നടന്നടുക്കുകയാണ്. അതിനെ വ്യക്തമാക്കുന്നതിനാണ് എഴുത്തുകാരി ഭ്രമകല്പനകളുടെ ലോകത്തെ ഉപയോഗിച്ചിരിക്കുന്നത്. ഏറ്റവും മനോഹരമായി കഥാഗതിയിൽ അത്തരം വിവരണങ്ങൾ ഉൾച്ചേർക്കുന്നതിലും എഴുത്തുകാരി വിജയിച്ചിരിക്കുന്നു. 'നീലഭൃംഗാദിയുടെയോ കാട്ടുതെച്ചിപ്പൂക്കളുടെയോ മണമല്ലിതിന്. ചന്ദനത്തിന്റെ കൊമ്പുകൾ പൊട്ടിവീഴുമ്പോഴുണ്ടാകുന്ന ഗന്ധം ചെപ്പിലമർത്തിയടച്ചിട്ടും ചന്ദനഗന്ധിയായൊരു സ്ത്രീസാന്നിദ്ധ്യം അദൃശ്യമായ നനഞ്ഞ കാറ്റുപോലെ തനിക്കും മകൾക്കും ചുറ്റുമുണ്ടെന്ന് അയാളറിഞ്ഞു.' തന്റെ മകളിൽ പോലും ചില സമയങ്ങ

ളിൽ സീതാലക്ഷ്മിയുടെ സാന്നിധ്യമാണ് അയാൾ ദർശിക്കുന്നത്. അയാളെ സംബന്ധിച്ച് ഇതൊരു ഭ്രമിപ്പിക്കുന്ന വെറും സ്വപ്നമല്ല. സീതാലക്ഷ്മിയെക്കുറിച്ചുള്ള ചിന്തകളിൽ നിന്നും അയാൾക്കൊരു മോചനവുമില്ല. യാഥാർത്ഥ്യത്തിനും ഭ്രമാത്മകതക്കും ഇടയിൽക്കിടന്ന് ചുറ്റിത്തിരിയുന്ന രവിയുടെ മാനസികസംഘർഷമാണ് ഈ കഥയെ സംഘർഷഭരിതമാക്കുന്നത്.

രവിശങ്കറിന്റെ ഭ്രമാത്മകചിന്തകൾക്കെല്ലാം അടിസ്ഥാനമായി വർത്തിക്കുന്നതാകട്ടെ അയാളിൽ വന്നു നിറയുന്ന പാപബോധമാണ് പിടഞ്ഞുണർന്നണയ്ക്കുന്ന രണ്ടു പുരുഷശരീരങ്ങളിലേക്ക് തുറിച്ച വൈരക്കണ്ണുകളോടെ നോക്കിനില്ക്കുന്ന സീതാലക്ഷ്മിയുടെ ചിത്രം അയാളെ വേട്ടയാടുന്നു. സീതാലക്ഷ്മിയുടെ നഷ്ടം നരേഷുമായുള്ള തന്റെ ആ ബന്ധത്തെ തള്ളിപ്പറയുവാൻ വരെ രവിയെ പ്രേരിപ്പിക്കുന്നു. 'അരുതാത്ത സ്നേഹം' എന്ന വിശേഷണം അതിനെ സാധൂകരിക്കുന്നു. അറിഞ്ഞോ അറിയാതെയോ താൻ ചെയ്തുപോയ പ്രവൃത്തി, അത് തെറ്റാണെന്നും അതിന്റെ പരിണതഫലമാണ് താനിന്ന് അനുഭവിക്കുന്നതെന്നും ഉള്ള ചിന്തയാണ് രവിയുടെ പാപബോധത്തിനടിസ്ഥാനം.

സെമിത്തേരിയുടെ മുന്നിലുള്ള വീട് തന്നെ വേണമെന്ന് വാശിപിടിച്ച രവി സീതാലക്ഷ്മിയെ പിൻതുടർന്ന് അവിടെയും എത്തിച്ചേരുന്നു. 'സീത, ഞാനാണ്...നിന്റെ രവി' എന്ന് പറഞ്ഞ് ഒഴിഞ്ഞ കല്ലറയ്ക്ക് മുൻപിൽ വിളറിനില്ക്കുന്ന രവിയുടെ അവസ്ഥ എഴുത്തുകാരി ആവിഷ്ക്കരിക്കുന്നത് ഇപ്രകാരമാണ്. 'ചത്ത ആത്മാക്കൾക്കിടയിൽ അയാളപ്പോൾ ഒറ്റയ്ക്കായിരുന്നു.' ഒ.വി.വിജയന്റെ 'നിരാനന്ദന്റെ ചിരി' എന്ന സവിശേഷ ഭാഷാപ്രയോഗത്തെ ഓർമിപ്പിക്കുന്ന ഭാഷാശൈലി ഇവിടെ ഇന്ദുമേനോനിൽ നമുക്ക് കണ്ടെത്താനാകും. ചെയ്തുപോയ തെറ്റിനെക്കുറിച്ചുള്ള ചിന്തയും അത് സൃഷ്ടിക്കുന്ന പാപബോധവും അതിൽനിന്ന് പുറത്ത് കടക്കാനാകാതെ ഉഴറുന്ന രവിശങ്കറിൽ വന്നു നിറയുന്ന ഭ്രമകല്പനകളും അയാളിലെ ദുരന്തത്തെ പൂർണ്ണമാക്കുന്നു.

കലാപത്തിന്റെയോ ഏറ്റുമുട്ടലിന്റെയോ സ്വരം കേൾപ്പിക്കാതെ സവിശേഷമായ ആഖ്യാനശൈലി പിൻതുടരുന്ന കഥ സ്ത്രീയുടെ അനുഭവലോകത്തെ വളരെ വ്യത്യസ്തമായി നോക്കിക്കാണുന്നു. അവൾ അനുഭവിച്ച ഒറ്റപ്പെടലിനെ, തിരസ്കാരത്തെ ആവിഷ്കരിക്കുവാൻ ഒറ്റപ്പെട്ടുപോയ പുരുഷന്റെ അഥവാ അതിന് കാരണക്കാരനായവന്റെ ആത്മനൊമ്പരങ്ങളെയാണ് എഴുത്തുകാരി ഉപയോ

ഗിച്ചിരിക്കുന്നത്. സ്ത്രീയുടെ അനുഭവതലത്തെ ആവിഷ്ക്കരിക്കുവാൻ പാകത്തിന് പ്രധാന കഥാപാത്രത്തിന്റെ മാനസികസഞ്ചാരങ്ങളെ ചിട്ടപ്പെടുത്തിയിരിക്കുന്നു. ചത്ത ആത്മാക്കൾക്കിടയിൽ ഒറ്റയ്ക്കായിപ്പോയ നായകൻ, അയാൾ ജീവിച്ചിരിക്കുന്നത് ഭൗതികമായി മാത്രമാണ്. യഥാർത്ഥത്തിൽ അയാൾ എന്നേ മരിച്ചുപോയിരിക്കുന്നു. അയാളെ അയാളാക്കിയിരുന്ന സത്തയാണ് സീതാലക്ഷ്മി എന്ന യാഥാർത്ഥ്യം അയാൾ തിരിച്ചറിയുന്നു. നഷ്ടപ്പെട്ടുപോയപ്പോൾ മാത്രമാണ് അതിന്റെ ആഴത്തെക്കുറിച്ച് അയാൾക്ക് ബോധ്യം വന്നത് എന്നുമാത്രം.

കലാകാരന്റെ അതൃപ്തമായ മനസ്സിന്റെ സാന്നിധ്യം കഥയിലുടനീളം രവിശങ്കറിൽ കണ്ടെത്തുവാനാകും. ഒരു ചിത്രകാരൻ എന്ന നിലയിൽ അയാളുടെ ഭാവനയിൽ എല്ലാം തികഞ്ഞ ഒരു സുന്ദരരൂപമുണ്ട്. ആ സൗന്ദര്യസങ്കല്പത്തെ അസുന്ദരമാക്കുന്ന കാഴ്ചകൾ അയാളുടെ ശ്രദ്ധയിൽ എപ്പോഴും നിഴലിച്ച് നില്ക്കും. സീതാലക്ഷ്മിയുടെ മുടിയിഴകൾ, ചുരുക്കം ചില സമയങ്ങളിൽ മാത്രം അയാളെ ആനന്ദിപ്പിക്കുന്നുണ്ടായിരുന്നു. ബാക്കി എല്ലാ സമയത്തും അയാൾക്കത് വെറുക്കപ്പെട്ട ഒന്നു തന്നെയായിരുന്നു. സീതാലക്ഷ്മിയുടെ എണ്ണമെഴുക്ക് പുരണ്ട തലമുടി, ദത്തെടുക്കുമ്പോഴുള്ള ജാഹ്നവിയുടെ രൂപം, ഉറക്കമുണരുമ്പോൾ ജാഹ്നവിയുടെ മുഖത്ത് കാണുന്ന പാൽപ്പാത ഇങ്ങനെ അസുന്ദരമായതിനെ പെട്ടെന്ന് കാണാൻ ശ്രമിക്കുന്ന അയാളുടെ സ്വഭാവം അയാളെ അസംതൃപ്തനാക്കിയിരുന്നു.

പൂർണതയ്ക്കു വേണ്ടി കൊതിക്കുന്ന കലാകാരന്റെ ഇത്തരം മനോഭാവങ്ങളെ സീതാലക്ഷ്മിക്ക് ഭയമായിരുന്നു. അതിന്റെ സൂചന വിവാഹത്തിന് മുൻപ് സീതാലക്ഷ്മി അയച്ച കത്തിൽ നിഴലിക്കുന്നുണ്ട്. 'കലാകാരന്മാരുടെ ഭാര്യയാവുന്നതിനെ ഞാൻ ഭയക്കുന്നു. പ്രത്യേകിച്ചൊരു ചിത്രകാരന്റെ. അയാളുടെ കാൻവാസിലെ തീപ്പൊള്ളുന്ന മണൽത്തിട്ടകളിൽ, പുൽത്തകിടികളിലെ പൂക്കളിൽ എനിക്കു നഗ്നയായി കിടക്കേണ്ടിവരും. എന്റെ ശരീരത്തിന്റെ ചതുരവടിവുകൾ എണ്ണച്ചായങ്ങൾ വികൃതമാക്കും. എന്റെ മുടിയിഴകൾ ബ്രഷുകൾ മുറിച്ചുകളഞ്ഞേക്കും.'

സീതാലക്ഷ്മിയുടെ ആശങ്ക സത്യമായിത്തീരുന്ന കാഴ്ച, കഥയുടെ മുന്നോട്ടുള്ള ഗതിയിൽ കണ്ടെത്താനാകും. തന്റെ മനസിലുള്ള സൗന്ദര്യത്തിന്റെ പൂർണ്ണത അയാൾ എപ്പോഴും തേടിക്കൊണ്ടിരിക്കുന്നു. അതിനാൽത്തന്നെ അയാൾ അതൃപ്തനാണ്. സൗന്ദര്യ

സങ്കല്പത്തിലെന്ന പോലെ ലൈംഗികതയിലും അതൃപ്തമായ മനസ്സോടെ നടക്കുന്ന രവിശങ്കറിനെ നിരവധി ബിംബങ്ങളിലൂടെ എഴുത്തുകാരി വരച്ചിടുന്നുണ്ട്.

കഥയിൽ ആവർത്തിച്ച് പരാമർശിക്കുന്ന തലമുടി, പാമ്പ്, ചില വർണ്ണങ്ങളുടെ സാന്നിധ്യം എന്നിവക്കെല്ലാം അത്തരമൊരു വായനാപരിസരം കൂടി നമുക്ക് കല്പിച്ചെടുക്കുന്നതിനാകും. ഒന്നിലും തൃപ്തി കണ്ടെത്താത്ത അയാളുടെ അതൃപ്തമായ മനസ് തന്റെ സുഹൃത്തിൽ ഇണയെ കണ്ടെത്തുവാൻ അയാളെ പ്രേരിപ്പിക്കുന്നു. അതിന് സാക്ഷിയാകുന്ന സീതാലക്ഷ്മി തകർന്നുപോകുകയാണ്. ഒരുപക്ഷേ അയാളെ തൃപ്തനാക്കുന്നതിൽ താൻ പരാജയപ്പെട്ടു പോകുന്നല്ലോ എന്ന ആത്മനൊമ്പരമാകാം സീതാലക്ഷ്മിയെ ആത്മഹത്യയിലേക്ക് നയിക്കുന്നത്. തന്റെ മനസിനെ, വിശ്വാസത്തെ കൂടിയാണ് അയാൾ ഇല്ലാതാക്കിയത് എന്ന തോന്നൽ അവളെ അതിന് പ്രേരിപ്പിച്ചിരിക്കാം. സീതാലക്ഷ്മിയുടെ ആത്മഹത്യ അയാളിൽ സൃഷ്ടിക്കുന്ന ആഘാതം വളരെ വലുതാണ്. അവിടം മുതൽ നഷ്ടപ്പെട്ട ഒന്നിലേക്ക് തിരികെപ്പോകാൻ അയാൾ ശ്രമം ആരംഭിക്കുന്നു. അയാൾ കാണുന്ന കാഴ്ചകളിലെല്ലാം താൻ നഷ്ടപ്പെടുത്തിയത് എന്താണെന്ന് തിരിച്ചറിയാൻ ആയാൾ ശ്രമിക്കുന്നു. അവളിൽ തന്നെ ആകർഷിച്ചതും, അല്ലാത്തതുമായ എല്ലാറ്റിനെയും അയാൾ അന്വേഷിച്ചു നടക്കുന്നു. സ്വന്തമായിരുന്നത് നഷ്ടപ്പെടുമ്പോഴുണ്ടാകുന്ന ഒരു തിരിച്ചറിവുണ്ട്, ആ തിരിച്ചറിവാണ് അയാളിൽ ആത്മനൊമ്പരമായി വളരുന്നത്. ഇതിനെയെല്ലാം ആവിഷ്കരിക്കുന്നതിന് മാജിക്കൽ റിയലിസത്തിന്റെ രചനാതന്ത്രമാണ് എഴുത്തുകാരി ഉപയോഗിച്ചിരിക്കുന്നത്.

വ്യത്യസ്തമായ അനുഭവലോകത്തെ മുന്നോട്ട് വയ്ക്കുന്ന ഇന്ദുമേനോന്റെ കഥയാണ് 'ചില സ്വപ്നങ്ങളിൽ...സീതാലക്ഷ്മിയുടെ കറുത്ത മുടിയിഴ.' സഹാനുഭൂതിജനകമായ സ്വഗതാഖ്യാനത്തിന്റെ സവിശേഷതകൾ പേറുന്ന ഈ കഥ, രവിശങ്കർ എന്ന കഥാപാത്രത്തിന്റെ ഭ്രമകല്പനകളിലൂടെ സ്ത്രീപുരുഷബന്ധം, പ്രണയം, ലൈംഗികത എന്നിവയെ വിശകലന വിധേയമാക്കുന്നതിനും കാലാനുസൃതമായി ഇതിനെല്ലാം വന്നുചേർന്നിരിക്കുന്ന നിർണ്ണായകമായ മാറ്റത്തെ അടയാളപ്പെടുത്തുന്നതിനും ശ്രമിക്കുന്നു.

സീതാലക്ഷ്മിയുടെ ആത്മഹത്യ വായിക്കപ്പെടേണ്ടതും ഈ പശ്ചാത്തലത്തിൽ നിന്നുകൊണ്ടാണ്. സ്നേഹവും സ്വാതന്ത്ര്യവും നിരാകരിക്കപ്പെട്ടതിന്, ഒരു സ്ത്രീയെന്ന നിലയിൽ അപ്രധാനീക

രിക്കപ്പെട്ടതിന് തന്റെ ആത്മഹത്യകൊണ്ട് പ്രതികാരം ചെയ്യുകയാണ് സീതാലക്ഷ്മി. സ്ത്രീസ്വത്വത്തെ മറക്കുകയോ, ധ്വംസിക്കുകയോ ചെയ്യുന്ന സാമൂഹ്യവ്യവസ്ഥിതിയോട് തോറ്റു കൊടുക്കുന്ന സ്ത്രീ അവസ്ഥയുടെ പ്രതീകമായും സീതാലക്ഷ്മിയെ ഇവിടെ വായിച്ചെടുക്കുന്നതിനാകും. കാരണം തന്റെ പ്രതികാരത്തിനായി അവൾ തിരഞ്ഞെടുത്തത് ആത്മഹത്യയുടെ മാർഗമാണ്.

അവളുടെ മരണശേഷം അവളോട് തനിക്കുള്ള സ്നേഹത്തെ രവിശങ്കർ തിരിച്ചറിയുന്നു. ആ സ്നേഹത്തിന്റെ ആഴം അയാളുടെ മനസ്സിന്റെ താളം തെറ്റിക്കുന്നു. അയാളിൽ വന്നുനിറയുന്ന ഭ്രമകല്പനകൾ മുഴുവൻ സീതയുമായി ബന്ധപ്പെട്ടതായിരുന്നു. അതിലൂടെ നഷ്ടപ്പെട്ടുപോയ ഭൂതകാലത്തെ തിരിച്ചുപിടിക്കുവാനുള്ള വിഫലശ്രമമാണ് അയാൾ നടത്തിക്കൊണ്ടിരിക്കുന്നത്. ഒരിക്കലും സഫലീകരിക്കപ്പെടാത്ത രവിശങ്കറിന്റെ ഈ സ്വപ്നസഞ്ചാരമാണ് സീതാലക്ഷ്മിയുടെ പ്രതികാരവഴികളെ പൂർണ്ണമാക്കുന്നത്.

പത്ത്

കലാപത്തിന്റെ കഥ

ഡോ. സോണിയ ജോസ്

സമൂഹത്തിൽ കോളിളക്കം സൃഷ്ടിക്കാനോ ഏതെങ്കിലും ഭാഗത്തു നിന്നും ഭീഷണി ഉയരാനോ സാധ്യതയുള്ള നിസ്സാരസംഭവങ്ങൾ പോലും എഴുത്തിൽ കടന്നുവരാതിരിക്കാൻ എഴുത്തുകാർ ശ്രദ്ധിക്കുന്ന കാലമാണിത്. ഇത്തരം വിദൂരസാധ്യതകൾ പോലും എഴുത്തിനെ സ്വാധീനിക്കുന്ന കാലഘട്ടം. അത് എഴുത്തിന്റെ സത്യസന്ധതയേയും ഗുണത്തേയും ബാധിക്കുന്ന സാഹചര്യവും. എന്നാൽ ഇത്തരം സാഹചര്യത്തിലാണ് ഇന്ദുമേനോന്റെ കഥകൾ ശ്രദ്ധേയമാകുന്നത്. അപരിചിതവും അപൂർവ്വവും ആയ കഥാപരിസരങ്ങളിലൂടെ കഥാപാത്രങ്ങളെ നയിക്കുന്ന കഥാകാരിയാണ് ഇന്ദു മേനോൻ.

ലൗജിഹാദ് എന്ന സമൂഹത്തിൽ കോളിളക്കം സൃഷ്ടിച്ച ഒരു വിഷയം നേരിട്ട് പ്രത്യക്ഷപ്പെട്ട ഇന്ദു മേനോന്റെ കഥയാണ് 'മരണവേട്ട'. ഇത്തരത്തിലാണ് ഈ കഥ ശ്രദ്ധേയമാകുന്നതും. ഹിന്ദുത്വ വക്താക്കൾ വികസിപ്പിച്ചെടുത്ത ഒരു ഇസ്ലാമോഫോബിക് ഗൂഢാലോചന സിദ്ധാന്തമെന്ന് ലൗജിഹാദിനെ വിക്കിപീഡിയ വിളിക്കുന്നു. വശീകരണം, പ്രണയം നടിക്കൽ, വഞ്ചന, തട്ടികൊണ്ടുപോകൽ, വിവാഹം, ഹിന്ദുസ്ത്രീകളെ ഇസ്ലാം മതത്തിലേക്ക് പരിവർത്തനം ചെയ്യിക്കൽ, തുടങ്ങിയവയെല്ലാം ഇതിൽ ഉൾപ്പെടുന്നു.

ഏറെ ചർച്ചകൾക്കും വിവാദങ്ങൾക്കും ഇടയായിത്തീർന്ന വിഷയമെന്ന നിലയിലും സമൂഹത്തിന്റെ സ്വാഭാവികതയെ തകർക്കാൻ സാധ്യതയുള്ള വസ്തുതയെന്ന നിലയിലും ലൗ ജിഹാദ് സൂക്ഷിച്ചു കൈകാര്യം ചെയ്യപ്പെടേണ്ട ഒന്നായി പരിണമിക്കുകയും ചെയ്തു. ഇത്തരമൊരു സാഹചര്യത്തിലാണ് മരണവേട്ടയുടെ പ്രത്യക്ഷപ്പെടൽ. മാതൃഭൂമിയിൽ കഥ പ്രസിദ്ധീകരിച്ച അന്ന്

മുതൽ കഥയെക്കുറിച്ചുള്ള ധാരാളം ചർച്ചകളും പ്രത്യക്ഷപ്പെട്ടു തുടങ്ങി. തുടർന്ന് 'പഴരസത്തോട്ടം' എന്ന കഥാസമാഹാരത്തിൽ മരണവേട്ട ഉൾപ്പെടുത്തി പ്രസിദ്ധീകരിക്കപ്പെട്ടു. തന്റെ നിലപാട് ആമുഖത്തിൽ കുറിക്കുവാൻ ഇന്ദു മേനോൻ മറന്നില്ല. പൊളിറ്റിക്കലി ഇൻകറക്റ്റായ ഒരു സൃഷ്ടി എന്നതിനുദാഹരണമാണ് മരണവേട്ടയെന്നും മന:പൂർവ്വം ചെയ്തതല്ലെങ്കിലും മന:പൂർവ്വം പരിശ്രമിച്ച് അത്തരമൊരു തെറ്റ് വരാതിരിക്കാൻ ശ്രമിക്കാതിരുന്നതിനാൽ താൻ ഒരു കുറ്റവാളിയാണെന്നും ഇന്ദു മേനോൻ കുറിക്കുന്നു. മലയാളത്തിലെ തികഞ്ഞ വർഗീയ കഥയേത് എന്ന് ചോദിച്ചാൽ മരണവേട്ടയെന്ന് താൻ പോലും ഉത്തരം പറയുമെന്നും കഥാകാരി വ്യക്തമാക്കുന്നു. മരണവേട്ട തനിക്ക് പറ്റിയ തെറ്റാണെന്നും മരണവേട്ടയെ പ്രതി താൻ ലജ്ജിക്കുന്നുവെന്നും അവർ വ്യക്തമാക്കി.

മരണവേട്ട എന്ന കഥയിൽ വെല്ലൂരിലെ ആശുപത്രിയിൽ ചികിത്സാർത്ഥം എത്തിച്ചേർന്ന സുമംഗല എന്ന ഹിന്ദു സ്ത്രീയും മകൻ സോനുവുമാണ് പ്രത്യക്ഷപ്പെടുന്നത്. ആൻജിയോപ്ലാസ്റ്റിക്കല്ല മറിച്ച് എച്ച്.ഐ.വി. ടെസ്റ്റിനാണ് താൻ വിധേയയാകുന്നതെന്നറിഞ്ഞ സുമംഗലയുടെ ചിന്തകളിലൂടെയാണ് കഥ മുന്നേറുന്നത്.

ഇസ്ലാം മതത്തിൽപ്പെട്ട ബഷീറുമായുള്ള പ്രണയത്തെത്തുടർന്നുണ്ടായ ഒളിച്ചോട്ടവും ജീവിതവും അർബുദബാധിതനായ ബഷീറിന്റെ ആത്മഹത്യയും തുടർന്നുള്ള അവരുടെ ജീവിതവുമാണ് കഥ. കഥയിൽ അമ്മ-മകൻ ബന്ധവും ബഷീറിന്റെയും സുമംഗലയുടെയും ദാമ്പത്യജീവിതവുമെല്ലാം ഭംഗിയായി കഥാകാരി അവതരിപ്പിക്കുന്നുണ്ട്. തന്റെ ആത്മ സുഹൃത്തായിരുന്ന എലിസബത്തിന്റെ ഭർത്താവ്, ബഷീറുമായുള്ള അവളുടെ അവിഹിത ബന്ധത്തെപ്പറ്റി പറഞ്ഞ് പലപ്പോഴും പ്രശ്നങ്ങൾ സൃഷ്ടിച്ചപ്പോഴും സുമംഗലക്ക് തന്റെ ഭർത്താവിൽ സംശയം ഇല്ലായിരുന്നു. എലിസബത്ത് മരണപ്പെട്ടത് എയ്ഡ്സ് ബാധിതയായിട്ടാണെന്നറിഞ്ഞപ്പോഴും അതേ നിസംഗത സുമംഗല തുടരുന്നു. എന്നാൽ താനും എയ്ഡ്സ് ബാധിതയാണെന്നും ബഷീറിന് അർബുദമായിരുന്നില്ല, എയ്ഡ്സ് ആണെന്നറിഞ്ഞാണ് അയാൾ ആത്മഹത്യക്ക് തുനിഞ്ഞതെന്നുമുള്ള അറിവ് അവളെ തകർക്കുന്നു.

അമ്മാവനിൽ നിന്നും പകർന്ന് കിട്ടിയ ആർഷഭാരത തഴമ്പിനുടമയായാണ് സുമംഗലയുടെ മകനായ സോനു എന്ന കഥാപാത്രത്തെ കഥയിലുടനീളം അവതരിപ്പിക്കുന്നത്. തനിക്ക് ജാതിയുണ്ടെന്നും അവൻ വ്യക്തമാക്കുന്നുണ്ട്. ശരീരാടയാളങ്ങൾ മാത്രമല്ല

ആത്മാവും, ചിന്തകളും, ശീലങ്ങളും, ഭാവങ്ങളുമെല്ലാം ജനിതക പകർച്ചയായി സോനുവിന് അമ്മാവന്റെയാണ് ലഭിച്ചതെന്നും, ഹനുമാൻ ഭക്തനായി, രാമായണ കഥ കേട്ട് തുള്ളിച്ചാടുന്നവനായി ഗോകുലാഷ്ടമിക്ക് കൃഷ്ണവേഷം കെട്ടുന്നവനായി, ഗീത കാണാപ്പാഠം പഠിക്കാൻ പരിശ്രമിക്കുന്നവനായി, അവനെ ഹിന്ദു നായരായി ജനിതകപരമായി കഥാകൃത്ത് കാണിച്ചിരിക്കുന്നു.

ലൗജിഹാദിനെപ്പറ്റി കഥാകൃത്ത് പറയുന്നതും സോനുവിലൂടെയാണ്. അത്തരം സമയങ്ങളിൽ സോനുവിൽ കടുത്ത വൈരാഗ്യം നിറക്കാനും കഥാകൃത്ത് മറന്നിരുന്നില്ല. ബഷീർ മരിച്ച അന്ന് നാലു വയസ്സുകാരൻ സോനുവിന്റെ മുഖത്തിന് അതിഭയങ്കരമായി വഞ്ചിക്കപ്പെട്ടവന്റെ മുഖത്ത് കാണപ്പെടുന്ന ഒരു കാഠിന്യം നൽകി. ബഷീറിന്റെ ഓരോ മരണവാർഷിക ദിനത്തിലും അവന്റെ മുഖത്ത് ആ കാഠിന്യം സുമംഗല കണ്ടു. എന്നാൽ ബഷീർ എന്ന കഥാപാത്രത്തിന് നൽകിയ സവിശേഷതകളും ശ്രദ്ധേയമാണ്. മത തീവ്രവാദത്തിന്റെ സ്പർശം പോലും ഏൽക്കാത്ത കഥാപാത്രമായാണ് ബഷീർ പ്രത്യക്ഷപ്പെടുന്നത്. ജാതിമത ചിന്തകൾക്കതീതനാണ് അയാൾ. തന്റെ മകന് തന്റേതായ ശാരീരിക അടയാളങ്ങൾ അല്പം പോലും ഇല്ലെന്ന് അംഗീകരിക്കുന്നയാൾ. ഒരിക്കലും തന്റെ മതത്തിന്റെ കീഴിൽ സോനുവിനെ നിർത്താൻ അയാൾ ആഗ്രഹിച്ചില്ല. അവനു നൽകിയ പേര് പോലും അതിനെയാണ് അടയാളപ്പെടുത്തുന്നത്. മിശ്രവിവാഹ ദമ്പതികളുടെ മകൻ അച്ഛന്റെ മതമാണ് സ്വീകരിക്കേണ്ടതെന്ന് സുമംഗല സോനുവിനോട് വാദിക്കുമ്പോഴും അതിനു തക്ക യാതൊരു നടപടികളും അവർ എടുത്തിട്ടില്ലെന്ന് വ്യക്തം.

തന്റെ മകൻ 'ആറെസ്സസ്സ്വാവ്യോ' എന്നു തമാശയിൽ ചോദിക്കുന്ന ബഷീറിനെയും കഥയിൽ നാം കാണുന്നുണ്ട്. തമാശയിൽ മുസ്ലിം ഛായയുള്ള ഹിന്ദു പുരുഷനാണ് സോനു എന്നും ബഷീർ പറഞ്ഞുവെക്കുന്നുണ്ട്. ഇത്തരത്തിൽ കഥാപാത്രങ്ങളെ വിലയിരുത്തുമ്പോൾ ലൗ ജിഹാദ് പരാമർശത്തിന്റെ പേരിൽ ആരോപണ വിധേയമാക്കപ്പെട്ട മരണവേട്ട എന്ന കഥയിൽ യഥാർത്ഥത്തിൽ എന്തു തരം തീവ്രവാദമാണ് അവതരിപ്പിക്കപ്പെട്ടിരിക്കുന്നത് എന്ന ചോദ്യം സംശയമായി അവശേഷിക്കുന്നു.

പിതാവായ ബഷീറിനെക്കുറിച്ച് ചിന്തിക്കുമ്പോൾ കഠിനമായി വഞ്ചിക്കപ്പെട്ടവന്റെ മുഖമാണ് കഥയിലുടനീളം സോനുവിന്. പിതാവിന്റെ സ്വഭാവത്തോടും പ്രവർത്തികളോടുമുള്ള എതിർപ്പ്

പ്രകടിപ്പിക്കാൻ അയാൾ പ്രതിനിധീകരിക്കുന്ന മതത്തെ ഉപയോഗിക്കുകയാണ് കഥാകാരി ചെയ്തിരിക്കുന്നത് എന്ന് വ്യക്തം. ജീവിതകാലം മുഴുവൻ ശരിയായി എഴുതാനും ജീവിക്കാനും ശ്രമിക്കുന്ന വ്യക്തികൾ എപ്രകാരമാണ് തെറ്റുകൾ വരുത്തുന്നത്, എത്രമേൽ അപകടകരമാണത് എന്നൊക്കെ തെളിയിക്കാനാണ് മരണവേട്ട താൻ കഥാസമാഹാരത്തിൽ ചേർക്കുന്നത് എന്ന് ഇന്ദുമേനോൻ ആമുഖത്തിൽ പറഞ്ഞു വച്ചിരിക്കുന്നത് ഇവിടെ ശ്രദ്ധേയമാണ്. തീർച്ചയായും സോനു എന്ന കഥാപാത്രത്തിലൂടെ മുസ്ലിം വിരുദ്ധ കഥയായി മരണവേട്ട അവതരിപ്പിക്കപ്പെട്ടിരിക്കുന്നു. എന്നാൽ മനപ്പൂർവ്വം രോഗം പരത്തിയ മുസ്ലിം വില്ലൻ കഥാപാത്രമായി ബഷീറിന് പൂർണത ലഭിച്ചില്ല.

രോഗം പിടിപെട്ടെന്ന് തിരിച്ചറിഞ്ഞ ബഷീർ ആത്മഹത്യയ്ക്ക് തുനിഞ്ഞതാണ് പ്രഥമ കാരണം. തന്റെ രോഗാവസ്ഥ അയാൾ തിരിച്ചറിഞ്ഞില്ലെന്ന് ഇതിൽ നിന്നും വ്യക്തമാണ്. അടിസ്ഥാനപരമായി അയാൾ ഭാര്യയെ സ്നേഹിക്കുന്നവനും ഉത്തമപിതാവും ഒക്കെ ആയിരുന്നുവെന്ന് കഥാസന്ദർഭങ്ങൾ വ്യക്തമാക്കുന്നുണ്ട്. മാത്രമല്ല ഒരു മുസ്ലിം വർഗീയവാദിക്ക് ആവശ്യമായതെന്നു കരുതപ്പെടുന്നതരം യാതൊരു സ്വഭാവ സവിശേഷതകളും ബഷീർ കാഴ്ചവെക്കുന്നില്ല. സുമംഗലയെ മതം മാറ്റിക്കാതിരുന്നതും ശ്രദ്ധേയമാണ്.

എലിസബത്തുമായി അല്ലാതെ മറ്റൊരു പരസ്ത്രീ ബന്ധവും ഉള്ളതായി പരാമർശവും ഇല്ല. എലിസബത്തുമായുള്ള ബന്ധം സുമംഗല വിശ്വസിച്ചിരുന്നില്ല എന്നത് അവരുടെ ജീവിതത്തെ ഒരിക്കൽ നടന്ന വാക്കേറ്റത്തിൽ- കയ്യേറ്റത്തിൽ കൂടുതലായി അത് ബാധിച്ചിരുന്നില്ല എന്നതും വ്യക്തമാണ്. അതായത് വിവാഹേതര ബന്ധമുള്ളവനാണെന്ന് തോന്നും വിധത്തിലുള്ള പ്രവർത്തികൾ ഒന്നും ബഷീറിൽ നിന്നും ഉണ്ടായിട്ടില്ല എന്നും സാരം. രോഗവിവരം അറിഞ്ഞതിനുശേഷം ആണ് സുമംഗല ബഷീറിനെ വെറുക്കുന്നത്. സോനുവിന്റെ സർട്ടിഫിക്കറ്റുകളിൽ അവൻറെ ജാതി കോളത്തിൽ 'ജാതിയില്ല മതമില്ല' എന്ന് എഴുതിയത് തിരുത്തി മഷി കൊണ്ട് 'ഹിന്ദു.. ഹിന്ദു നായർ' എന്ന് എഴുതണമെന്ന് അവൾ ആഗ്രഹിക്കുന്നു, സോനുവിനെ ഇന്നു മുതൽ ശാഖയ്ക്കയക്കണമെന്നും. ഇതുറപ്പായും മുസ്ലിം വിരുദ്ധതയല്ല മറിച്ച് തന്നെ വഞ്ചിച്ച ഭർത്താവിനോടുള്ള ഒരു ഭാര്യയുടെ പ്രതിഷേധം മാത്രമാണ്.

ഭർത്താവിനോടുള്ള പ്രതികാരത്തിനായി മകന്റെ ജനിതകം

വരെ മാറ്റാനാഗ്രഹിക്കുന്ന, അയാളെ അന്ധമായി വിശ്വസിക്കുകയും സ്നേഹിക്കുകയും ചെയ്ത ഒരു സ്ത്രീയുടെ പ്രതിഷേധം. താൻ രോഗബാധിതയാകുംവരെ അവൾ ഭർത്താവിനെ അവിശ്വസിച്ചിരുന്നില്ല എന്നതിന് തെളിവാണ് എലിസബത്തിന്റെ മരണവീട്ടിൽ എത്തുന്ന സുമംഗലയുടെ പ്രവൃത്തികൾ. ബഷീറിനെ കുറ്റപ്പെടുത്തിയ എലിസബത്തിന്റെ ഭർത്താവ് ഐസക്കിനെ പാപത്തിന്റെ കണക്കുപുസ്തകം തുറന്നു വായിക്കുന്ന ഒരു പമ്പരവിഡ്ഢിയായി അവൾ ഉപമിക്കുന്നതും അയാളുടെ വാക്കുകൾ സർപ്പ മുട്ടകളായി അവൾക്ക് തോന്നുന്നതുമെല്ലാം ഇതിന് ഉദാഹരണമാണ്. ഐസക്ക് സംശയ രോഗിയാണെന്ന എലിസബത്തിന്റെ വാക്കുകളാണ് സുമംഗല അപ്പോളോർമ്മിക്കുന്നതും.

മരണവേട്ടയിലെ സുമംഗല എന്ന മുഖ്യ കഥാപാത്രത്തെ വിചിന്തനം ചെയ്താൽ, ഇന്ദു മേനോന്റെ മറ്റ് പെൺകഥാപാത്രങ്ങളുടെ ഒരു പ്രതിനിധി തന്നെയാണെന്നും ഉറപ്പിക്കാനാവും. പെണ്ണെഴുത്തിലെ തികഞ്ഞ പെൺകഥാപാത്രം തന്നെയാണവൾ. മറ്റ് കഥകളിൽ പ്രത്യക്ഷപ്പെടുന്ന പോലെയുള്ള ഒരു മതേതരവിതാനമാണ് സുമംഗലക്കുമുള്ളത്. സോനുവിന്റെ ജാതിഭ്രമത്തെ സ്പർധയോടെ നോക്കുന്ന, അവന്റെ ശരികേടുകൾ പൊള്ളിക്കുന്ന അമ്മ. അച്ഛന്റെ മതത്തിൻറെ കീഴിൽ അവനെ നിർത്തുവാൻ യാതൊരു മടിയും ഇല്ലാത്തവൾ, ഭർത്താവിനെ അന്ധമായി വിശ്വസിച്ചവൾ, പ്രണയിച്ചവൾ ഇതൊക്കെയാണ് സുമംഗല.

താലികെട്ടിയഭാര്യയെ തല്ലുന്നത് ചങ്ങലകൊണ്ട് കഴുത്തിൽ പട്ടയിട്ട പട്ടിയെ തല്ലുന്നത് പോലെയാണെന്ന് ചിന്തിക്കുന്നവൾ, തന്റെ ഭർത്താവ് തെറ്റുകാരനല്ലെന്ന് വിശ്വസിക്കാൻ ആഗ്രഹിച്ചവൾ. ഭാര്യയെ വഞ്ചിക്കുന്ന ഒരു പുരുഷനുവേണ്ട എല്ലാ പ്രത്യേകതകളും ബഷീറിന് നല്കാനും കഥാകാരി ശ്രമിച്ചിട്ടുണ്ട്. തികച്ചും അനാവശ്യ സാഹചര്യങ്ങളിൽ സോനുവിനെക്കൊണ്ട് ലൗജിഹാദിനെപ്പറ്റി സംസാരിപ്പിച്ചത് മുസ്ലിം വിരുദ്ധതയായി കലാശിച്ചു. എന്നാൽ മുസ്ലിം വിരുദ്ധത ചിത്രീകരിക്കുന്നതിൽ കഥ പരാജയപ്പെട്ടു എന്ന വസ്തുതയും ഇവിടെ ഓർക്കാതിരിക്കാനാവില്ല. ഇത്തരം പരാമർശങ്ങൾ ഒഴിവാക്കിയിരുന്നെങ്കിൽ ഭാഷാപരവും പ്രമേയപരവുമായി ഒരു സാധാരണ ഇന്ദുമേനോൻ കഥയായി മരണവേട്ടയും നിലനിൽക്കുമായിരുന്നു. കഥാകാരിക്ക് തന്റെ സൃഷ്ടിയെ തള്ളിപറയേണ്ടി വരുമായിരുന്നില്ല.

വ്യവസ്ഥാപിത നിയമങ്ങൾ കാറ്റിൽ പറത്തി കലഹിക്കാനുള്ള

എഴുത്തുകാരിയുടെ വാസന തന്നെയാവാം 'ലൗ ജിഹാദ്' കഥയിൽ കടന്നുവരാനുള്ള കാരണവും ശുദ്ധകലാപത്തിന്റെ സ്വതവേയുള്ള എഴുത്തുരീതി തന്നെയാണ് മരണവേട്ടയിലും പ്രത്യക്ഷപ്പെടുന്നത്.

കഥയുടെ ആഖ്യാനതന്ത്രവും ഭാഷയുടെ മികവും വർഗീയതയുടെ പേരിൽ ശ്രദ്ധിക്കപ്പെട്ടിട്ടില്ല എന്നതും ചിന്തനീയമാണ്. തേച്ചാലും മായിച്ചാലും മറയാതെ ഫോട്ടോകോപ്പി യന്ത്രത്തിലെന്നവണ്ണം ജനിതകം തലമുറകളിലൂടെ കൃത്യമായി എത്തിച്ചേരും എന്ന വസ്തുതയാണ് കഥയിൽ ആഴത്തിൽ അവതരിപ്പിക്കപ്പെട്ടിരിക്കുന്നത്.

○○

പതിനൊന്ന്

ഈഡിപ്പൽ കോംപ്ലക്സ്– കഥയും വർത്തമാനവും

ഡോ. ആതിര കെ.ആർ

ഗ്രീക്ക് പുരാണത്തിലെ ഥീബ്സ് രാജ്യത്തിലെ രാജാവായിരുന്നു ഈഡിപ്പസ്. അറിയാതെയാണെങ്കിലും സ്വന്തം അച്ഛനെ കൊന്ന് അമ്മയെ വിവാഹം കഴിച്ച ഈഡിപ്പസ് എന്ന യവനരാജാവിനെ ആശ്രയിച്ചാണ് ഈഡിപ്പസ് കോംപ്ലക്സ് എന്ന പേര് ഉരുത്തിരിഞ്ഞു വന്നത്. മനോവിശ്ലേഷണ ചിന്തകനായ സിഗ്മണ്ട് ഫ്രോയിഡിന്റെ അഭിപ്രായത്തിൽ മനുഷ്യന്റെ വംശോത്പത്തിചരിത്രത്തിൽ അടിയുറച്ച സാർവലൗകികപ്രതിഭാസമാണ് ഈഡിപ്പസ് കോംപ്ലക്സ്. ഈഡിപ്പസ് കോംപ്ലക്സ് എന്ന മനോവിശ്ലേഷണ സിദ്ധാന്തത്തെ അടിസ്ഥാനമാക്കി പ്രശസ്ത കഥാകാരി ഇന്ദു മേനോൻ രചിച്ച ചെറുകഥയാണ് ഈഡിപ്പൽ കോംപ്ലക്സ്.

സുജാത എന്ന സ്ത്രീയുടെ ജീവിതത്തെ കേന്ദ്രീകരിച്ചാണ് കഥ രചിച്ചിരിക്കുന്നത്. എട്ടാം തരത്തിൽ പഠിക്കുമ്പോൾ മെക്കാനിക്കൽ എഞ്ചിനീയറിംഗ് ബിരുദകാരനായ ഒരു ഇരുമ്പുകച്ചവടക്കാരനായ വാസുദേവനെ വിവാഹം കഴിക്കേണ്ടിവന്ന സുജാതയ്ക്ക് മകനായ വിനോദിന്റെ ജനനശേഷം ഭർത്താവ് വാസുദേവനെ എന്നന്നേക്കുമായി നഷ്ടപ്പെടുന്നു. കാലക്രമേണ മകന്റെ സുഹൃത്തായ ഗോപാലകൃഷ്ണനെ വിനോദിന്റെ എതിർപ്പ് വകവെയ്ക്കാതെ സുജാത വിവാഹം കഴിക്കുന്നു. അതേത്തുടർന്ന് വിനോദ് വീട് വിട്ടുപോകുന്നു.

ഗോപുവെന്നു വിളിക്കുന്ന ഗോപാലകൃഷ്ണൻ, അമ്മയുടെ പ്രായമുള്ള ഒരുവളെ വിവാഹം കഴിച്ചതിൽ ഗോപുവിന്റെ അമ്മയ്ക്ക് വിഷമവും നാണക്കേടുമുണ്ട്. അത്രത്തോളം വൈരം, ഗോപു

വിന്റെ അമ്മയോട് സുജാതയ്ക്കും ഗോപുവിനും തോന്നുന്നതു സ്വാഭാവികം മാത്രം. സുജാതയിലൂടെ തനിക്കൊരു കുഞ്ഞിനെ ലഭിക്കണമെന്ന ഗോപുവിന്റെ ആഗ്രഹത്തിന് വിഘാതമായി സുജാതയ്ക്ക് കാൻസർ രോഗം ബാധിക്കുന്നു. രൂക്ഷമായി ബാധിച്ച ആ മഹാവ്യാധി കാരണം സുജാതയുടെ ഗർഭപാത്രം നീക്കം ചെയ്യുന്നു, ഇതാണ് കഥയുടെ രത്നച്ചുരുക്കം.

വ്യത്യസ്തമായ മനോനിലയ്ക്ക് ഉടമകളാണ് ഇതിലെ ഓരോ കഥാപാത്രവും. പതിമൂന്നാം വയസ്സിൽ വീട്ടുകാരുടെ നിർബന്ധപ്രകാരം വാസുദേവൻ എന്ന ഇരുമ്പുകച്ചവടക്കാരനെ സുജാതയ്ക്ക് വിവാഹം കഴിക്കേണ്ടിവന്നു. കുലത്തൊഴിലായ ആശാരിപ്പണിയേയും വൃക്ഷങ്ങളേയും സ്നേഹിച്ച സുജാതയ്ക്ക് വാസുദേവനോടൊപ്പമുള്ള ജീവിതം തന്റെ സങ്കല്പങ്ങൾക്ക് നേർവിപരീതമായിരുന്നു. എന്നാൽ, കാലക്രമേണ നഗരജീവിതവും ഇരുമ്പുകച്ചവടവും വിട്ട് ഗ്രാമത്തിൽ വന്ന് കുലത്തൊഴിൽ ചെയ്തുതുടങ്ങിയ തന്റെ ഭർത്താവിനെ സുജാത സ്നേഹിച്ചു തുടങ്ങി. ആ സമയത്താണ് അവർക്ക് വിനോദ് എന്ന മകൻ പിറന്നത്. മുലപ്പാൽ വറ്റിത്തുടങ്ങിയ അവളുടെ മുലകളിൽ നിന്ന് കുഞ്ഞിന്റെ ദാഹവും വിശപ്പും അകറ്റാനുള്ള പാൽ ലഭിച്ചിരുന്നില്ല. കുഞ്ഞിന്റെ വാശിയിൽ അവളുടെ സ്തനങ്ങൾ വിണ്ടുകീറിയ ഭൂമിപോലെ ഉണങ്ങിവരണ്ടു. എന്നാൽ ശുഷ്കമായ ആ ഭൂമി വാസുദേവന്റെ ചുംബനത്തിലൂടെ ആർദ്രമായി മാറി.

കുഞ്ഞിന്റെ വിശപ്പകറ്റാൻ ആടിനെ വാങ്ങി, അതിന് കടച്ചക്കപ്ലാവിന്റെ തടികൊണ്ട് കൂടുകെട്ടുന്നതിനിടയിലാണ് വാസുദേവൻ മരിച്ചത്. നാട്ടിലേക്കു വന്നതോടെ, സുജാതയ്ക്കു വാസുദേവനോടുള്ള വൈരം, അഗാധസ്നേഹത്തിന് വഴിമാറിയിരുന്നു. അതുകൊണ്ടുതന്നെ ഭർത്തൃവിയോഗം സുജാതയെ നന്നേ മുറിപ്പെടുത്തി. മാത്രമല്ല അതിന്റെ ദേഷ്യം മുഴുവൻ തന്തക്കാലുള്ള ജാതകക്കാരനായ മകനെന്ന വ്യാഖ്യാനത്തിലേക്കും വിനോദിനോടുള്ള വെറുപ്പിലേക്കും വഴിവെച്ചു. മകനെ ആത്മാർത്ഥമായി സ്നേഹിക്കാൻ പിന്നീട് സുജാതയ്ക്ക് കഴിഞ്ഞില്ല. വൃക്ഷങ്ങളെ വിനോദ് വെറുത്തിരുന്നു. അവ ഇടതൂർന്ന് വളർന്നു നിന്ന വീടും പരിസരവും പ്രേതാലയമായാണ് അവൻ കരുതിയത്. അതോടെ തന്റെയും ഭർത്താവിന്റെയും മാനസികനിലയ്ക്ക് എതിരായവനാണ് തന്റെ മകൻ എന്ന് സുജാത ഉള്ളിലുറപ്പിച്ചു.

തന്റെ മുലകളെ കടിച്ചു വ്രണപ്പെടുത്തിയ മകനെ സുജാത

പ്രാകി. അച്ഛനെ കൊന്ന് അമ്മയെ വിവാഹം കഴിച്ച ഈഡിപ്പസ് രാജാവിനു സമാനമായി വിനോദിനെ കാണാം. തന്തക്കാലുകൊണ്ടുവന്നവനാണ് വിനോദ് എന്നും ആയതിനാൽ മകനുവേണ്ടി പണിയെടുക്കുമ്പോൾ മരിച്ച വാസുദേവനെ കൊന്നത് പരോക്ഷമായി വിനോദ് തന്നെയാണെന്നും സുജാത മനസ്സിൽ കരുതുന്നു. ആയതിനാൽ തന്നെ വിധവയാക്കിയ മകനോടുള്ള അടങ്ങാത്ത പ്രതിഷേധമാണ് മകന്റെ പ്രായമുള്ള ഗോപുവുമായുള്ള വിവാഹത്തിലേക്ക് സുജാതയെ കൊണ്ടുചെന്നെത്തിച്ചത്.

വിനോദിന്റെ സ്വഭാവത്തിന് നേർവിപരീതമാണ് ഗോപുവിന്റെ സ്വഭാവം. 'എന്റെ ലോകം ജീവജാലങ്ങൾക്കുള്ളതാണ് അവയുടെ നിലനിൽപ്പിനു വേണ്ടി മാത്രം. വൃക്ഷലതാദികൾ. മറിച്ചൊന്നും എനിക്ക് ചിന്തിക്കാൻ കൂടി വയ്യ.' ഗോപു പറയും, വൃക്ഷങ്ങൾക്കു വേണ്ടി മനുഷ്യൻ. വൃക്ഷങ്ങളുടെ കാറ്റിളക്കത്തോളം ഒരു മനുഷ്യനും ചിലക്കില്ല. അതിന്റെ ശ്വാസനിശ്വാസത്തോളം ഒരു വായുവും ഇത്രമേൽ വിറളിപിടിക്കില്ല.' കഥയിലെ ഈ ഭാഗം ഗോപുവിനോടുള്ള സുജാതയുടെ താല്പര്യത്തിന്റെയും വിനോദിനോടുള്ള വെറുപ്പിന്റെയും മൂലകാരണം വ്യക്തമാക്കുന്നു. എന്നാൽ കഥാന്ത്യത്തിൽ രോഗബാധിതയാകുന്ന സുജാതയെ ഗോപുവുമായുള്ള ബന്ധം ഏറെ നൊമ്പരപ്പെടുത്തുന്നുണ്ട്. അവൾ വാസുദേവനും വിനോദും എല്ലാമായി സുജാത ഗോപുവിനെ കണ്ടിരുന്നു. അവർക്കിരുവർക്കും നൽകേണ്ട സ്നേഹം മുഴുവൻ ഗോപുവിനാണു നൽകിയതും. എന്നാൽ മരങ്ങളെ സ്നേഹിച്ച ഗോപുവിന് സുജാതയുടെ മനസ്സും മനോവികാരവും കാണാൻ സാധിച്ചില്ല. അതിന് തെളിവാണ് കാഥാരംഭത്തിൽ ലൈംഗികതയോട് അമിതതാല്പര്യം പുലർത്തുന്ന ഗോപുവിന്റെ ചെയ്തിയും സുജാതയുടെ രോഗത്തിന്റെ മൂർച്ഛിക്കലും അവളെ ആശുപത്രിയിൽ ഉപേക്ഷിക്കുന്ന അവന്റെ രീതിയും സൂചിപ്പിക്കുന്നത്. ഒരു കുഞ്ഞിന് ജന്മം കൊടുക്കാൻ കെല്പില്ലെങ്കിലും സുജാതയോട് കുഞ്ഞിനുവേണ്ടി ഗോപു വഴക്കിടുന്നുണ്ട്. സുജാതയുടെ രോഗവും ഗർഭപാത്രം നീക്കം ചെയ്യണം എന്ന വൈദ്യനിർദ്ദേശവും ഗോപുവിനെ ബാധിക്കുന്നേയില്ല, വീണ്ടും വീണ്ടും തന്റെ ആശാനിവൃത്തിക്കു വേണ്ട ചെയ്തികളിൽ മാത്രമാണ് ഗോപു വ്യാപരിച്ചത്.

അമ്മയുടെ പ്രായമുള്ളവളെ ഭാര്യയാക്കിയ ഗോപു തന്റെ മാതാവിനോടും ക്രൂരത കാട്ടി എന്നു വേണം കരുതാൻ. അച്ഛനെ കൊന്നത് വിനോദാണെങ്കിൽ അമ്മയെ വിവാഹം ചെയ്തത്

ഗോപുവാണ്. ഈഡിപ്പസ് രാജാവിന്റെ പ്രതീകമായി ഗോപു, വിനോദ് എന്നീ രണ്ട് വ്യക്തികളെ ആരോപിക്കുകയാണ് ഇവിടെ. അതായത് ജന്മദോഷം മൂലം വിനോദിന്റെ ജനനം വാസുദേവൻ എന്ന പിതാവിന്റെ മരണത്തിന് കാരണമായി. അമ്മയെന്ന് ആദ്യം സംബോധന ചെയ്ത സുഹൃത്തിന്റെ അമ്മയായ സുജാതയെ ഒരു ബൊട്ടാണിക്കൽ കാമുകപരിവേഷത്തോടെ വന്ന് പ്രലോഭിപ്പിച്ച് ഗോപു വിവാഹം കഴിക്കുന്നത്.

ദ്വന്ദ്വവ്യക്തികളിലായി ഒരു വ്യക്തിയുടെ മാനസികഭാവങ്ങളെ സന്നിവേശിപ്പിക്കുവാനാണ് ഈ കഥയിൽ ശ്രമിച്ചിരിക്കുന്നത്. വിനോദിലും ഗോപുവിലും ഈഡിപ്പൽ നിഴലുകൾ ബാധിച്ചിരിക്കുന്നു. ബിബ്ലിക്കൽ തലവും ഈഡിപ്പൽ കോംപ്ലക്സ് എന്ന കഥയ്ക്കുണ്ട്. വിനോദ് കുട്ടിയായിരിക്കെ, 'ഇവന്റെ മരപ്പണികൾ ലോകത്തോളം പ്രശസ്തമാവും. ക്രിസ്തുവിനു ശേഷം ഇവനായിരിക്കും അറിയപ്പെടുന്ന ആശാരി. മരയാശാരി.' എന്ന് വാസുദേവൻ പറയുന്നുണ്ട്.

മരത്തൊട്ടിലിൽ തളർന്നുറങ്ങുന്ന തന്റെ കുഞ്ഞിന്റെ മുഖം സുജാതയെ വേദനിപ്പിച്ചു. ആശുപത്രിക്കിടക്കയിൽ കിടന്ന് സുജാത ഇക്കാര്യങ്ങൾ സ്മരിക്കുമ്പോൾ 'എന്റെ മകൻ എനിക്കു വേണ്ടി കുരിശു ചുമന്ന എന്റെ മകൻ' എന്ന് സുജാത ഉരുവിടുന്നുണ്ട്. ദൈവമാതാവിന് വേണ്ടി കുരിശു ചുമന്ന യേശുവിനെയാണ് ഈ രണ്ട് സന്ദർഭങ്ങളിലും സ്മരിക്കുന്നത്.

മാതൃപുത്രബന്ധത്തിന്റെ പവിത്രതയാണ് ഇവിടെ സൂചിതമാകുന്നത്. ഇത് സ്മരിക്കുന്ന മാത്രയിൽത്തന്നെ ഗോപുവിന്റെ ഈ വാക്കുകൾ സുജാതയെ വേദനിപ്പിക്കുന്നു. 'നിങ്ങളെനിക്ക് ഒരു കുഞ്ഞിനെ തന്നേ പറ്റൂ ലേസറോ കീസറോ എന്തോ ആവട്ടെ, ഗർഭപാത്രം നീക്കം ചെയ്യാൻ ഞാൻ സമ്മതിക്കില്ല.' ഈ സ്മരണയ്ക്കിടയിൽ ചിപ്പിലി മുഴുവൻ ഉരസിത്തീർന്ന ഇലകൾ മുഴുവൻ കൊഴിഞ്ഞ ഒരു പടുമരത്തോടും ശിരസ് മുണ്ഡനം ചെയ്ത ടർക്കിക്കോഴിയോടും സുജാതയെ സാദൃശ്യപ്പെടുത്തുന്നു.

രോഗത്താൽ ഗർഭപാത്രം നീക്കം ചെയ്യേണ്ട അവസ്ഥ സുജാതയ്ക്ക് വന്നപ്പോൾ തരിശായിക്കിടന്ന ഭൂമിയെ ഉപേക്ഷിച്ച് ഒരു വൃക്ഷം വാസസ്ഥലമന്വേഷിച്ചു പോയ പരസ്യത്തെക്കുറിച്ച് സുജാത സ്മരിക്കുന്നതിലെ ഔചിത്യം ശ്രദ്ധേയമാണ്. ഗർഭപാത്രത്തിന്റെ ഇല്ലായ്മയെ തരിശുഭൂമിയോട് സാദൃശ്യം പറയുന്നു. കഥാന്ത്യത്തിൽ 'ശൂന്യത...ശൂന്യത... മരുഭൂമിയുടെ പഴുപ്പുള്ള ശൂന്യത, ഉപ

യോഗിച്ചു തേഞ്ഞതും പഴക്കം ബാധിച്ച് കാതൽ ചീഞ്ഞുപോയതുമായ ഒരു പടുമരംപോലെ സുജാതയുടെ ഓർമ്മകൾ ഇരുട്ടിലേക്ക് വേരറുത്തു കൂപ്പുകുത്തി' എന്നും പറയുന്നുണ്ട്. സ്ത്രീയെ ഭൂമിയോടുപമിക്കുന്ന ഇക്കോഫെമിനിസ്റ്റ് സങ്കല്പം ഇവിടെ പ്രതിഫലിക്കുന്നുണ്ട്.

ഗോപുവും സുജാതയും നീലച്ചിത്രം കണ്ടുകൊണ്ടിരിക്കുന്നിടത്താണ് കഥ ആരംഭിക്കുന്നത്. കഥാരംഭത്തിലെ ആ നീലനിറം ലൈംഗികവാഞ്ചയുടെ പ്രതീകമായി കഥയിലുടനീളം തെളിയുന്നുണ്ട്. ഈഡിപ്പൽ കോംപ്ലക്സ് എന്ന സിദ്ധാന്തം തന്നെ ലൈംഗികതയുടെ ഭാഗമായി മനോവിശ്ലേഷണത്തിന്റെ പരിധിയിൽ ഉൾപ്പെടുന്നതാണ്. കഥാന്ത്യത്തിൽ സ്ത്രീത്വത്തിന്റെ തന്നെ ഏറ്റവും വലിയ പ്രതീകമായ ഗർഭപാത്രത്തിന്റെ ഇല്ലായ്മ ചെയ്യുന്ന ഓപ്പറേഷൻ തീയേറ്ററിലെ നീലനിറത്തിലേക്ക് അതു പരിവർത്തനം ചെയ്യുന്നു.

വിനോദിന്റെ ജനനത്തിനു കാരണമായ വാസുദേവനുമായുള്ള സുജാതയുടെ ദാമ്പത്യം, മകന്റെ സുഹൃത്തിനെ വിവാഹം ചെയ്യുന്ന സുജാതയുടെയും ഗോപുവിന്റെയും ദാമ്പത്യം, കഥാരംഭത്തിൽ സുജാതയും ഗോപുവും കാണുന്ന നീലച്ചിത്രം, വിനോദുമായുള്ള മറ്റൊരു തരത്തിൽ ഗോപുവുമായുള്ള ബന്ധത്തിന്റെ വേര് വലിച്ചെറിയലിന് കാരണമാകുന്ന ഗർഭപാത്രം നീക്കം ചെയ്യുന്ന ശസ്ത്രക്രിയ ഇവയിലെല്ലാം നീലനിറഛായ പടരുന്നുണ്ട്.

ചുരുക്കത്തിൽ മനോവിശ്ലേഷണം, ഇക്കോഫെമിനിസം, ബിബ്ലിക്കൽ അംശം എന്നിവയെല്ലാം ഈഡിപ്പൽ കോംപ്ലക്സ് എന്ന തന്റെ കഥയിൽ നിറയ്ക്കുവാൻ കഥാകാരി ശ്രമിച്ചിട്ടുണ്ട്.

ഓരോ വ്യക്തികളുടെയും മനോനിലയ്ക്ക് ഉചിതമായി അവർ പ്രവർത്തിക്കുന്നു. അവിടെ മറ്റുള്ളവരുടെ വികാരങ്ങൾക്കോ ബന്ധങ്ങൾക്കോ സ്ഥാനമില്ല. പവിത്രമായ ബന്ധത്തെ പോലും പാപമാക്കി മാറ്റാനും അവയെ വീണ്ടും പാവനമാക്കാനും കേവലം മനുഷ്യന്റെ മനോനില തന്നെയാണ് കാരണഭൂതമാകുന്നത്. മനോവിശ്ലേഷണസിദ്ധാന്തത്തിൽ അധിഷ്ഠിതമായിട്ടാണ് അല്ലെങ്കിൽ അവയുമായി ബന്ധപ്പെട്ടാണ് മറ്റ് സിദ്ധാന്തങ്ങളുടെയും ഇരിപ്പ് എന്ന് ഈ കഥ വായിക്കുമ്പോൾ തോന്നിപ്പോകും.

വർത്തമാനകാലത്തിൽനിന്ന് ഭൂതകാലത്തിലൂടെ യാത്രചെയ്ത് ഒടുവിൽ വർത്തമാനകാലത്തിൽ കഥാഗതി തിരിച്ചുവരുന്നു. ഋജുവായതും മികച്ചതുമായ ഭാഷാരീതിയാണ് ഇതിലുള്ളത്. ഭാഷയിൽ വക്രീകരണങ്ങൾ ഒന്നും തന്നെയില്ല. മികച്ച കഥാഘടനയിൽ

പ്രസക്തമായ കഥാതന്തുവിന്റെ സാന്നിധ്യത്തിൽ ഈ കഥ വേറിട്ടു നിൽക്കുന്നു. സവിശേഷമായ ആഖ്യനരീതി കഥയിലുടനീളം പിന്തുടരുന്നുണ്ട്. വിഷയത്തിന്റെ വ്യതിരിക്തത കൊണ്ട് വായനക്കാരുടെ മനസ്സിനെ സ്വാധീനിക്കുവാൻ ഈ കഥയ്ക്കാകുന്നുണ്ട്. കഥയിലുടനീളം കഥാപാത്രങ്ങളോടൊപ്പം മനസ്സ് സഞ്ചരിക്കുവാനും ഈ കഥ കാരണമാകുന്നു.

'ഈഡിപ്പസിന്റെ വിധി നമ്മെ സ്പർശിക്കുന്നത് അത് നമ്മുടെയും ആകാമായിരുന്നതുകൊണ്ടാണ്- ജനനത്തിനു മുമ്പ് വെളിച്ചപ്പാട് അയാൾക്കുമേൽ വെച്ച ശാപംതന്നെ നമ്മുടെമേലും വെച്ചിരിക്കുന്നു. ആദ്യത്തെ കാമചോദന അമ്മയുടെ നേർക്കായിരിക്കുമെന്നതും ആദ്യത്തെ വെറുപ്പിന്റെയും പാതകവാസനയുടെയും ലക്ഷ്യം അച്ഛൻ ആയിരിക്കുകയെന്നതും നമ്മുടെയൊക്കെ വിധിയാണ്. അത് അങ്ങനെ തന്നെയാണെന്ന് നമ്മുടെ സ്വപ്നങ്ങൾ നമ്മെ ബോധ്യപ്പെടുത്തുന്നു.' (സിഗ്മണ്ട് ഫ്രോയിഡ്, സ്വപ്നങ്ങളുടെ വ്യാഖ്യാനം, അദ്ധ്യായം 5, സ്വപ്നങ്ങളുടെ ഉള്ളടക്കവും ഉറവിടവും, (ഡി) ശരാശരി സ്വപ്നങ്ങൾ, ന്യൂയോർക്ക്, ആവോൺ ബുക്ക്സ്, പുറം: 296.)

മേലുദ്ധരിച്ച വസ്തുതയ്ക്ക് യോജിച്ച സംഗതികൾ തന്നെയാണ് ഏറെക്കുറേ ഈ കഥയിലും കഥാകാരി ആവിഷ്ക്കരിച്ചിരിക്കുന്നത്. മികച്ച വായനാനുഭവം ആത്മനിഷ്ഠമായി ഓരോരുത്തർക്കും പ്രദാനം ചെയ്യാൻ ഈഡിപ്പൽ കോംപ്ലക്സിനാകുന്നുണ്ട് എന്നു വാസ്തവം.

○○

പന്ത്രണ്ട്

സ്ത്രീസ്വാതന്ത്ര്യത്തിന്റെ പക്ഷിച്ചിറകുകൾ

ഡോ. സിമി പി. സുകുമാർ

മലയാള സാഹിത്യത്തിലെ സാമ്പ്രദായിക കഥാവഴികളിൽ നിന്നു മാറി, ഇതിവൃത്തത്തിലും ആഖ്യാനത്തിലും നവസരണികളിലൂടെ മുന്നേറുന്ന എഴുത്തുകാരിയാണ് ഇന്ദു മേനോൻ. മനുഷ്യജീവിതം - വിശേഷിച്ച് മനോജീവിതം- അതിന്റെ സമസ്തതലങ്ങളിലും ആഘോഷമാക്കാനും ദുഃഖിക്കാനും നിരാശപ്പെടാനും ഒക്കെയുള്ള താണെന്ന് നിരന്തരം അടയാളപ്പെടുത്തുന്ന എഴുത്തുകാരിയാണ് ഇന്ദു മേനോൻ. പ്രണയം, കാമം, സൗഹൃദം, വാത്സല്യം തുടങ്ങി മനുഷ്യന്റെ സകലവികാരങ്ങളും ഇന്ദുവിന്റെ കഥാലോകത്തിൽ ഒളിഞ്ഞും തെളിഞ്ഞും പ്രകടമാകുന്നുണ്ട്. സ്വീകരിക്കുന്ന പ്രമേയ ത്തോടുള്ള പ്രതിബദ്ധതയും സൂക്ഷ്മ സംവേദകത്വവും തന്റെ നിലപാടുകൾ സധൈര്യം ആവിഷ്കരിക്കാനുള്ള ആർജ്ജവവും രചനകളിൽ പ്രകടിപ്പിക്കുന്ന എഴുത്തുകാരിയാണ് ഇന്ദു മേനോൻ. പരമ്പരാഗത ധാരണകളെയും മൂല്യ സങ്കൽപങ്ങളെയും നിശിത മായി വിമർശിക്കാനും വിശാലമായി ഉൾക്കൊള്ളാനും പൊളിച്ചഴു തപ്പെടേണ്ടവയെ അപ്രകാരം സമീപിക്കാനും എഴുത്തായുധം ഉപ യോഗിച്ച ഒരു മികച്ച സാഹിത്യപ്രതിഭ കൂടിയാണ് ഇന്ദു മേനോൻ. ഇന്നലെയുടെയും ഇന്നിന്റെയും നാളെയുടെയും കഥകളാണ് ഒരേ സമയം ഈ എഴുത്തുകാരി ആവിഷ്കരിക്കുന്നത്.

ഭൂത- വർത്തമാന- ഭാവികാലങ്ങളെ തന്റെ രചനാഭൂപടത്തിൽ സൂക്ഷ്മ നിരീക്ഷണങ്ങളോടെ അടയാളപ്പെടുത്തുന്ന മലയാളത്തി ലെ അപൂർവ്വം എഴുത്തുകാരികളിൽ ഒരാളാണ് ഇന്ദു മേനോൻ. സ്ത്രീസ്വാതന്ത്ര്യത്തിന്റെയും സ്വയംനിർണയാവകാശത്തിലേക്ക് വളരുന്ന സ്ത്രീത്വത്തിന്റെയും പുതിയകാല പരിപ്രേക്ഷ്യമുൾക്കൊ ള്ളുന്ന മലയാള ചെറുകഥകളിൽ സവിശേഷ ശ്രദ്ധയാകർഷിക്കു

ന്ന കഥയാണ് ഇന്ദു മേനോന്റെ 'കന്യക'. സ്വകാര്യതകളെ പൊതു ഇടങ്ങളിലേക്ക് നയിക്കുന്ന മാധ്യമസംസ്കാരത്തിന്റെ ജനകീയത, വിദ്യാഭ്യാസവും സാമ്പത്തിക സുരക്ഷിതത്വവും കൈവരിച്ച ഉത്തരാധുനിക സ്ത്രീസമൂഹത്തിന്റെ സൈദ്ധാന്തിക നിലപാടുകൾ, ആത്മീയതയുടെ പുറംമോടിയ്ക്കുള്ളിലും ലൗകികവികാരങ്ങൾ നിറഞ്ഞ മനസ്സുകളുടെ വെളിപ്പെടൽ, പാരമ്പര്യത്തിന്റെ കെട്ടുപാടുകളിലേക്ക് നയിക്കപ്പെടുന്ന പുരോഗമന മനസ്സ് തുടങ്ങി ഒട്ടേറെ പ്രമേയങ്ങളെ ഒരേ ക്യാൻവാസിൽ കയ്യടക്കത്തോടെ അവതരിപ്പിച്ചിരിക്കുന്ന കഥയാണ് കന്യക.

ഷെട്ടി ആൻഡ് ഷെട്ടി അസോസിയേറ്റ്സിലെ ജീവനക്കാരിയും അവിവാഹിതയുമായ ഗൗരിയാണ് കന്യകയിലെ നായിക. സ്ത്രീകൾക്ക് നടുവിൽ, ക്യാമറയുടെ മുൻപിൽ, 'നിങ്ങൾ കന്യകയാണോ?' എന്ന സർവ്വേയറുടെ ചോദ്യത്തെ അവൾക്ക് അഭിമുഖീകരിക്കേണ്ടി വന്നു. 'അതെ' എന്ന് മറുപടി നൽകിയ ഗൗരിയെ ഇരുപതോളം പെണ്ണുങ്ങൾ ചേർന്ന് പരിഹസിക്കുകയും കുറ്റപ്പെടുത്തുകയും ചെയ്യുന്നുണ്ട്. ഇതിൽ ദുഃഖിതയായ അവൾ തന്റെ കന്യകാത്വം ഒരു ബാധ്യതയാണെന്നും മറ്റ് സ്ത്രീകൾ പറഞ്ഞതുപോലെ സ്ത്രീസമൂഹത്തിന്റെ അഭിമാനത്തിന് അത് പോരായ്മയാണെന്നും ചിന്തിക്കുന്നു.

തുടർന്ന് കന്യകാത്വം ഏറ്റുവാങ്ങാൻ ഉശിരുള്ള ഒരു പുരുഷനെ അവൾ തിരയുന്നു. ബിസിനസുകാരനും ഗൗരിയയെ വിവാഹം കഴിക്കാൻ ആഗ്രഹിക്കുന്ന ചെറുപ്പക്കാരനുമായ ഹരി നായരോടും ഹോസ്റ്റലിലെ അന്തേവാസിയായ എയ്ഞ്ചലിന്റെ ഭാവിവരൻ ജോജോ ഫെർനാണ്ടസിനോടും യുവത്വം പിന്നിട്ട ഡോക്ടർ രാജമൂർത്തിയോടും ഓഫീസിലെ എംഡി കിഷോർലാൽ ഷെട്ടിയോടും അവൾക്ക് താല്പര്യം തോന്നുന്നുണ്ടെങ്കിലും അവരൊന്നും തനിക്ക് അനുയോജ്യരല്ല എന്ന് ചുരുങ്ങിയ സമയത്തിനുള്ളിൽ ഗൗരിക്ക് ബോധ്യപ്പെടുന്നു.

ഒടുവിൽ അവൾ തന്റെ സങ്കടം ചിദംബരനാഥ ബ്രഹ്മതീർത്ഥ സ്വാമികൾക്ക് സമർപ്പിച്ചു. കാഷായ വേഷധാരിയായ അദ്ദേഹം അവളുടെ ദുഃഖത്തിന് എന്നേക്കുമായി ശമനമുണ്ടാക്കി. കൂട്ടുകാരികൾ ഗൗരിയെ അകമഴിഞ്ഞ് അഭിനന്ദിച്ചു. കന്യകയാണെന്ന് സർവ്വേയറോട് നുണ പറഞ്ഞതാണെന്നും അതിൽ ആത്മാർത്ഥമായി ക്ഷമാപണം നടത്തുന്നു എന്നും സർവെയറെ അറിയിക്കുന്നതിനു വേണ്ടി ലീവ് എടുക്കാൻ ഗൗരി തീരുമാനിക്കുന്നു.

ഇതാണ് കന്യകയുടെ പ്രമേയം.

മാറുന്ന സമൂഹം മാറുന്ന സ്ത്രീ

തുല്യതയ്ക്കും അവകാശങ്ങൾക്കും വേണ്ടി പോരാടിയിരുന്ന സ്ത്രീയിൽ നിന്ന് കർതൃത്വപദവിയിലേക്കും സ്വയം നിർണയാവകാശത്തിലേക്കും വളർന്ന സ്ത്രീയിൽ എത്തിനിൽക്കുന്ന ചരിത്രസന്ധിയിലാണ് ഇന്ന് ലോകം. സാഹിത്യകൃതികളിലെ സ്ത്രൈണാവസ്ഥകൾ കുടുംബവുമായി ചേർത്തുനിർത്തി ആവിഷ്കരിക്കുന്ന പെണ്ണെഴുത്തിന്റെ പരമ്പരാഗത വഴികൾ നിരാകരിച്ചുകൊണ്ട് കഥാപാശ്ചാത്തലമായി പെൺലോകമായ ഹോസ്റ്റൽ തെരഞ്ഞെടുക്കുന്നതു മുതൽ കഥയിൽ പുതിയ കാലത്തിന്റെ പെണ്ണിനെയും പെൺപരിപ്രേക്ഷ്യങ്ങളെയും മാറുന്ന സാമൂഹ്യവീക്ഷണങ്ങളെയും ഇന്ദു മേനോൻ അവതരിപ്പിക്കുന്നു. പുരുഷനാൽ നിശബ്ദയാക്കപ്പെട്ടിരുന്ന സ്ത്രീജീവിതപരമ്പരകളിൽ നിന്ന് പെൺവാക്കുകളാൽ ശബ്ദായമാനമായ ഒരു അന്തരീക്ഷം എന്നേ രൂപപ്പെട്ടു കഴിഞ്ഞു എന്ന പുതുബോധത്തിലേക്ക് എഴുത്തുകാരി തന്റെ രചനയെ വളർത്തിയിട്ടുണ്ട്.

2002 -ൽ എഴുതിയ കന്യക അക്കാലത്ത് വായിക്കുമ്പോൾ അതിശയോക്തിയോ അതിഭാവുകത്വമോ ആയി അനുഭവപ്പെട്ടിരിക്കാം. എന്നാൽ രണ്ടു പതിറ്റാണ്ടിനുശേഷം ഇതിലെ പ്രമേയം സമകാല യാഥാർത്ഥ്യമാണെന്ന് തിരിച്ചറിയാൻ കഴിയും. എഴുത്തുകാർ ദീർഘവീക്ഷണം ഉള്ളവരാണെന്ന് ഇന്ദു മേനോനും 'കന്യക'യും അടിവരയിടുന്നു.

ആണധികാരത്തിനും ലിംഗബോധത്തിനും പുറത്തേക്ക് വളരുന്ന ഒരു നവസമൂഹത്തെയാണ് കന്യകയിൽ കാണുന്നത്. ജീവശാസ്ത്രപരമായ ഒരു അവസ്ഥ മാത്രമാണ് ലിംഗം എന്നും അതിനപ്പുറം സാമൂഹ്യമാനങ്ങളാൽ രൂപപ്പെടേണ്ട മനുഷ്യൻ എന്ന കാഴ്ചപ്പാട് സമൂഹ മധ്യത്തിൽ സാധ്യമാകണമെന്നും ഈ കഥ ഓർമ്മപ്പെടുത്തുന്നു. പുരുഷമുന്നോക്കാവസ്ഥയും പൊതുവിടത്തിൽ സ്ത്രീക്ക് ഏർപ്പെടുത്തിയ വിലക്കുകളും പെൺമയുടെ നിരാകരണവും മൂലം ചരിത്രത്തിൽ നിന്ന് പാർശ്വവൽക്കരിക്കപ്പെട്ടുപോയ സ്ത്രീത്വം വിദ്യാഭ്യാസം, തൊഴിൽ, സമൂഹത്തിലെ ഇടപെടലുകൾ എന്നിവയാൽ കരുത്താർജ്ജിച്ച് തന്റെ അസ്തിത്വവും സ്വത്വവും സ്ഥാപിച്ചെടുത്തതോടെ പുരുഷേച്ഛയ്ക്കൊത്ത് പരുവപ്പെട്ടിരുന്ന സ്ത്രീത്വം പുതിയ രൂപഭാവങ്ങൾ കൈക്കൊണ്ടു. ഭാഷയിലും

ഭാവനയിലും മാറ്റങ്ങൾ ഉണ്ടായി. പെൺരാഷ്ട്രീയത്തിന്റെ സൈദ്ധാന്തിക ഇടങ്ങൾ രൂപപ്പെട്ടു. ശരീരാസ്പദമായി നിലനിന്ന പുരുഷൻ/ സ്ത്രീ എന്നീ സങ്കൽപ്പനങ്ങൾ പൊളിച്ചെഴുത്തിന് വിധേയമായി. സാംസ്കാരിക ഇടപെടലുകളിൽ ക്രമാനുഗതമായ വളർച്ച പെൺസമൂഹം നേടിയെടുത്തു. കേന്ദ്രസ്ഥാനത്തേക്ക് ഉയരുകയും അവകാശാധികാരങ്ങൾ കയ്യാളുകയും ചെയ്യുന്ന ഒരു ശക്തിയായി സമൂഹത്തിൽ സ്ത്രീ അടയാളപ്പെട്ടു. പുരുഷകേന്ദ്രിതലോകത്തിൽ പുരുഷനോട്ടങ്ങളിലെ സ്ത്രീജീവിത നിർണ്ണയങ്ങൾ അവസാനിച്ചിരിക്കുന്നു എന്നും സ്ത്രൈണകാമനകൾ പൊതുജനമധ്യത്തിൽ ചർച്ച ചെയ്യാനുള്ള ആർജ്ജവം സ്ത്രീസമൂഹം നേടിയെടുത്തു കഴിഞ്ഞു എന്നും കഥാകാരി കന്യകയിലൂടെ സൂചിപ്പിക്കുന്നു.

ആൺകോയ്മയുടെ സദാചാരവരകളെ നിസ്സങ്കോചം മറികടക്കുന്ന ഒരു പെൺലോകം ഇവിടെ രൂപപ്പെട്ടതും അത്തരം സഞ്ചാരത്തിലെ അപഥസഞ്ചാരിണി എന്ന സംബോധനയെ പെണ്ണ് വകവയ്ക്കുന്നില്ല എന്നും ഈ കഥ ഊന്നി പറയുന്നുണ്ട്. ലിംഗരാഷ്ട്രീയം പുനർനിർവചിക്കപ്പെടുകയാണിവിടെ. പുരുഷനോട്ടത്തിന്റെ വക്രീയമാനങ്ങളെ രേഖീയമാക്കുന്ന ഒരു പുതിയ പെണ്ണുടലും ജീവിതവും മലയാള കഥാസാഹിത്യത്തിൽ വേറിട്ട അനുഭവതലമാണ് കാഴ്ചവെയ്ക്കുന്നത്. സ്ത്രീരൂപം, ചലനങ്ങൾ, ദൈനംദിന പ്രവർത്തനങ്ങൾ തുടങ്ങി ചിന്തകൾ പോലും അലിഖിതമായ ചില കടിഞ്ഞാണുകളാൽ നിയന്ത്രണവിധേയമാക്കിയിരുന്ന കാലം അനതിവിദൂരത്തായിക്കഴിഞ്ഞു എന്നും അതിന്റെ മറുപുറ സഞ്ചാരത്തിലാണ് പുതിയകാലം ആവശ്യപ്പെടുന്ന സ്ത്രീകൾ എന്നും എഴുത്തുകാരി സമൂഹത്തോട് വിളിച്ചു പറയുന്നുണ്ട്.

'ഇന്ദുവിന്റെ കഥകളിൽ ലൈംഗികതയെ അഭിമുഖീകരിക്കാനും പരമ്പരാഗത കാപട്യങ്ങൾ ഇല്ലാതെ അതിനെ വിചിന്തനം ചെയ്യാനുമുള്ള പാടവം പ്രത്യക്ഷപ്പെടുന്നത് പുതിയ എഴുത്തിന്റെ ഉറച്ച കാൽവയ്പ്പാണ്' (1) എന്ന് സക്കറിയ അഭിപ്രായപ്പെടുന്നുണ്ട്.

'വ്യവസ്ഥാപിത നിയമങ്ങൾ കാറ്റിൽ പറത്തിയും കലഹിച്ചും കൊണ്ടുള്ള ഒരു എഴുത്തിന്റെ പടപ്പുറപ്പാടിലാണ് ഈ പെൺകുട്ടി' (2) – എന്ന് ഇന്ദു മേനോനെക്കുറിച്ച് എം. മുകുന്ദൻ രേഖപ്പെടുത്തിയതും ശ്രദ്ധേയമാണ്.

'ഇന്ദുവിന്റെ കഥകൾ അട്ടിമറിയുടെ ആഘോഷവും അമർഷത്തിന്റെ ആയുധവുമാണെ'ന്ന (3) കെ. ഇ. എന്നിന്റെ വാക്കുകളും ഇന്ദു മേനോൻ മുന്നോട്ടുവയ്ക്കുന്ന രചനാപരമായ ആശയാദർശങ്ങൾ

ക്കുള്ള അംഗീകാരമാണ്.

പുരുഷനോട് ലൈംഗികവിധേയത്വം പുലർത്താനുള്ള, വസ്തുവത്ക്കരിക്കപ്പെട്ട ഒന്നായി സ്ത്രീ രേഖപ്പെട്ടിരുന്ന ഒരു ദീർഘകാലഘട്ടത്തോടുള്ള വെല്ലുവിളിയായി 'കന്യക' എന്ന കഥയെ വിലയിരുത്താം. കന്യകാത്വം, വിവാഹം, കുടുംബം, പാതിവ്രത്യം തുടങ്ങിയ സദാചാര വിലക്കുകളിൽപ്പെട്ട് സ്വത്വമില്ലായ്മയിൽ കഴിഞ്ഞിരുന്ന അനേകമനേകം സ്ത്രീ തലമുറകളിൽ നിന്ന് സമൂഹം നേടിയ മോചനമാണ് ഗൗരിയിലും കൂട്ടുകാരികളിലും കാണുന്നത്.

വിവാഹ കമ്പോളത്തിൽ പെണ്ണിന്റെ ആഗ്രഹമോ സമ്മതമോ ആരായാതിരുന്നതിൽ നിന്ന് വിവാഹത്തിലേക്ക് എത്താത്ത ലൈംഗികതയിൽപ്പോലും തന്റെ ആവശ്യത്തിനും വരുതിക്കും താല്പര്യത്തിനുമനുസരിച്ച് പുരുഷനെ തെരഞ്ഞെടുക്കാനുള്ള വളർച്ച സ്ത്രീ സ്വായത്തമാക്കിയത് സ്വയംപര്യാപ്തമായ സാമ്പത്തിക സംവിധാനത്താലും സമൂഹത്തിന്റെ പിന്തുണയാലുമാണ്. പുരുഷന് വിധേയപ്പെട്ട് അടിമ ജീവിതം നയിച്ച സ്ത്രീയിൽനിന്ന് വ്യക്തിത്വവും ആത്മവിശ്വാസവും തെരഞ്ഞെടുപ്പുകളിൽ നടത്തുന്ന സ്വാതന്ത്ര്യവും ഒരു സ്ത്രീയെ സമൂഹത്തിൽ മൂല്യമുള്ളവളാക്കിത്തീർക്കുന്ന കാലം സംജാതമായിക്കഴിഞ്ഞു എന്ന് 'കന്യക' ആവർത്തിച്ചു പറയുന്നു.

പെണ്ണെഴുത്തിന്റെ നവഭാവുകത്വമാണ് ഇന്ദുമനോന്റെ കന്യകയിലൂടെ അനുഭവപ്പെടുന്നത്. പാശ്ചാത്യനാടുകളിൽ രൂപപ്പെട്ട സ്ത്രീവാദ സിദ്ധാന്തങ്ങളും വീക്ഷണങ്ങളും മുമ്പോട്ടുവച്ച വേറിട്ട പ്രത്യയശാസ്ത്ര പരിസരങ്ങൾക്ക് പുറത്തേക്ക് വളരുന്ന സ്ത്രീസ്വത്വാവിഷ്കാരത്തിന്റെ അതീതയാഥാർത്ഥ്യങ്ങളാണ് ഈ കഥയുടെ കാതൽ. മാറിയ കാലത്തിന്റെ ക്യാൻവാസിലേക്ക് മാറ്റി വരയ്ക്കുന്ന പുതിയകാല പെണ്ണുടലിന്റെ കാമനകളും തീരുമാനങ്ങളുമാണ് കഥാനായകയിലും കൂട്ടരിലും കാണുന്നത്. ഫെമിനിസത്തെ ആവുന്നത്ര പുതുക്കാനുള്ള ഒരു ശ്രമമാണ് ഇന്ദു മേനോൻ ഇവിടെ നടത്തിയിട്ടുള്ളത്. ലിംഗവിവേചനങ്ങൾക്കപ്പുറമുള്ള ഒരു ലോകവും ആരും ആർക്കും അടിമകളാകാത്ത, സ്വേച്ഛാപരതയിൽ ജീവിക്കാനും ചിന്തിക്കാനുമുള്ള ഇടങ്ങൾ സൃഷ്ടിക്കുന്ന ഒരു ലോകവും എഴുത്തിലൂടെ സാധ്യമാക്കുകയാണ് കഥാകാരി.

തുല്യതയ്ക്കു വേണ്ടിയുള്ള പോരാട്ടങ്ങളെ കാതങ്ങളോളം പിന്നിലാക്കുകയും ഒരു അധികാരവ്യവസ്ഥയായി സമൂഹത്തിൽ സ്ത്രീ സ്വയം രേഖപ്പെടുത്തുകയും ചെയ്യേണ്ടതിന്റെ ആവശ്യവും

ഈ കഥയുടെ അന്തർധാരയാണ്. പുരുഷനാൽ മഹത്വവത്കരിക്കപ്പെടുന്നതിനെ എഴുത്തുകാരി നിരുപാധികം തള്ളിക്കളയുകയും അവയോട് കലാപത്തിലേർപ്പെടുകയും ചെയ്യുന്നു. അടിമത്തത്തിൽ നിന്നും തുല്യതയിലേക്കും തുല്യതയിൽ നിന്ന് മേൽക്കോയ്മയിലേക്കും വളരുന്ന കാലാനുസൃതമായ പരിവർത്തനങ്ങളുടെ പുതിയ ഘട്ടമാണ് പെണ്ണെഴുത്തിന്റെ രൂപഭാവങ്ങൾ ആർജ്ജിച്ച് ഈ കഥയിൽ നിറഞ്ഞുനിൽക്കുന്നത്.

സ്ത്രീയുടെ ആത്മനിയന്ത്രണത്തിന്റെയും അച്ചടക്കത്തിന്റെയും മാർഗ്ഗങ്ങൾ സാധൂകരിച്ച കാലപ്പഴക്കമേറിയ പുരുഷമേൽക്കോയ്മയുടെ പ്രത്യയശാസ്ത്രങ്ങൾ തീർത്തും നിർമാർജനം ചെയ്യപ്പെടേണ്ടവയും നിരാകരിക്കപ്പെടേണ്ടവയുമാണെന്ന് എഴുത്തുകാരി ഓർമ്മിപ്പിക്കുന്നു. പുരുഷ വീക്ഷണത്തിൽ നിന്നും പുറത്തു കടക്കാനുള്ള നിർഭയതയാണ് ഈ കഥാഖ്യാനത്തിലൂടെ ഇന്ദു മേനോൻ മുമ്പോട്ടുവച്ചത്. അതായത് സ്വതന്ത്ര നിർവാഹകത്വത്തിലേക്ക് ശാരീരിക- മാനസിക- സാമൂഹിക വളർച്ചകൾ നേടിയ സമൂഹമാണ് 'കന്യക'യിലെ പെൺ കഥാപാത്രങ്ങളിലൂടെ പ്രതീകവല്കരിക്കപ്പെടുന്നത്. സ്ത്രീത്വം ഉപഭോഗ പരതയിൽ നിന്നും അധികാരപദവിയിലേക്ക് സമൂഹത്തിലും എഴുത്തിലും വളരേണ്ടതും അത്തരം വിശാലമായ കാഴ്ചപ്പാടുകൾ പുതിയ തലമുറകൾ സ്വാംശീകരിക്കേണ്ടതും അനിവാര്യമാകുന്നു എന്ന ധാരണ ഈ കഥ ഊട്ടിയുറപ്പിക്കുന്നുണ്ട്. നല്ലത് /ചീത്ത എന്നീ വിരുദ്ധ ദ്വന്ദ്വങ്ങൾ പുരുഷൻ/ സ്ത്രീ എന്നീ ലിംഗഭേദങ്ങളോട് ചേർത്ത് തുലനപ്പെടുത്തുമ്പോൾ പുരുഷദൃഷ്ടിയിലൂടെ കണ്ട സ്ത്രീയും സ്ത്രൈണതയും അതിലംഘിക്കപ്പെടേണ്ടതാണെന്നും പുരുഷന്റെ സ്ത്രീപക്ഷവീക്ഷണങ്ങൾ ശക്തമായി തകർക്കപ്പെടേണ്ടതാണെന്നും എഴുത്തിന്റെ പരോക്ഷ വായന ബോധ്യപ്പെടുത്തുന്നുണ്ട്.

സ്ത്രീയുടെ ശരീരാനുഭവങ്ങളെ സൂക്ഷ്മമായും സാമൂഹ്യപരിപ്രേക്ഷത്തിലും അവതരിപ്പിക്കാനും അരികുവത്കരിക്കപ്പെട്ട പെൺമയുടെ ഉയിർപ്പ് പ്രത്യക്ഷാനുഭവമാക്കാനും ഈ കഥയിലൂടെ ഇന്ദു മേനോൻ ശ്രമിച്ചിരിക്കുന്നു.

മാധ്യമരാഷ്ട്രീയവും പെണ്ണുടലും

മാധ്യമങ്ങളാണ് ലോകത്തിന്റെ നെടുംതൂണുകൾ. രണ്ടു പതിറ്റാണ്ട് മുമ്പ് മാധ്യമങ്ങൾ ജനപ്രിയമാകുന്ന കാലത്ത് രചിക്കപ്പെട്ട ഈ കഥ മനുഷ്യന്റെ സ്വകാര്യതയിലേക്ക് മാധ്യമ സംസ്കാരത്തി

ന്റെ കടന്നുകയറ്റം പ്രതിപാദിച്ചിരിക്കുന്നത് അത്ഭുതാവഹമായി തോന്നാം. സ്ത്രീക്കും മാധ്യമങ്ങൾക്കും പ്രാധാന്യം ഏറിവരുന്ന ഒരു സമൂഹത്തിന്റെ ഉപോല്പന്നമായി 'കന്യക'യെ വിലയിരുത്താം. പ്രമുഖ വ്യക്തിത്വങ്ങളിൽ നിന്ന് സാധാരണക്കാരിലേക്കും അവരുടെ ജീവിതാനുഭവങ്ങളിലേക്കും കാഴ്ചപ്പാടുകളിലേക്കും ക്യാമറ തിരിക്കുന്ന മാധ്യമ രീതിശാസ്ത്രത്തിന്റെ രേഖയായി ഈ ചെറുകഥ മാറിയിട്ടുണ്ട്. പുരുഷാധിപത്യ പ്രത്യയശാസ്ത്രങ്ങളും മാധ്യമ അജണ്ടകളും സ്ത്രീയിലേക്ക് വഴിതിരിയുന്നത് ഈ കഥയിൽ കാണാം.

സാംസ്കാരിക- മനോവിശ്ലേഷണ പദ്ധതികളുടെ വെളിച്ചത്തിലാണ് പലപ്പോഴും മാധ്യമലോകം മുമ്പോട്ടു പോകുന്നത്. മനുഷ്യനെ കച്ചവടമാക്കുമ്പോഴും ഉല്പന്നങ്ങളുടെ മൂല്യവും ഗുണമേന്മയും ഉറപ്പിച്ചെടുക്കാനും മാധ്യമരംഗമത്സരങ്ങൾ ശ്രദ്ധ ചെലുത്തുന്നുണ്ട്. ഇവ കുടുംബങ്ങളിൽ നിന്ന് പൊതുസമൂഹത്തിലേക്ക് കാഴ്ചകളെയും കാഴ്ചപ്പാടുകളെയും നയിക്കുകയും തിരുത്തപ്പെടേണ്ടവയെ തിരുത്തുകയും പാരമ്പര്യത്തിലെ മാലിന്യങ്ങളെ കഴുകിക്കളയുകയും ചെയ്യുന്നുണ്ട് എന്ന് ഇന്ദു മേനോൻ 'കന്യക'യിലൂടെ ചിത്രീകരിക്കുന്നു. പാരമ്പര്യം, കുടുംബം എന്നീ വ്യവസ്ഥാപിത ക്രമങ്ങളിൽ നിന്ന് വ്യക്തിയും സമൂഹവും സൃഷ്ടിച്ച/സൃഷ്ടിക്കേണ്ട ചിന്താപരതയെ പുറത്തുകൊണ്ടുവരാനുള്ള പുരോഗമന ശ്രമങ്ങൾ മാധ്യമലോകത്ത് നിരന്തരം ഉണ്ടാകുന്നു.

കന്യകാത്വം എന്ന പെണ്ണുടലിന്റെ ഉദാത്തവല്കരണം പാരമ്പര്യത്തിൽ ഉറങ്ങു കിടക്കുന്ന ഒരു അബദ്ധധാരണ മാത്രമാണെന്നും അതിനെ തുടച്ചുമാറ്റി ശരീരബോധത്തിന് പുറത്തേക്ക് - ഒരു വ്യക്തി എന്ന നിലയിലേക്ക് - സ്ത്രീയെ വളർത്തേണ്ടത് പുതിയ കാലത്തിന്റെ അനിവാര്യതയാണെന്ന് സ്ത്രീശരീരത്തെ കച്ചവടം ചെയ്യുന്നതിനിടയിലും മാധ്യമങ്ങൾ ചിന്തിപ്പിക്കുന്നുണ്ട്. സമീപകാലത്ത് ഇവ ലൈംഗികതയെ കാണുന്നത് ഒരു ഉല്പന്നമെന്ന നിലയ്ക്കും സാമൂഹ്യമാറ്റത്തിന്റെ സൂചകം എന്ന നിലയ്ക്കുമാണ്.

സിനിമയും ടെലിവിഷനും നവമാധ്യമങ്ങളും മുന്നോട്ടുവെക്കുന്ന അജണ്ടകളിൽ മറച്ചുവെക്കേണ്ട ഒന്നല്ല ലൈംഗികത എന്നും മനുഷ്യന് അനിവാര്യമായവയിൽ ഒന്നു മാത്രമാണതെന്നും മറവുകളില്ലാതെ വിളിച്ചു പറയുന്നുണ്ട്. അതിനെ മൂടിവയ്ക്കുന്തോറും ലൈംഗികത അശ്ലീലമാണെന്നുറപ്പിക്കപ്പെടുന്നു. സ്ത്രീവാദത്തെയും ലൈംഗികതയെയും പൊതുസമൂഹത്തിന്റെ വീക്ഷണകോണു

കളിലേക്ക് പ്രസരിപ്പിക്കുകയും അതോടൊപ്പം പാരമ്പര്യ സംസ്കാരത്തിന്റെ വ്യവഹാരമാതൃകകളിൽ നിന്ന് ലൈംഗികതയെ മോചിപ്പിക്കാൻ ശ്രമിക്കുകയും ചെയ്യുന്നുണ്ട്. മുമ്പ് പുരുഷന്മാർ അനുഭവിച്ചിരുന്ന സ്വാതന്ത്ര്യം ഇന്ന് സ്ത്രീകൾക്കും ലഭിക്കുന്നതിൽ മാധ്യമങ്ങളുടെ പങ്ക് വളരെ വലുതാണ്.

മാധ്യമങ്ങൾ സമൂഹചലനങ്ങൾക്കും വ്യവസ്ഥകൾക്കും ഒപ്പമോ ഒരുപടി മുമ്പിലോ ആണ് സഞ്ചരിക്കുന്നത്. അതായത് സാമൂഹ്യ മാറ്റത്തിന്റെ കാഹളത്തോടൊപ്പം മാധ്യമലോകം ഇവയെ ഉല്പന്നമാക്കുകയും അതേസമയം വിനോദമാക്കുകയും ചെയ്യുന്നുണ്ട്. ഇങ്ങനെ നോക്കുമ്പോൾ ഒരു നവസാമൂഹ്യഘടന ഉറപ്പിച്ചെടുക്കുന്നതിൽ ചിന്താപ്രക്രിയകൾക്കൊപ്പം മാധ്യമങ്ങളും പങ്കുവഹിക്കുന്നുണ്ട് എന്നു കാണാം. ഭയവും ലജ്ജയും ഭരിച്ചിരുന്ന കാലത്തു നിന്ന് സ്ത്രീ മുക്തയായതിൽ മാധ്യമങ്ങളുടെ സ്വാധീനം വളരെ വലുതാണ്. സ്ത്രീയുടെ സ്വതന്ത്ര ചിന്തയ്ക്കും അഭിപ്രായപ്രകടനത്തിനും ആക്കംകൂട്ടാനും സ്ത്രീസ്വത്വത്തെ പുറംമൂടികളിൽ നിന്നും മോചിപ്പിച്ച് യഥാതഥമായി ദൃശ്യാവിഷ്കാരം നടത്താനും കന്യകയിലെ ദൃശ്യമാധ്യമം ശ്രമിക്കുന്നുണ്ട്. സ്ത്രീസ്വത്വരാഷ്ട്രീയത്തിന്റെ പുതിയ തലമാണ് മാധ്യമ സംസ്കാരവുമായി ഇഴ ചേർത്ത് ഈ കഥയിൽ ഇന്ദു മേനോൻ അവതരിപ്പിക്കുന്നത്.

പുരുഷവീക്ഷണ മൂല്യങ്ങളാൽ തിരസ്കരണ വിധേയരാകുമോ എന്ന ഭയം ഇതിലെ സ്ത്രീകളിൽ കാണുന്നില്ല. മറിച്ച്, തങ്ങളുടെ ശാരീരിക- മാനസികസ്വത്വങ്ങളെക്കുറിച്ച് പൊതുവേദിയിൽ തുറന്നു പറയാനുള്ള അവസരവും ആർജ്ജവവും മാധ്യമങ്ങൾ ഒരുക്കുന്നത് സ്ത്രീകൾ പ്രയോജനപ്പെടുത്തുന്നു. സ്ത്രീകളെ കച്ചവടവല്കരിക്കുന്നതോടൊപ്പം പെൺമയുടെ ഒരു പുതിയ രൂപപ്പെടൽകൂടി സമാന്തരമായി സാധ്യമാക്കുന്നുണ്ട് എന്ന് കാണാം.

ആത്മീയതയും പാരമ്പര്യവും

മനസ്സും ശരീരവും വിഭിന്നതലങ്ങളിലൂടെ സഞ്ചരിക്കുമ്പോഴും ഇവ പരസ്പര പൂരകങ്ങളാണെ യാഥാർത്ഥ്യമാണ് കന്യക എന്ന ചെറുകഥയിലെ ആത്മീയ പരിവേഷമുണർത്തുന്ന ചിദംബരനാഥ ബ്രഹ്മതീർത്ഥ സ്വാമികൾ ബോധ്യപ്പെടുത്തുന്നത്. കന്യകാത്വത്തിൽ നിന്നും മോചിതയാകുവാൻ തീവ്രമായി ആഗ്രഹിക്കുന്ന കഥാനായിക പല പുരുഷന്മാരെയും വിലയിരുത്തുകയും അവരൊന്നും തനിക്ക് അനുയോജ്യരല്ലെന്ന് ബോധ്യപ്പെടുകയും ചെയ്ത സാഹ

ചര്യത്തിലാണ് സ്വാമികളുടെ സമീപമെത്തുന്നത്. പാദങ്ങളിൽ വീണ് കണ്ണീരൊഴുക്കി പ്രാർത്ഥിച്ച ഗൗരിയെ സ്വാമികൾ കന്യകാത്വം എന്ന ശാരീരികാവസ്ഥയുടെ മഹത്വത്തെപ്പറ്റി പറഞ്ഞു മനസ്സിലാക്കാൻ ശ്രമിക്കുന്നുണ്ട്.

'നീ വിഷമിക്കാതിരിക്കുക. കന്യകാത്വം എന്നത് യഥാർത്ഥത്തിൽ ഒരു വരദാനമാണ് മകളെ. ജന്മം കൊണ്ട് സിദ്ധമായ പവിത്രതയാണ്. നമ്മുടെ ഉടൽ ആരും തന്നെ സ്പർശിച്ചു കളങ്കപ്പെടുത്താത്ത അവസ്ഥ. ഹരി ഓം... ഹരി ഓം. നീ എത്രയോ പുണ്യവതിയാണ്.' (4)

കേവലമായ ശരീരബോധത്തിൽ നിന്ന് മുക്തി നേടിയവരെന്ന് സമൂഹം കരുതുന്ന സർവ്വസംഗപരിത്യാഗികളായ സന്യാസിമാർ പോലും സ്ത്രീശരീരത്തെ സമീപിക്കുന്നതിലെ യുക്തിരാഹിത്യം ശ്രദ്ധേയമാണ്. കന്യകാത്വം പവിത്രതയാണെന്നും നീ പുണ്യവതിയാണെന്നും ഗൗരിയോട് പറയുന്ന സാംഗത്യം ഇവിടെ ചോദ്യം ചെയ്യപ്പെടേണ്ടതുണ്ട്. ഉടൽമുക്തമായ മനോനിലയിലല്ല പലരും സന്യാസത്തെ സമീപിക്കുന്നത് എന്നും അവസരങ്ങളുടെ അഭാവമാണ് സന്യാസത്തിൽ പോലും സദാചാരമെന്നും ചിദംബരനാഥ സ്വാമി തിരിച്ചറിവ് നൽകുന്നു.

ഉടലും കാമനകളും പരിത്യജിച്ചവർ സ്ത്രീശരീരത്തോട് പുലർത്തുന്ന ഈ സമീപനം സമൂഹയാഥാർത്ഥ്യത്തിന്റെ പരിച്ഛേദമാണ്. പ്രശസ്ത വനിതകൾ പോലും സന്യാസികളുടെ പിടിയിലാകുമ്പോൾ തികച്ചും സാധാരണക്കാരിയായ ഒരു യുവതി തന്റെ കന്യകാത്വത്തിൽ പരിതപിച്ചുകൊണ്ട് ചിദംബരനാഥനെ സമീപിക്കുന്നു. ഇത്തരമൊരു സന്ദർഭത്തിൽ സംഭവിക്കാവുന്ന സ്വാഭാവികത മാത്രമാണ് ഈ കഥയിലുമെന്ന് ചിന്തിക്കാം. എന്നാൽ സ്ത്രീയുടെ കന്യകാത്വം പവിത്രമാകുന്നതുപോലെ സന്യാസിയുടെ ബ്രഹ്മചര്യവും പവിത്രമാകണം.

ഇവ രണ്ടും കേവലം ശരീരാസ്പദമായ സ്ഥിതിവിശേഷമാണെന്നും ആഘോഷിക്കപ്പെടേണ്ടതോ മഹത്വവത്ക്കരിക്കപ്പെടേണ്ടതോ അതിപ്രാധാന്യം നൽകേണ്ടതോ അല്ലെന്നും ചിന്തിക്കേണ്ടതുണ്ട്. എന്നാൽ ഒരു സന്യാസിയിൽ നിന്ന് അപ്രകാരം ഉദാത്തവൽക്കരിച്ച ഒന്നിനെ അപ്രസക്തമാക്കുന്ന പ്രവർത്തി ഉണ്ടായത് വിരോധാഭാസം ആണെന്ന് പറയേണ്ടി വരുന്നു.

സ്വാമികൾ കന്യകാത്വത്തെ ഉദാത്തവത്ക്കരിക്കുന്ന വാക്കുകൾ പറയുകയും ചുരുങ്ങിയ സമയത്തിനുള്ളിൽ അന്തരീക്ഷത്തിൽ

നിന്ന് മന്ത്രഭസ്മവും ദിവ്യകൽക്കണ്ടവും എടുത്ത് ഗൗരിക്ക് നൽകി അബോധാവസ്ഥയിലാക്കുകയും ചെയ്തു. ഭക്തയുടെ ആഗ്രഹം ചിദംബര സ്വാമി നിറവേറ്റിയതും അയാൾ ധരിച്ച കാവിയുടെ മറവിൽ ഒളിഞ്ഞിരിക്കുന്ന പുരുഷകാമന വെളിപ്പെട്ടതും ഒരു നാണയത്തിന്റെ ഇരുപുറങ്ങളായി കരുതേണ്ടതുണ്ട്. പുരുഷന്റെ ശരീരകാമനകൾക്ക് നിയന്ത്രണമില്ലെന്ന് പുരാണേതിഹാസങ്ങളിൽ മുതൽ സാക്ഷ്യപ്പെടുത്തലുകളുണ്ട്. ഋഷിയായ വിശ്വാമിത്രനും സ്ത്രീകളെ കണ്ടുവളരാത്ത ഋഷ്യശൃംഗനുമൊക്കെ ഇതിനുദാഹരണങ്ങളാണ്. അവസരത്തിനൊത്ത് ആത്മീയതയും ലൗകികതയും സൃഷ്ടിക്കുന്ന മറകൾക്കുള്ളിലാണ് ചിലരുടെയെങ്കിലും സന്യാസം എന്ന വാസ്തവത്തെ വിമർശനാത്മകമായി ഇന്ദു മേനോൻ സൂചിപ്പിക്കുന്നു.

തന്റെ മനസ്സിലും ശരീരത്തിലും വിശുദ്ധികൽപ്പിച്ച് ഗൗരി കാത്തുസൂക്ഷിച്ച കന്യകാത്വത്തെ സ്ത്രീ സമൂഹവും മാധ്യമങ്ങളും ചേർന്ന് മായ്ച്ചു കളയുന്നു. എന്നാൽ കന്യകാത്വം നഷ്ടപ്പെട്ടത് മനസ്സിലായതിനുശേഷം അവളുടെ ബോധാബോധതലങ്ങളിൽ ഗ്രാമവും ഭഗവതിയും നിറയുന്നുണ്ട്.

'സാന്ധ്യവെളിച്ചത്തിന്റെ വീഴ്ചയിൽ ഭഗവതിപ്പട്ടുചുറ്റി ഉറഞ്ഞുതുള്ളുന്ന കന്യകമാരെ കണ്ടു. ചെമ്പട്ടിൽ ജ്വലിച്ചു ജ്വലിച്ച് അഗ്നിയോളം സ്ഫുക്കുന്ന ഭഗവതിയെ കണ്ടു.

ഗൗരി എന്ന പെണ്ണിനു മാത്രം കന്യാവസ്ത്രമുണ്ടായിരുന്നില്ല. കരുണ നിറഞ്ഞതും കാമമുയർക്കുന്നതും സ്നേഹമസൃണമായതും സങ്കടം തുളുമ്പുന്നതും അമ്പരക്കുന്നതും ദേഷ്യപ്പെടുന്നതും ഗംഭീരമായതുമായ പുരുഷമുഖങ്ങൾ പിന്നീട് അവൾ കണ്ടു.' (5)

ജീവിതത്തിൽ ഗൗരി കണ്ട പുരുഷന്മാരും അവളുടെ ഉള്ളിലെ പാരമ്പര്യസ്വത്വവും ചേർന്ന് സമൂഹത്തിന്റെയും തന്റെയും പുതിയ കാഴ്ചപ്പാടുകളോട് അബോധത്തിൽ മത്സരിക്കുന്നതാണ് ഈ സ്വപ്നത്തിലൂടെ കാണുന്നത്. വിശുദ്ധി കല്പിക്കപ്പെട്ടതിനെ സമൂഹത്തിനു വേണ്ടി നഷ്ടപ്പെടുത്തുകയും അതിലവൾ അന്തഃസംഘർഷമനുഭവിക്കുകയും ചെയ്യുന്നുണ്ട് എന്ന് ഈ സ്വപ്നാഖ്യാന സന്ദർഭത്തിൽ വ്യക്തമാകുന്നു. സമൂഹത്തിന്റെ ചലനങ്ങൾക്കൊത്ത് ക്രമപ്പെടുത്തുന്നവ ചില സന്ദർഭങ്ങളിൽ, ചില മനസ്സുകളിൽ, ക്രമരഹിതവുമാണെന്ന് എഴുത്തുകാരി പരോക്ഷമായി ഓർമ്മിപ്പിക്കുന്നുണ്ട്.

ഗൗരിയുടെ സംഘർഷാത്മകമായ വിചാരങ്ങളെ സമൂഹബോ

ധത്തിൽ ഊന്നിനിന്നുകൊണ്ട് അവൾ തന്നെ ദമനം ചെയ്യുന്നു. ഒരിക്കൽ അഭിമാനമായി കരുതിയിരുന്ന കന്യകാത്വം എത്ര പെട്ടെന്നാണ് ഗൗരിക്ക് അപമാനമാകുന്നതെന്നു ചിത്രീകരിക്കുന്ന കഥാഭാഗം, നിരന്തര പരിവർത്തന സ്വഭാവം പ്രകടിപ്പിക്കുന്ന സമൂഹത്തിന്റെ പ്രതിഫലനമായി കരുതാം. പാരമ്പര്യത്തെയും പുരുഷാധിപത്യ കാഴ്ചപ്പാടുകളെയും നമസ്കരിക്കുകയോ തലകീഴായി നിർത്തുകയോ ചെയ്തുകൊണ്ട് തികച്ചും സ്ത്രീപക്ഷ നിലപാടുകളെയും താല്പര്യങ്ങളെയും സ്ഥാപിച്ചെടുക്കുന്ന ഒരു കഥയാണ് കന്യക എന്ന് കാണാം.

ശരീരസ്വാതന്ത്ര്യത്തിനുവേണ്ടി പാരമ്പര്യങ്ങളോട് കലഹിക്കുകയും വിപ്ലവകരമായ മാറ്റങ്ങൾക്ക് വേണ്ടി പൊതുമധ്യത്തിൽ ശബ്ദിക്കുകയും ചെയ്യുന്നതോടൊപ്പം ശരീരസ്വാതന്ത്ര്യത്തിനു പിന്നിൽ ഒരു മാനസിക സ്വാതന്ത്ര്യവും കൂടിയുണ്ട് എന്ന് ഗൗരിയുടെ വൈകാരികാവസ്ഥ സൂചിപ്പിക്കുന്നുണ്ട്. കന്യകാത്വത്തിൽ നിന്ന് വിമോചിതയായ ഗൗരിയുടെ സ്വപ്നത്തിൽ ഗ്രാമവും ഭഗവതിയും കന്യകമാരും പ്രത്യക്ഷപ്പെടുന്നുണ്ട്. ശരീരസ്വാതന്ത്ര്യത്തെ പൂർണ്ണമാക്കുന്നതിന് മാനസികസ്വാതന്ത്ര്യം അത്യന്താപേക്ഷിതമാണെന്ന് ഈ സന്ദർഭത്തിൽ മനസ്സിലാക്കാം. പ്രണയവും കാമവും ഈ കഥയിലെ ഒട്ടുമിക്ക കഥാപാത്രങ്ങളിലുമുണ്ടെങ്കിലും മാനസിക- ശാരീരിക സ്വാതന്ത്ര്യം ഒരേപോലെ അനുഭവിക്കുന്ന കഥാപാത്രങ്ങൾ തുലോം വിരളമാണ്. ഫെമിനിസം എന്നാൽ ശരീരസ്വാതന്ത്ര്യം മാത്രമാണോ എന്ന ചോദ്യവും കൂടി ഈ കഥയുടെ പ്രമേയത്തോട് ചേർത്തുവയ്ക്കാൻ ഇന്ദു മേനോൻ ശ്രമിച്ചിട്ടുണ്ട്.

സമൂഹവും പ്രമേയവും തമ്മിലുള്ള ആദാനപ്രദാനങ്ങളാണ് ഏതൊരു സാഹിത്യകൃതിയെയും ജീവസ്സുറ്റതാക്കുന്നത്. ഒരു കഥ സമൂഹത്തിനും സമൂഹം കഥയ്ക്കും പോഷകമാകുന്ന അനിതര സാധാരണത്വമാണ് ഇന്ദു മേനോന്റെ 'കന്യക'യിൽ കാണാൻ കഴിയുന്നത്. പാരമ്പര്യത്തിൽ നിന്നും പുരുഷാധിപത്യത്തിൽ നിന്നും വിടുതൽ നേടുന്ന സ്വയംപ്രഖ്യാപിത അധികാരവഴികൾ തിരഞ്ഞെടുക്കാൻ ആത്മവിശ്വാസവും ധൈര്യവും നേടിയ സ്ത്രീകളുടെ വിപ്ലവകരമായ കാഴ്ചപ്പാടുകളും പാരമ്പര്യത്തിന്റെ പിൻവിളികളും മാധ്യമരാഷ്ട്രീയത്തിന്റെ പുത്തൻ പ്രവണതകളും ആത്മീയതയിലെ കള്ളനാണയങ്ങളും ഈ കഥയ്ക്ക് വ്യത്യസ്തമാനങ്ങൾ നൽകുന്നുണ്ട്. കന്യകാത്വം എന്ന അനിവാര്യമല്ലാത്ത ഒന്നിനെ പ്രശ്നവൽക്കരിക്കപ്പെടേണ്ടതില്ലെന്നും ലിംഗപരമായ സാധാരണമായ

ഒരു ശാരീരികസ്ഥിതി മാത്രമാണതെന്നും ഇന്ദു മേനോൻ സൂചിപ്പിക്കുന്നു. സ്ത്രീസ്വാതന്ത്ര്യത്തിന് ഏകമുഖമാനമല്ലെന്നും വിചാരവികാരങ്ങൾ ചേരുമ്പോഴാണ് മനസ്സിന്റെയും ശരീരത്തിന്റെയും സ്വാതന്ത്ര്യം സാധ്യമാകുന്നത് എന്നും കഥയുടെ പരോക്ഷപ്രമേയമാകുന്നുണ്ട്. ഫെമിനിസം ഒരു പുതിയ ആശയപദ്ധതിയിലേക്ക് ചുവടുവെക്കുന്ന ഈ കഥയിൽ, വിപ്ലവം വ്യക്തി മനസ്സിൽ തുടങ്ങണമെന്നും അത് പിന്നീട് ശരീരത്തിലേക്കും സമൂഹത്തിലേക്കും പടർന്ന് വളർന്ന് വിശാലമാകണമെന്നും ഓർമിപ്പിക്കുന്നു. ഭാഷയിലും പ്രമേയത്തിലും ആഖ്യാനത്തിലും പുലർത്തിയ പുതുമയും വൈവിധ്യവുമാണ് ഇന്ദു മേനോന്റെ 'കന്യക'യെ സവിശേഷമാക്കുന്നത്.

വ്യക്തിയിൽ നിന്നും സമൂഹത്തിലേക്കും സമൂഹത്തിൽനിന്ന് വ്യക്തിയിലേക്കും ഒരേസമയം സഞ്ചരിക്കുന്ന 'കന്യക' മലയാളത്തിലെ പെൺകഥാസാഹിത്യത്തിന് തികച്ചും വേറിട്ട ഒരനുഭവം നൽകുന്നു.

കുറിപ്പുകൾ

1.സക്കറിയ,

അനുബന്ധം -1, കഥകൾ, ഇന്ദു മേനോൻ, ഡി സി ബുക്സ്, കോട്ടയം, 2015, പുറം 237.

2. മുകുന്ദൻ എം., ആമുഖം, കഥകൾ, ഡി സി ബുക്സ്, കോട്ടയം, 2015, പുറം 12.

3. കെ ഇ എൻ, ആമുഖം, കഥകൾ, ഇന്ദു മേനോൻ, ഡി സി ബുക്സ്, കോട്ടയം, 2015, പുറം 18.

○○

പതിമൂന്ന്

ചരിത്രവഴികളിലെ കഥാന്തരങ്ങൾ

ഡോ. പ്രിൻസ് മോൻ ജോസ്

ചരിത്രം ഉടഞ്ഞകന്ന ദർപ്പണത്തിലെ പ്രതിബിംബങ്ങളെപ്പോലെ അവ്യക്തവും അപൂർണവുമാണ്. ഈ വിടവുകളെ നികത്തുകയോ, പൂർണതയുള്ള പ്രതിബിംബമാക്കി മാറ്റുകയോ ആണ് ഒരു ചരിത്രകാരൻ ചെയ്യുന്നത്. ചില ഘട്ടങ്ങളിൽ ആ പൂരണത്തിനൊരുങ്ങുമ്പോൾ ആഖ്യാതാവ് ചില സമ്മർദ്ദങ്ങളിലൂടെ കടന്നു പോകേണ്ടിവരുകയും അധികാരത്തിനും പ്രത്യയശാസ്ത്രങ്ങൾക്കും വിധേയപ്പെട്ട് പരാജിതനാവുകയും ചെയ്യുന്നു. അപ്പോഴും ചരിത്രം അപൂർണമായിത്തന്നെ കാണപ്പെടുകയും, പരാജിതരുടെ ശ്മശാനങ്ങളായി അവ നിഗൂഢമായി സ്ഥിതിചെയ്യുകയും ചെയ്യുന്നു. ചരിത്രാഖ്യാനങ്ങളിൽ നിന്ന് ഒഴിവാക്കപ്പെട്ട് മൺമറഞ്ഞു പോയ നിരവധി ചരിത്ര നിമിഷങ്ങൾ, അങ്ങനെയുണ്ട്. ഭൂതകാലവഴികളിലെ യാഥാർത്ഥ്യങ്ങളാണവ. അവ്യക്തവും ദുർഗ്രഹവുമായ ഈ സന്ദർഭങ്ങൾ ചില ഘട്ടങ്ങളിലെങ്കിലും വീണ്ടും പുനർജ്ജീവൻ, നേടാറുണ്ട്. ഉൾഖനനത്തിലൂടെ തെളിഞ്ഞുവരുന്നവയാണവ. ഈ ഉൾഖനനം നടത്തുന്നതാരാണ്. സർഗാത്മകതയുടെ കാവൽക്കാരായ സാഹിത്യകാരൻമാർ തന്നെ. ചരിത്രകാരൻ ഭയപ്പെട്ടു പിൻമാറുന്ന ഘട്ടങ്ങളിൽ ഭാവനയുടെ ചിറകിലേറി അവൻ സഞ്ചരിക്കും. ഉടഞ്ഞകന്ന ദർപ്പണത്തെ വാക്കുകളുടെ വർണങ്ങളാൽ അവർ കമനീയമാക്കും. ചില വർണങ്ങൾ ഭീതിയുടെ കരിനിഴൽ വീഴ്ത്തുന്നവയായിരിക്കും. മറ്റു ചിലതു ചോരയുടെ രൂക്ഷഗന്ധമായി ബുദ്ധിയെ പരീക്ഷിക്കും. ഈ ധാരണയോടെയും ഭയപ്പാടോടെയും വേണം ഇത്തരം കൃതികളെ സമീപിക്കാൻ. ഈ രീതിയിൽ വായിക്കപ്പെടേണ്ട ഇന്ദുമേനോന്റെ കഥയാണ്, '1975-ൽ പോസ്റ്റുചെയ്ത ഒരു കഥ.'

നഷ്ടമായ ചരിത്രഘട്ടങ്ങൾ, ബോധപൂർവ്വമായ മറവികളിൽ നിന്ന് സൃഷ്ടിക്കപ്പെട്ടതോ, തമസ്ക്കരിക്കപ്പെട്ടതോ ആണെന്ന് കാലം വിമർശനാത്മകമായി ഇന്ന് തെളിയിച്ചുകൊണ്ടിരിക്കുന്നു. സ്മൃതികളിൽ നിന്ന് അന്യമാക്കപ്പെട്ട യാഥാർത്ഥ്യങ്ങൾ ഇരുളുകളിൽനിന്ന് പ്രകാശത്തിന്റെ തീരങ്ങളെ സ്പർശിച്ചുതുടങ്ങിയിരിക്കുന്നു. ഭാവനയിലൂടെയാണ് അവ ചിറകുവിരിക്കുന്നത്. പുനഃസൃഷ്ടിക്കാനാവാത്ത വിധം നഷ്ടമായി എന്ന് കരുതുന്നവയുടെ വീണ്ടെടുപ്പ്. അവ സാമ്പ്രദായികവ്യവസ്ഥകളോടുള്ള വെല്ലുവിളിയാണ്. സവർണബോധവും, അധികാരവും അവിടെ മുഖം കുനിക്കും.

ജോസഫ് മുണ്ടശ്ശേരിയുടെ ഭാഷയിൽ പറഞ്ഞാൽ കാലത്തിന്റെ ദാസനായി മാറുന്നവരെ മറികടന്ന് കാലത്തിന്റെ അധികാരിയായി ചരിത്രകാരൻമാരും സാഹിത്യകാരൻമാരും വഴിവിട്ട് മാറി ചരിച്ചു തുടങ്ങുന്നു. അവരുടെ കൈകളുയരുന്നു. വാക്കുകൾ ചാട്ടുളികളാകുന്നു. ശിരസുകൾ ഉയരുന്നു. വിധേയത്വം രൂപപ്പെടുത്തിയ പഴയ വടുക്കളെ മായ്ച്ചുകളഞ്ഞ് തെളിഞ്ഞ മുഖത്തോടെ അവർ പുനരുത്ഥാനം ചെയ്യുന്നു. അവരുടെ മുഖം പ്രകാശത്താൽ ഉജ്ജ്വലമാക്കപ്പെടുന്നു.ചരിത്ര വിടവുകളെ സൂക്ഷ്മമായി നികത്തുന്ന അവയെ ദൃശ്യപരമാക്കുന്ന, വിമർശനാത്മകമാക്കുന്ന നവചരിത്രാപഗ്രഥനങ്ങൾ. ഇങ്ങനെയുള്ള ചരിത്രപഠനങ്ങളും ആഖ്യാനങ്ങളും ചരിത്ര സത്യങ്ങളുടെ അനാച്ഛാദനമാണ്. ഇത് ചരിത്രം നിർമിച്ചവരേയും ഭരണകൂടങ്ങളെയും നിലവിലുള്ള അധികാരവ്യവസ്ഥകളേയും ചിലപ്പോൾ തച്ചുടയ്ക്കും. ഭരണകൂടം മുന്നോട്ടുവയ്ക്കുന്ന സമർദ്ദങ്ങളെ അതിജീവിച്ച് ഇവ വെളിച്ചം കാണുകയും ചെയ്യും. ഈ തെളിമയോടെ വേണം ഇന്ദുമേനോന്റെ ഈ രചനയെ സമീപിക്കാൻ.

ചരിത്രം വൈകാരികതയ്ക്ക് പ്രാധാന്യം കൊടുക്കാതെ തികച്ചും യഥാതഥമായാണ് എഴുതപ്പെടുന്നത്. വിക്ഷോഭങ്ങളെക്കാൾ വസ്തുനിഷ്ഠതയ്ക്കാണ് ഇവിടെ പ്രാധാന്യം. ഈ സ്വഭാവത്താൽ തന്നെ ചരിത്രഘട്ടങ്ങളിലെ ചില ക്രിയാംശങ്ങളെല്ലാം പൂർണമായി അനാവരണം ചെയ്യപ്പെടാതെ നിഗൂഢമായി കാണപ്പെടുന്നു. ചരിത്രത്തെ എന്നാൽ ഒരു സാഹിത്യകാരൻ സർഗാത്മകമായി സമീപിച്ചാൽ അവ കുറച്ചുകൂടി സത്യത്തോടടുക്കുകയും തുറവിയുള്ളതായി തീരുകയും ചെയ്യും. 1975കളിൽ ഇന്ത്യ അഭിമുഖീകരിച്ച രാഷ്ട്രീയ അരക്ഷിതാവസ്ഥയുടെ പശ്ചാത്തലത്തിലെഴുതപ്പെട്ട ഇന്ദുമേനോന്റെ ഈ കഥ ചരിത്രത്തിന്റെ ആരും കാണാത്ത തുറവിയിലേക്കാണ് ജാലകം തുറക്കുന്നത്. നിസഹായരായ സാധാര

ണ മനുഷ്യർ നേരിടുന്ന അതിക്രമങ്ങളും, ചൂഷണങ്ങളും, അവരുടെ അരക്ഷിതമായ ജീവിതാവസ്ഥകളും, അധികാരം നിഷ്ഠൂരമായി ജനതതികളെ ചവിട്ടിയരയ്ക്കുന്നതും ഇവിടെ ദൃശ്യവത്ക്കരിക്കപ്പെടുന്നു.'

ഗുലാംനബിയെന്ന ഗുല്ലുവിന്റെ കണ്ണുകളിലൂടെയാണ് 1975-പോസ്റ്റുചെയ്ത ഒരു കഥ, ഇതൾ വിരിയുന്നത്. അടിയന്തിരാവസ്ഥ ഗ്രാമീണജീവിതങ്ങളെ എപ്രകാരം നിരാലംബരും ആശയറ്റവരും, പീഢിതരും, സ്വയം നഷ്ടപ്പെട്ടവരുമാക്കി എന്ന് ഗുല്ലുവിന്റെ ജീവിതത്തിലൂടെ പറയുന്നു. തന്റെ ദുർഗതിക്കു കാരണമായവൻ വിമാനാപകടത്തിൽ ചത്തുതുലഞ്ഞു എന്ന വാർത്ത കേട്ട് നിർവികാരനായി ചെറിയൊരു നടുക്കത്തോടെ കേട്ട് ആദ്യം നില്ക്കുന്ന ഗുല്ലു, പിന്നീട് തന്റെ പൂർവ്വകാലജീവിതത്തിലേക്ക് ഓർമകളിലൂടെ സാവധാനം തിരികെ നടക്കുന്നു പട്ടാളക്കാർ തന്റെ ഗ്രാമത്തിലേക്ക് ആദ്യമായി കടന്നുവന്ന ദിനം. മഡോഗയിലും ബാവലിയിലും കർഫ്യൂ ഏർപ്പെടുത്തിയതും അവൻ അറിഞ്ഞു. ഗുല്ലു പേടിക്കേണ്ട അവരിങ്ങോട്ടൊന്നും കേറിവരില്ല. ഇന്ദിരാജി നല്ലവളാണ്. പ്രണയിനിയായ മുന്നി അവനെ ആശ്വസിപ്പിച്ചു.

എന്നാൽ എല്ലാം തകിടം മറിഞ്ഞത് വളരെ വേഗത്തിലായിരുന്നു. നെൽവിത്തുകൾ ശേഖരിക്കുകയും പഴങ്ങൾ വില്ക്കുകയും ചെയ്തിരുന്ന ഗുല്ലുവിന്റെ ജോലി അടിയന്തിരാവസ്ഥയെത്തുടർന്ന് തടസപ്പെട്ടു. കർഫ്യൂ കാരണം സ്ത്രീകൾ നിരത്തിലിറങ്ങിയേയില്ല. സ്വതേ അവന്റെ പഴവണ്ടിയുടെ മണിയടിശബ്ദം കേൾക്കുമ്പോൾ ആർത്തിയോടെ നിലവിളിക്കാറുള്ള കുഞ്ഞുങ്ങളുടെ ചിരിപോലും കേൾക്കാതായി. അവർ തടിച്ച വിരിപ്പുകൾ തൂക്കിയ ജാലകച്ചില്ലകൾക്ക് പുറകിൽ ഭയം പുതഞ്ഞ കണ്ണുകളോടെ നഗരത്തെ ഒളിച്ചു നോക്കി. പട്ടിണി കിടക്കാൻ വയ്യാത്തതുകൊണ്ട് മുന്നിയോടൊപ്പം അവൻ വിത്തു ശേഖരിക്കാനിറങ്ങി. ഏറ്റവുമധികം നെൽവിത്തുകൾ ഇന്ത്യയിലാണുള്ളത്. 25000-ത്തിലധികം പറഞ്ഞാൽ വിശ്വസിക്കുമോ? മുന്നി പറഞ്ഞു. പ്രൊഫ. രാമനാഥയ്യരുടെ ഇൻസ്റ്റിറ്റ്യൂട്ടിനു വേണ്ടിയാണ് ഇവർ വൈവിധ്യമുള്ള വിത്തുകൾ ശേഖരിക്കുന്നത്.

'അടിയന്തരാവസ്ഥയോടനുബന്ധിച്ച് ക്രൂരമായ മനുഷ്യാവകാശ ധ്വസംനങ്ങൾ ഭാരതത്തിൽ അരങ്ങേറി. നിർബന്ധിത വന്ധ്യംകരണമായിരുന്നു ഇതിൽ പ്രധാനം. ആദിവാസികൾ പെറ്റുപെരുകുന്നത് തടയാനുള്ള ക്രൂരമായ അജണ്ട. ഗുല്ലുവിനോട് ഇക്കാര്യം

ചുങ്കുദാദുവാണ് പറഞ്ഞത്. പുരുഷവന്ധ്യംകരണം ബദൽ അഞ്ച് കിലോ അരി, ഒരു പ്ലാസ്റ്റിക്ക് ബക്കറ്റ്, ഒരു ട്രാൻസിസ്റ്റർ. ഈ അനീതികൾക്കിടയിൽ ഗുല്ലു മറ്റൊരു കാര്യം അറിയുന്നു. ഞങ്ങൾ ശേഖരിച്ച നെൽവിത്തുകൾ മനിലയിലേക്കോ, ഫിലിപ്പൈൻസിലേക്കോ മറ്റോ കടത്താൻ പോകുകയാണത്രേ. പകരം അവിടുത്തെ വിത്തുകൾ ഇങ്ങോട്ടു കൊണ്ടു വരേണ്ടതാണ്. പക്ഷേ, 25000 തരത്തിനു പകരം എന്തു വിത്ത്? ഗുല്ലുവിന്റെ രോഷം നുരഞ്ഞുപൊന്തി. ഈ വിഷയത്തിന്റെ പേരിൽ അവൻ പ്രൊഫ. അയ്യരോട് പിണങ്ങി. ഇന്ദിരാജിയെ ഞങ്ങളിതറിയിക്കും. കള്ളത്തരത്തിന് ഞങ്ങൾ കൂട്ടുനില്ക്കില്ല. ജനക്കൂട്ടം ക്ഷുഭിതരായി ഇൻസ്റ്റിറ്റ്യൂട്ടിനു മുന്നിൽ മുദ്രാവാക്യങ്ങളുമായി അണിനിരന്നു.

പിന്നീട് ആ ഗ്രാമത്തിൽ നടന്നത് അടിച്ചമർത്തലിന്റെ പുതിയ മുഖമായിരുന്നു. പുരുഷൻമാരെ നിർബന്ധിതമായി വീട്ടിൽ നിന്ന് പിടിച്ചിറക്കി പട്ടാളക്കാർ വന്ധ്യംകരണത്തിന് വിധേയമാക്കി. ഇവയ്ക്കെല്ലാം എതിരെ ഗുല്ലുവും ചുങ്കുദാദുവും മുന്നിയും ചേർന്ന് ഇന്ദിരാജിക്ക് കത്തെഴുതി. പിന്നീട് സംഭവിച്ചത് അതിഭീകരമായ സംഭവങ്ങളായിരുന്നു. കത്തെഴുതിയതിന്റെ മൂന്നാംനാൾ പട്ടാളക്കാർ ഇവരെ മൂവരേയും തേടിയെത്തി. ഗുല്ലുവിനെയും ചുങ്കുദാദുവിനേയും അവർ ക്രൂരമായി മർദ്ദിച്ചു. പട്ടാളക്യാമ്പിലേക്ക് വലിച്ചിഴച്ചു. മുന്നിയെ അവർ ഗുല്ലുവിന്റെ മുന്നിലിട്ട് പിച്ചിച്ചീന്തി. അവൾ എന്നന്നേക്കുമായി അവന് നഷ്ടമായി. പീഡനത്തിന്റെ മഹാപർവ്വം. എല്ലാം നഷ്ടപ്പെട്ട് ജീവച്ഛവമായി തെരുവിലേക്ക് വലിച്ചെറിയപ്പെട്ട അവൻ ഇന്ന് തെരുവിൽ നിർജ്ജീവമായി ചുവന്ന ബക്കറ്റിലേക്ക് ഗർഭനിരോധന ഉറകൾ പെറുക്കിയിട്ടു.'

അധികാരം, ക്രൂരവും പൈശാചികവുമായി ഇടപെട്ടതിന്റെ നേർക്കാഴ്ച്ച ഇന്ദുമേനോന്റെ ഈ രചനയിലുണ്ട്. ഒപ്പം പട്ടാളഭരണത്തിന്റെ പരുഷവും ഏകാധിപത്യപരവുമായ അധിനിവേശങ്ങൾക്ക് അടിയന്താരാവസ്ഥക്കാലത്തെ ഗ്രാമങ്ങൾ എങ്ങനെ സാക്ഷ്യം വഹിച്ചുവെന്നും ഗുല്ലുവിന്റെ അനുഭവത്തിലൂടെ കഥാകാരി പറഞ്ഞുവയ്ക്കുന്നു. ഭാരതം വിരചിച്ച അഹിംസയുടെ ധാർമ്മികതയിൽ നിന്ന് ക്രൂരമായ ഹിംസാത്മകതയിലേക്ക് 1975 കാലഘട്ടം അധഃപതിച്ചു പോയതിന്റെ വേദനയും ഇന്ദുമേനോൻ ഇവിടെ ചേർത്തുവയ്ക്കുന്നുണ്ട്. ചരിത്രത്തിലൊന്നും ഇടം നേടാത്ത, ഗുല്ലു ഈ കഥയിലൂടെ ജീവിതചരിത്രങ്ങളുടെ ഇതിഹാസനായകനും രക്തസാക്ഷിയുമായിത്തീരുന്നു. അവനും മുന്നിയും വായനക്കാരിൽ വേദ

നയുടെ വിങ്ങലുകൾ തീർക്കുന്നു. അങ്ങനെ ആ കാലഘട്ടത്തിലെ അധികാരപ്രതിനിധാനങ്ങൾ ശപ്തമായിത്തീരുകയും ചരിത്രപുരുഷരെന്ന പദവിയിൽ നിന്ന് അതിന്റെ അതിനായകൻമാർ നിഷ്കാസിതനായി തീരുകയും ചെയ്യുന്നു. അങ്ങനെ ചരിത്രത്തിന്റെ പരമ്പരാഗതമായ ശരികളെ തിരുത്തുന്ന കഥാന്തരങ്ങളായി ഈ രചന മാറുന്നു.

○○

പതിനാല്

ആത്മരഹസ്യങ്ങളുടെ പെൺഭാഷ്യങ്ങൾ

ഡോ. അഭിന മേരി സാജു

'കവിതത്തന്തമാരും അവതാരികാകൃഷ്ണന്മാരും രതിയധ്യാപകരും ഞങ്ങൾക്ക് തന്തത്താഴ് പണിയേണ്ടതില്ല. നിങ്ങളുടെയൊന്നും ഔദാര്യമോ ഓശാനയോ ഇല്ലാതെതന്നെ വളരാനും എഴുതാനും ഞങ്ങൾക്ക് ആർജ്ജവമുണ്ട്' എന്ന ആത്മവിശ്വാസത്തോടെ സാഹിത്യരംഗത്ത് തന്റെ സ്ഥാനം രേഖപ്പെടുത്തിയ എഴുത്തുകാരിയാണ് ഇന്ദു മേനോൻ. ശരീരകാമനയും ആത്മഭാവങ്ങളും ഭിന്നമല്ലെന്ന തിരിച്ചറിവിൽ അവയെ സമഞ്ജസമായി സമ്മേളിപ്പിച്ചുകൊണ്ട് സ്ത്രീയുടെ അനുഭവപരിസരത്തെയും അതിന്റെ തീവ്രഭാവത്തെയും അനുവാചകനും അനുഭവവേദ്യമാക്കുന്ന രചനാമികവാണ് ഇന്ദു മേനോന്റെ കഥകളെ വ്യതിരിക്തമാക്കുന്നത്. ഉടലും, ഉയിരും രണ്ടല്ലെന്ന തിരിച്ചറിവിൽ നിന്നുകൊണ്ടുള്ള ഉടലെഴുത്തുകളാണ് ഇന്ദു മേനോന്റെ കഥകൾ. പുരുഷൻന്റെ രതിയനുഭവങ്ങളുടെ വന്യതയും ആ വന്യതയിൽ നീറുന്ന സ്ത്രീശരീരവും ഈ കഥകളിലെ നിരന്തരകാഴ്ചയാണ്. പുരുഷന്റെ ഈ രതിവൈകൃതങ്ങൾ സ്ത്രീജീവിതത്തെ എങ്ങനെ മലിനമാക്കുന്നുവെന്ന് കഥാകാരി തുറന്നവതരിപ്പിക്കുന്നു.

പുരുഷനെ സംബന്ധിച്ചിടത്തോളം സ്ത്രീശരീരം അവന്റെ രതിവൈകൃതങ്ങൾക്ക് വേണ്ടിയുള്ള കളിപ്പാവയാണെന്ന് കാണിച്ചുതരുന്ന ഇന്ദു മേനോന്റെ കഥകളിൽ ഒന്നാണ് 'ആത്മരഹസ്യം'. ആണിന്റെ പ്രണയാനുഭവത്തിന്റെ 'ആത്മരഹസ്യ'ങ്ങൾ പാടിയ കാവ്യലോകത്തിന് മറുഭാഷ്യം രചിക്കുകയാണ് ഈ കഥയിലൂടെ കഥാകാരി. ശരീരത്തെപ്പറ്റി നിലനിൽക്കുന്ന പൊതുധാരണകളെയാണ് ഈ വിഗ്രഹഭഞ്ജക തച്ചുടക്കുന്നത്. അതുവരെ പാടിവന്ന പുരുഷരതിയുടെ മറുപുറത്തെ അവതരിപ്പിച്ചുകൊണ്ട് ആ രതിയ

നുഭവം സ്ത്രീയെ എങ്ങനെ ബാധിക്കുന്നുവെന്ന് ഈ കഥ കാണിച്ചുതരുന്നു. സ്ത്രീ അനുഭവങ്ങളുടെ തനിയാവർത്തനങ്ങളുടെ കഥ കൂടിയാണ് ഇത്. താൻ നേരിടുന്ന തിക്താനുഭവങ്ങൾ സ്ത്രീയെ വിചിത്രമായി ചിന്തിപ്പിക്കുകയും പ്രവർത്തിപ്പിക്കുകയും ചെയ്യുമെന്ന് ഇവിടെ കഥാകാരി കാണിച്ചുതരുന്നു.

അനാഥയായ കല്യാണിയുടെയും അവൾക്ക് താങ്ങായി മാറിയ അവളുടെ ബന്ധു ഭാമയേടത്തിയുടെയും കഥയാണ് ഇത്. ഭാമയേടത്തിയുടെ ഭർത്താവിനാൽ ലൈംഗികമായി ആക്രമിക്കപ്പെടുകയും പിന്നീട് ഏടത്തിയുടെ മരണശേഷം അയാളുടെ ഭാര്യാസ്ഥാനത്ത് ഇരിക്കേണ്ടിവരികയും ചെയ്ത കല്യാണിയുടെ പൊള്ളുന്ന ജീവിതാനുഭവങ്ങൾ കഥയിൽ ആവിഷ്കരിച്ചിരിക്കുന്നു. ആർത്തവവിരാമത്തിനുശേഷം ഉണ്ടായ അതികഠിനമായ രക്തസ്രാവത്തിന് ചികിത്സതേടി വന്ന കല്യാണി അവിടെവച്ച് തന്റെ ഏടത്തിയെക്കുറിച്ച് ഓർക്കുന്നു. മക്കൾ വേണമെന്ന ഉണ്ണിയേട്ടന്റെ നിർബന്ധം മൂലം താൻ അറിഞ്ഞാണ് അയാൾ കല്യാണിയോട് ഇങ്ങനെ പെരുമാറിയത് എന്ന് മരണക്കിടക്കയിൽ കുറ്റബോധത്തോടെ ഭാമേടത്തി ഏറ്റുപറഞ്ഞത് കല്ല്യാണിക്ക് താങ്ങാനാവാത്ത വേദനയാണ് നൽകിയത്. പിന്നീട് നടന്ന പരിശോധനയിൽ തന്റെ ദേഹത്ത് ഗൈനക്കോളജിസ്റ്റ് കൂടിയായ ഭാമയേടത്തി കോപ്പർടി ഘടിപ്പിച്ചിരുന്നുവെന്ന തിരിച്ചറിവ് അവൾക്ക് മറ്റൊരാഘാതമായി. മരണക്കിടയിൽ പറയാൻ ശ്രമിച്ച് പറയാനാകാതെ പോയ തന്റെ ഏടത്തിയുടെ ആത്മരഹസ്യം ഇതായിരുന്നുവെന്ന് മനസ്സിലാക്കിയ അവൾ ഹൃദയം തകർന്നു പുറത്തേക്ക് വരാവുന്ന നിസ്സഹായമായ ഒരു വലിയ കരച്ചിൽ നിശബ്ദമാക്കുവാൻ രണ്ട് കൈകളും കൊണ്ട് വാപൊത്തി.

ഇന്ദു മേനോന്റെ കഥകളിൽ പൊതുവേ കടന്നുവരുന്ന പുരുഷകാമനയുടെ വന്യത ഈ കഥയിലും കാണാം. ഹൃദയശൂന്യമായ ലൈംഗികവിചാരങ്ങൾ വച്ചുപുലർത്തുന്ന ആളാണ് ഇതിലെ പുരുഷകഥാപാത്രം. സമൂഹത്തിൽ നിലയുംവിലയും ഉള്ള ആളാണ് പഴയ എറണാകുളം ആർ.ഡി.ഒ. ആയ അയാൾ. എന്നാൽ ഇത്തരക്കാരുടെ ഉള്ളിലുള്ള വൈകൃത ഭാവങ്ങളെ ഈ കഥയിൽ വളരെ കൃത്യമായി അവതരിപ്പിച്ചിരിക്കുന്നു. മച്ചികൾക്ക് ക്യാൻസർ വരാനുള്ള സാധ്യത കൂടുതലാണ് എന്ന് നിസ്സംഗമായ ഭാവത്തോടെ പറയുന്ന അയാളെയാണ് കഥയിൽ ആദ്യമായി അവതരിപ്പിക്കുന്നത്. അവിടെത്തന്നെ അയാളുടെ മനസ്സിന്റെ കാഠിന്യവും സ്നേഹശൂന്യതയും പ്രകടമാണ്. അതികഠിനമായ വേദനയിൽ തന്റെ

ഭാര്യ രോഗശയ്യയിൽ കിടക്കുമ്പോഴും ലൈംഗികബന്ധത്തിനായി കല്യാണിയുടെ അടുത്തേക്ക് എത്തുന്ന അയാൾ സ്ത്രീയെ വെറും ലൈംഗിക ഉപകരണമായാണ് കണ്ടിരുന്നതെന്ന് വ്യക്തം.

എതിർത്ത കല്യാണിയോട് അയാൾ പറയുന്നത് ഇപ്രകാരമാണ്. 'ഒച്ച വയ്ക്കണ്ട... ബലപ്രയോഗോം വേണ്ട. നെനക്കെന്നെ അറിയാലോ. അവളൊണരും. അവളിത് കണ്ട് കിടക്കേണ്ടി വരും.' അയാളുടെ വന്യമായ ഭാവത്തെ ഇവിടെ അതരിപ്പിക്കുന്നുണ്ട്. 'അയാളുടെ കൈകൾക്ക് ബലം വച്ചു. കണ്ണുകളിൽ തീയുണർന്നു. കാമത്തിന്റെയും ദേഷ്യത്തിന്റെയും തീ. അയാളുടെ മുഖം വലിഞ്ഞുമുറുകയും അവളെ ഭയപ്പെടുത്തുന്നവിധം അയാൾ ചുണ്ടുകോട്ടുകയും ചെയ്തു. ആ തീയെക്കുറിച്ച് കല്യാണിക്കറിയാം. പുരുഷന്റെ കാമം, അതിന്റെ തീച്ചൂടിൽ എത്രയധികം ഉടൽ പൊള്ളും എന്നും കല്യാണിക്കറിയാം. വിരലുകളിലെ സ്ഫോടനാത്മകമായ സ്പർശങ്ങൾ, മീശരോമങ്ങൾ ഉരസിനിൽക്കുന്ന ചുണ്ടുകളിൽ വഴുകുന്ന ശൃംഗാരച്ചിരി.' പുരുഷന്റെ ഈ കാമവെറി സ്ത്രീക്ക് എത്രത്തോളം അസഹനീയമാണെന്നും ഇവിടെ കാണാം. 'കടയിൽ നിന്നും അയാൾ വില കൊടുത്തു വാങ്ങിച്ച ഒരു പെൺസെക്സ് ഡോളിനെപ്പോലെ കണ്ണീരൂറിയിറങ്ങിയ കണ്ണുകൾ അമർത്തിയമർത്തിച്ചിമ്മി നിസ്സംഗമായ ഒരു നിലവിളിയോടെ മലർന്നു കിടന്നു' എന്ന വാക്കുകളിൽ ഇത് വ്യക്തം.

ആദ്യമായി അയാൾ കല്യാണിയെ ഉപയോഗിച്ച രാത്രിയെപ്പറ്റിയുള്ള കല്യാണിയുടെ ഓർമ്മകളിലും പുരുഷന്റെ കറുത്തകാമത്തിലെ പെണ്ണനുഭവം വ്യക്തമാണ്. 'മൂർച്ചയേറിയ കത്തിയാൽ മത്സ്യം വരയുംപോൽ ഉടലിലും ഉയിരിലും മുറിവുകൾ ഉണ്ടായ ആ രാത്രി. ഒരു കാട്ടുനായയെപ്പോലെ കിതച്ച്ചാടി വരികയും അവളുടെ പിറന്നാൾ സാരി വലിച്ചുകീറുകയും ഭാമേടത്തിയുടെ പവിഴമാല പൊട്ടിക്കുകയും ചെയ്തു. അതിനുശേഷം അവളുടെ നിലവിളിയെ കൈവീശി മുഖമടിച്ചുപൊട്ടിച്ച് അമർത്തിക്കളഞ്ഞു. ശരീരം മുഴുവൻ കടിച്ചും മാന്തിയും മുറിവേൽപ്പിക്കുകയും അവളെ പ്രാകൃതമായി ബലാത്സംഗം ചെയ്യുകയും ചെയ്തു. അയാളുടെ കണ്ണുകളിൽ അന്നും ഒളിഞ്ഞിരുന്നത് കറുത്ത കാമമാണെന്ന് കല്യാണിക്ക് പൊടുന്നനേ ബോധ്യം വന്നു.'

തറവാട്ടിലെ ഇടനാഴികളിൽ പതുങ്ങി നിന്ന് കൈവലിക്കുന്ന മുറ ചെറുക്കന്റെ കാടത്തരത്തെപ്പറ്റിയും സന്ധ്യയാകുമ്പോൾ വെള്ളംദാഹിക്കുന്ന വല്യച്ഛന്റെ കള്ളത്തരത്തെപ്പറ്റിയുമുള്ള അവ

ളുടെ ഓർമ്മകൾ പല ഇടങ്ങളിൽ നിന്നും സ്ത്രീയ്ക്ക് അനുഭവിക്കേണ്ടിവരുന്ന ആൺനോട്ടങ്ങളുടെ വിവിധ മുഖങ്ങൾ കാണിച്ചു തരുന്നു.

ഭാമ എന്ന കഥാപാത്രത്തിലൂടെ സ്ത്രീയുടെതന്നെ വിചിത്ര സ്വഭാവത്തെ അവതരിപ്പിക്കുകയാണ് കഥാകാരി. പുരുഷനെ പങ്കുവെക്കേണ്ടിവരുന്ന അല്ലെങ്കിൽ അതിന് നിർബന്ധിതയാകുന്ന ഒരു സ്ത്രീയുടെ മുഖമാണ് ഭാമയിൽ ഉള്ളത്.

'അന്ന് അക്കാര്യക്കെ ഇനിക്കുംകൂടി അറ്യാരുന്നു കല്ലൂട്ടിയേ. കുട്ടി വേണമെന്നുള്ള നിർബന്ധം എല്ലാം ഞാനുങ്കൂടി അറിഞ്ഞിട്ടായിരുന്നു.' എന്ന് മരണക്കിടയ്ക്ക് കിടന്നു പറയുമ്പോൾ അവളുടെ നിസ്സഹായത പ്രകടമാണ്.

'ഓ... അവൾക്കറിയാത്തതൊന്നുവല്ലല്ലോ ഇത്. അല്ലെങ്കിലും ഇക്കളി തുടങ്ങിയത് അവളല്ലേ. അവൾടെ ബുദ്ധി.' എന്ന അയാളുടെ വാക്കുകൾ ഇത് പൂരിപ്പിക്കുന്നു.

കുഴപ്പം നമുക്കല്ല മോളെ അയാൾക്കാണ്. വെള്ളിത്തിളക്കമുള്ള ഒരായുധം തെളിച്ചുംകൊണ്ട് ചുണ്ടുകൾക്കിടയിൽ ഒരു വാൾച്ചിരിയുടെ മൂർച്ച ഒളിപ്പിച്ചുവെച്ചുകൊണ്ട് പറഞ്ഞ ഭാമേടത്തി കല്യാണിയുടെ ശരീരത്തിൽ അവൾക്ക് കുഞ്ഞുങ്ങൾ ഉണ്ടാകാതിരിക്കുവാൻ കോപ്പർട്ടി ഘടിപ്പിച്ചിരുന്നുവെന്ന യാഥാർത്ഥ്യം ഒരു ഞെട്ടലോടെ ആണ് കല്യാണി അറിയുന്നത്.

'മച്ചിയാവലാണ് ഒരു പെണ്ണിന്റെ ഏറ്റവും വലിയ ശാപം' എന്ന വാക്കുകളിലൂടെ ഭാമ നേരിട്ട ദുരനുഭവങ്ങൾ കഥാകാരി പറയാതെ പറയുന്നുണ്ട്. കല്യാണിയോടുള്ള ഭർത്താവിന്റെ അടുപ്പമോ അല്ലെങ്കിൽ ഒരു കുഞ്ഞുണ്ടാകാത്ത വിഷമമോ ഒരു വൈരാഗ്യഭാവം എപ്പോഴോ അവളിൽ ഉണർത്തിയിരുന്നു. അതുകൊണ്ടാകാം ഡോ. ഭാമ, കല്യാണിയുടെ ശരീരത്തിൽ ഗർഭനിരോധന മാർഗം ഉപയോഗിച്ചതും തരിപ്പിക്കാതെ തന്നെ അവളെ സ്റ്റിച്ച് ചെയ്തതും. എർണാകുളത്ത് കൊണ്ടുപോയി താൻ പഠിപ്പിക്കാമെന്ന് പറഞ്ഞ് കൂട്ടിക്കൊണ്ടു വന്ന കല്യാണിയോട് ചെയ്ത തെറ്റുകൾ മരണക്കിടക്കയിൽ ഭാമേടത്തിയെ തളർത്തിയിരുന്നു.

തിക്താനുഭവങ്ങളുടെ പ്രേരണയിൽ അമർഷവും അസൂയയും തിങ്ങിയ മനസ്സോടെ വിചിത്രമായി പ്രവർത്തിച്ചു പോകുന്ന കഥാപാത്രമാണ് ഭാമ.

ഇതിലെ കേന്ദ്രകഥാപാത്രമായ കല്യാണി നിസ്സഹായയും നിരാലംബയുമായ ഒരു അനാഥപെൺകുട്ടിയാണ്. അനാഥത്വം

സ്ത്രീകളെ എങ്ങനെ ബാധിക്കുന്നുവെന്ന് ഈ കഥ കാണിച്ചുതരുന്നു. ആരോടും എതിർക്കുവാനോ സ്വന്തം അഭിപ്രായങ്ങൾ തുറന്നു പറയുവാനോ അവസരമില്ലാത്ത പെൺകുട്ടിയായിരുന്നു അവൾ. അതിനാൽത്തന്നെ അവളുടെ ജീവിതത്തിൽ ഉണ്ടായ ഓരോ സംഭവവും അവളുടെ താത്പര്യങ്ങൾക്ക് വിരുദ്ധമായിരുന്നു. എങ്കിലും ആ സാഹചര്യങ്ങളോട് പൊരുത്തപ്പെട്ട് ജീവിക്കാൻ മാത്രമേ അവൾക്ക് കഴിഞ്ഞിരുന്നുള്ളൂ.

ഇത്തിരി മഴയത്ത് ചെർപ്പുളശ്ശേരിയുടെ തണുപ്പ് അറിയുവാൻ കൈ വിടർത്തിയ ഒരു പെൺകുട്ടിയായിരുന്നു അവൾ. നന്നേ മെല്ലിച്ച് കൊലുന്നനേ ഒരാമ്പൽ തണ്ടോളം മൃദുവായിരുന്നവൾ. മഴയെ തൊടാൻ ആഗ്രഹിച്ചവൾ, മഴ ശ്വസിച്ചവൾ. എന്നാൽ അച്ഛന്റെയും അമ്മയുടെയും മരണത്തോടെ അനാഥയായ അവൾക്ക് താങ്ങായിനിന്ന ഭാമേടത്തിയിൽ നിന്നുപോലും വിശ്വാസവഞ്ചന ഏൽക്കേണ്ടി വന്നു.

വിവാഹം കഴിഞ്ഞിട്ട് എത്ര നാളായി എന്നുള്ള ഡോക്ടറുടെ ചോദ്യത്തിനു മുമ്പിൽ പോലും നിസ്സഹായയായി നിൽക്കാനേ അവൾക്ക് കഴിഞ്ഞുള്ളൂ. ഏടത്തിയുടെ മൃതദേഹം കുളിപ്പിക്കുമ്പോൾ കിട്ടിയ താലി കൊളുത്തു മാറ്റി കഴുത്തിലണിഞ്ഞാണ് അവൾ സുമംഗലിയായത്. തന്റെ ശരീരത്തിന്റെ മേൽപ്പോലും അധികാരമില്ലാതിരുന്ന അവൾ മറ്റുള്ളവരുടെ ചരട് വലിക്കനുസരിച്ച് അനങ്ങുന്ന വെറും പാവ മാത്രമായിരുന്നു.

പണ്ടു താൻ ചെയ്യുന്ന തെറ്റുകൾ കല്യാണിയുടെ മേൽചാരി ഭാമേടത്തി രക്ഷപ്പെട്ടിരുന്നപ്പോൾ ചുമരിടുക്കിലേക്ക് മുഖം പൂഴ്ത്തിരുന്ന് കരഞ്ഞിരുന്ന ആ പഴയ പെൺകുട്ടിയെ പോലെ തന്നെ ഇപ്പോഴും അവൾ നിസ്സഹായയാണ്. സഫലമാകാത്ത സ്വപ്നങ്ങളും സ്നേഹരാഹിത്യവും അവഗണനകളും എല്ലാം കൂടി തകർത്ത ഒരു ജീവിതമായിരുന്നു കല്ല്യാണിയുടേത്

ഈ കഥയുടെ ആഖ്യാനശൈലിയും പ്രത്യേകം എടുത്തു പറയേണ്ടതാണ്. ഒരു പെൺകുട്ടിയുടെ അനാഥജീവിതത്തെ ഏറ്റവും തീവ്രമായി തന്നെ അനുവാചകനിലേക്ക് കഥാകാരി പകർന്നുതരുന്നു. പുരുഷന്റെ കാമവെറിക്ക് ഇരയാകുന്ന വേളയിൽ അവൾ അനുഭവിക്കുന്ന അതികഠിനമായ മാനസികഭാവത്തെ കൃത്യമായി വരച്ചിടുവാൻ ഇന്ദു മേനോന് സാധിച്ചിരിക്കുന്നു.

ഭാമ, കല്യാണി എന്നീ സ്ത്രീകഥാപാത്രങ്ങളിലൂടെ വൈവിധ്യമാർന്ന രണ്ട് സ്ത്രീ സ്വഭാവങ്ങളെയാണ് അവതരിപ്പിക്കുന്നത്.

പുരുഷന്റെ ആസക്തികൾ സ്ത്രീജീവിതങ്ങളെ എങ്ങനെ ബാധിക്കുന്നുവെന്ന് ഈ കഥ കാണിച്ചുതരുന്നു. കഥാപാത്രനിർമ്മിതിയുടെ സൂക്ഷ്മതയും വൈകാരികമായ ഭാവതലവും ഈ കഥയുടെ വായനാനുഭവത്തെ സവിശേഷമാക്കിത്തീർക്കുന്നു.

 OO

പതിനഞ്ച്

പഴരസത്തോട്ടത്തിലെ കഥാരസക്കാഴ്ചകൾ

തെരേസ് സെബാസ്റ്റ്യൻ

അഗാധമായ അർത്ഥങ്ങളും പ്രകോപനപരമായ ഉൾക്കാഴ്ചകളും ശക്തമായ മാനുഷിക വികാരങ്ങളും ആവിഷ്കരിക്കുന്നവയാണ് ഇന്ദു മേനോന്റെ കഥകൾ. പ്രത്യയശാസ്ത്രപരവും രാഷ്ട്രീയവുമായ സാംസ്കാരികോൽപന്നമായി അവർ കഥകളെ മാറ്റി. കഥയുടെ പരമ്പരാഗത ജനിതകം അവരുടെ കഥകളിൽ തിരയേണ്ടതില്ല. പോരാട്ടത്തിന്റെയും പ്രതിരോധത്തിന്റെയും ആരോഹണത്തിനും ആധിപത്യത്തിനും പ്രാധാന്യമുള്ള മേഖലയാക്കി ഇതിവൃത്തത്തെ അവർ പരിഷ്കരിച്ചു.

പുതിയകാലത്തെ എഴുത്തിന്റെ സങ്കീർണവും ചടുലവും ബിംബപരവുമായ ഭാഷാസാധ്യതകളെ ഉപയോഗിച്ചുകൊണ്ട് കഥയുടെ പരിണാമദശയിൽ ഒരു പുതിയ ഭാവുകത്വനിർമ്മിതി സാധ്യമാക്കിയ എഴുത്തുകാരിയാണ് ഇന്ദു മേനോൻ. ആഖ്യാനതന്ത്രം കൊണ്ടും ഭാഷയുടെ മിഴിവുകൊണ്ടും മികച്ചുനിൽക്കുന്ന കഥയാണ് ഇന്ദു മേനോന്റെ പഴരസത്തോട്ടം. പ്രണയവും ചതിയും വഞ്ചനയും പ്രതികാരവും പ്രതിഷേധവും നിറഞ്ഞ കഥാപരിസരമാണ് ഈ കഥയിൽ കഥാകാരി പാകി വളർത്തിയിരിക്കുന്നത്. വർത്തമാനകാലവും ഭൂതകാലവും ഇഴ ചേർന്നു സഞ്ചരിക്കുന്ന ഈ കഥയിൽ വേദനിക്കുന്നവരെയും നിരാശയുടെ പടുകുഴിയിലേക്ക് വീണുപോയവരെയും നിന്ദിതരെയും അപമാനിതരാക്കപ്പെട്ടവരെയും ചൂഷണത്തിന് വിധേയരാക്കപ്പെട്ടവരെയും അടയാളപ്പെടുത്തുന്നു.

വാടകവീട്ടിന്റെ മുറ്റത്തെ മുരിങ്ങയും കാട്ടുചീരയും വാഴത്തട്ടയും ആളൊഴിഞ്ഞ പറമ്പിലെ ഇടിച്ചക്കയും പിന്നെ സ്നേഹവും ഉണ്ടായിരുന്ന കാലത്തുനിന്ന് റസ്റ്റോറന്റിലെ ചില്ലുകൂട്ടിൽ ഗോലി

ക്കണ്ണുകളിൽ കടലുള്ള നീല ലോബ്സ്റ്റർ, ആന ഞണ്ടുകൾ, കാരറ്റ് തിന്നുന്ന മുയലുകൾ, പഴശ്ശാലയിലെ ഏഷ്യൻ അപൂർവതയുടെ വിവിധ ഗന്ധങ്ങൾ, ഡ്യൂറിയാൻ മടുപ്പും ഡ്രാഗൺ പഴപുളിപ്പും ഷാരോണിന്റെ മധുര നീറ്റലും ചേർന്ന തെരുവിലേക്ക് എത്തുമ്പോൾ ഉപഭോഗ സംസ്കാരത്തിന്റെ വലിയ ആഘോഷങ്ങൾക്കിടയിൽ നഷ്ടപ്പെട്ടുപോയ പരിസരങ്ങളെ അന്വേഷിക്കുകയാണ്. കാലവും ദേശവും കഥാപരിസരങ്ങളിൽ മാറിമാറി കടന്നുവരുന്നു.

ബാലാജി, ഐരാവതി, ജയന്തി ഇവർ മൂവരുടെയും കുട്ടിക്കാലം ഈ കഥയുടെ മർമമാണ്. ബാലാജിയുടെ അച്ഛനായ പ്രൊഫ.ശക്തിവേലിന്റെ മാന്ത്രിക വിദ്യകൾ, മായാജാലത്തിനിടയിൽ ഒരു മുഴം കയറിൽ ജീവനൊടുക്കിയ മാന്ത്രികനാണ്. ബാലാജിയുടെ അച്ഛന്റെ മരണത്തിന് പിന്നിൽ ജയന്തിയുടെ അച്ഛനാണെന്ന് തിരിച്ചറിയുന്ന ബാലാജി എന്ന ബാലുവിനെ ഐരാവതി അമ്മയില്ലാത്ത തന്റെ വീട്ടിലേക്ക് ക്ഷണിക്കുന്നു. അതിന് പ്രത്യുപകാരം എന്നോണമാവാം പിന്നീട് കറുത്തവളായ ഐരാവതിയെ ബാലാജി ജീവിതപങ്കാളിയാക്കിയത്. എന്നാൽ ഒരുമിച്ച് പോകാൻ കഴിയില്ലെന്ന് ബോധ്യമായി പിരിയും മുൻപേ, പ്രേമകാലത്ത് വാക്കുറപ്പിച്ച വിദേശയാത്ര നടത്തുന്നതിനിടയിൽ ഐരാവതി കണ്ടെത്തുന്ന സ്ത്രീയാണ് റൂഡിത്തായ്. പ്രതികാരത്തിന്റെയും പ്രതിരോധത്തിന്റെയും വഴികൾ സ്വയം കണ്ടെത്തിയ, സ്വന്തം വംശത്തെയാകമാനം കളങ്കപ്പെടുത്തിയതിനും തന്നെ നശിപ്പിച്ചതിനും പ്രതികാരം ചെയ്ത നിശ്ചയദാർഢ്യമുള്ള അവരുടെ മുഖത്ത് യുദ്ധകാലവറുതിയും കാലം ബാക്കിവെച്ച കനൽ വെട്ടവും തെളിഞ്ഞുകത്തുന്നു.

തായ്‌ലൻഡിൽ ചെല്ലുന്നതു വരെ വരെ സസ്യാഹാരിയായിരുന്ന ഐരാവതിയെ റൂഡിത്തായാണ് മത്സ്യവും മാംസവും കഴിക്കാൻ പഠിപ്പിച്ചത്. വിശപ്പ് അറിയാത്തവരാണ് സസ്യാഹാരിയായി തുടരുന്നത് എന്നാണ് റൂഡിത്തായ് പറയുന്നത്. 'വിശപ്പിന് വെജിറ്റേറിയനും നോണും എന്നൊന്നുമില്ല. വിശപ്പിന് ഒറ്റ സംഗതിയെ ഉള്ളൂ വിശപ്പ് മാത്രം.' എന്ന വരെ പഠിപ്പിക്കുന്നത് യുദ്ധകാല ജീവിതമാണ്.

യുദ്ധകാലത്ത് ശത്രുക്കൾ ധാന്യങ്ങളിൽ മണ്ണെണ്ണ ഒഴിച്ചു. കുളങ്ങളിൽ വിഷം കലർത്തി, കന്നുകാലികളെയും വളർത്തു പക്ഷികളെയും കൂട്ടമായി വെടിവെച്ചുകൊന്നു. തിന്നാൻ ഒന്നുമില്ലാതിരുന്ന സമയത്ത് പട്ടാളക്കാരുടെ ക്യാമ്പുകൾക്ക് പിന്നിലെ കുപ്പയിൽ അവർ വലിച്ചെറിഞ്ഞ എച്ചിലായിരുന്നു റൂഡിത്തായ് ഉൾപ്പെടെയു

ള്ളവരുടെ ജീവൻ നിലനിർത്താൻ സഹായിച്ചത്. കുപ്പയിലെ അവശിഷ്ടങ്ങളിൽ നിന്നു തിന്നാൻ വന്ന പന്നികളോടും തെരുവ് പശുക്കളോടും പക്ഷികളോടും യുദ്ധം ചെയ്തിട്ടുണ്ട് ആ മനുഷ്യർ. വിശക്കുന്ന മനുഷ്യന് എന്ത് ചണ്ടിക്കുപ്പ, എന്ത് എച്ചിൽ. എന്ത് ചീവ്!

അഞ്ഞൂറു വർഷം നീണ്ട വലിയ ക്ഷാമത്തെ മറികടക്കേണ്ടി വന്ന ഒരു ജനതയാണ് ചൈനക്കാർ. എന്തും എന്തിനെയും എങ്ങനെയും ഭക്ഷിക്കുക എന്നതാണ് ഏതുതരം വിശപ്പിന്റെയും അടിസ്ഥാനപരമായ തത്വം. അവനവന്റെ നിലനിൽപ്പ് അതാണ് സത്യം. മറ്റൊന്നുമല്ല. തന്റെ ജീവിതത്തിൽ നിന്നും റൂഢിതായ് കണ്ടറിഞ്ഞ സത്യം, അവർ ഐരാവതിയെ ബോധ്യപ്പെടുത്തുന്നു.

സ്വന്തം ഭർത്താവായ ബാലാജിയും കളിക്കൂട്ടുകാരിയായ ജയന്തിയും തന്നെ ചതിക്കുകയായിരുന്നു എന്ന് തിരിച്ചറിഞ്ഞ് ഐരാവതിക്കുള്ള കൃത്യമായ ഉപദേശം റൂഢിത്തായ് നൽകുന്നുണ്ട്.

'വലിച്ചെറിഞ്ഞു കളയ് മകളെ. ഈ ജീവിതം, എന്താ? അതൊരു കോഴിമുട്ടയാണ്. ഒന്ന് ചിറകിളക്കിയാൽ മുട്ടത്തോടുകൾ പൊടിഞ്ഞു പോകും പിന്നെ നിനക്ക് പറക്കാം. നീയിതൊക്കെ പൊട്ടിച്ചടർത്തി പൊറത്തുവാ...'

റൂഢിത്തായുടെ വാക്കുകൾ ഐരാവതിക്ക് കരുത്ത് നൽകുന്നവയാണ്. നിശ്ചയദാർഢ്യത്തോടെയുള്ള ഈ വാക്കുകൾ ഐരാവതിയുടെ ജീവിതത്തെ തീരുമാനിച്ചു. കുട്ടികൾ ഇല്ലാത്ത, കുട്ടിച്ചിരി ഉയരാത്ത ഓരോ വീടും നരകസമാനമാണെന്ന് വിശ്വസിച്ചിരുന്ന ഐരാവതിയെ ഭർത്താവും കാമുകിയായ ജയന്തിയും ഗർഭനിരോധന ഗുളികകൾ നൽകി ചതിച്ചു കൊണ്ടിരിക്കുകയായിരുന്നു എന്ന് തിരിച്ചറിഞ്ഞതോടെ പിറക്കാതെ പോയ കുഞ്ഞുങ്ങളെ ഓർത്ത് നിസ്സഹായയായി ദുഃഖസ്വപ്നം കണ്ട രാത്രികൾ ചതിയുടെ ബാക്കിയായിരുന്നുവെന്നും അവൾ മനസ്സിലാക്കുന്നു. ഒരു അസാധാരണവുമല്ലാത്ത ദ്രാവിഡമായ മുഖാടയാളങ്ങളും ഉയരക്കുറവും നിരതെറ്റിയൊരു മുൻപല്ലുകളുമുള്ള ഐരാവതിയെ ബാലാജി ഒരിക്കലും പ്രണയിച്ചിരുന്നില്ല.

പ്രേമം തന്നെ വലിയ കളവാണ്. കാര്യസാധ്യത്തിനായി മാത്രം ഉണ്ടാക്കിയ ഒരുതരം അഡ്ജസ്റ്റ്മെന്റ് ആത്മാർത്ഥതയല്ല, സ്വാർത്ഥതയാണ് അതിന്റെ ആത്മാവ് എന്ന് പറയുന്ന റൂഢിത്തായ് താൻ പ്രേമിച്ചത് ചതിക്കാൻ വേണ്ടിയാണ് എന്ന് പറഞ്ഞുകൊണ്ട് ഉന്മത്തമായി ചിരിച്ചുകൊണ്ട് ചതിയുടെ കഥ അല്ല ചതിക്കുള്ള മറുപ

ടിയുടെ കഥ പറഞ്ഞു. 'കന്യകമാരുടെ യുദ്ധത്തിന്റെ കഥ'. അറുപത്തിയൊൻപതു സ്ത്രീകൾ, എഴുപതാമത്തെവൾ 'റൂഢിത്തായ്'. ചാവേറുകളുടെ നേതാവ്. നേർബുദ്ധിയും ഉടലിൽ ഗൊണോറിയയുടെയും സിഫിലിസിന്റെയും യുദ്ധപ്പകയുടെ രോഗ ബീജവിത്തുകൾ ക്യാമ്പിലെ എല്ലാ പട്ടാളക്കാർക്കും നൽകിയ ഗോറില്ലാ യുദ്ധത്തിന്റെ കഥ. ശക്തമായ ജൈവായുധമായി ഉടലിനെ ഉപയോഗിച്ച് തന്റെ രാജ്യത്തെ ചതിച്ചവരോട് പ്രേമത്തിന്റെ സ്വരത്തിൽ മറുചതി. അധികാരവും വിജയവും ചേരുമ്പോൾ ഉണ്ടാകുന്ന ഗർവിന്റെ വില നൽകേണ്ടുന്നത് സ്ത്രീകളാണ്. യുദ്ധത്തിന്റെ കെടുതിയും ശാപങ്ങളും ദുരിതങ്ങളും പേറുന്നതും അവരാണ്. വിശപ്പും പട്ടിണിയും രോഗവും പകയ്ക്കൊപ്പം ചേരുമ്പോൾ എന്താണോ ചെയ്യേണ്ടത് അതേ അവരും ചെയ്തുള്ളൂ. അതാണ് യുദ്ധം. പകരത്തിനു പകരം, ചതിക്കു ചതി, മരണത്തിനു മരണം. അതാണ് ജീവിതം. ഇത്തരം ജീവിതത്തിന്റെ അടയാളപ്പെടുത്തലുകളാണ് ഈ കഥയിൽ കാണാൻ കഴിയുന്നത്.

പിങ്പോങ് ബാറിലിരുന്ന് പഴരസത്തോട്ടം പൂക്കുന്നതിന്റെ ഗന്ധമാദനയോർമ്മയിൽ തന്റെ ഭൂതകാലത്തിലേക്ക് സഞ്ചരിക്കുന്ന ബാലാജി തന്റെ കുട്ടിക്കാലം ഓർത്തെടുക്കുന്നു. ഉരുണ്ട വാലറ്റത്ത് മഞ്ഞയും കറുപ്പും പുള്ളി കുത്തുകളും ഉള്ള പക്ഷിമുട്ടാകൃതിയിലെ ക്യാപ്സ്യൂൾ ഗുളികകൾ, ശിരസ്സിൽ മുള്ള് പോലെ പൊന്തിവന്ന മറവികൾ ഓർമ്മകളെ മായ്ച്ചു കൊടുത്തവൻ. എന്നാൽ പത്തു വയസ്സിലെ മറവി ഭൂതത്തെ പോലെ നാല്പതാം വയസ്സിൽ കണ്ണു തെളിഞ്ഞു. ആ തിരിച്ചറിവുകളിൽ നിന്ന് ബാലാജി തന്നോട് തന്നെ ചോദിച്ചു. 'അവൾക്ക് താൻ എന്തു കൊടുത്തു?' അവളിൽ നിന്നെടുത്ത ആത്മവിശ്വാസത്താൽ അവളുടെ ആത്മവിശ്വാസങ്ങളെ കെടുത്തി. തന്റെ ഭ്രാന്തുകളിൽ നിന്ന് തന്നെ വിട്ടെടുത്ത അവൾക്ക് താൻ ഭ്രാന്തുകൾ നൽകി. മുറിവുകൾ ഉണക്കിയവൾക്ക് മുറിവുകളും. സ്നേഹത്തെ തന്നവർക്ക് വെറുപ്പ്. പിന്നെ ചതി.

കുറ്റം ചെയ്ത കുട്ടിയെ പോലെ എങ്ങലടിക്കുന്ന ബാലാജി. ഐരാവതി ഒരുക്കിയ പഴയ രസത്തോട്ടത്തിന്റെ മാദക ലോകത്തിലേക്ക് കടന്നു ചെന്നു. അത് വിചാരണയുടെയും ശിക്ഷ നടപ്പിലാക്കലിന്റെയും ലോകമായിരുന്നു. പ്രതികരണത്തിന്റെയും പ്രതിഷേധത്തിന്റെയും പ്രതികാരത്തിന്റെയും ലോകം. പുരുഷൻ സ്വന്തം ലോകം അവന്റെ ഇഷ്ടാനിഷ്ടങ്ങൾക്കനുസൃതം പണിയുമ്പോൾ പ്രതിരോധത്തിന്റെയും പ്രതികാരത്തിന്റെയും വഴി അവൾക്ക്

സ്വയം കണ്ടെത്തേണ്ടതുണ്ട്. ഐരാവതി സ്വയം കണ്ടെത്തി. അവൾ നാഗകാളിയായി മാറിയിരിക്കുന്നു. മുന്നോട്ടു തള്ളിത്തെറിച്ചു നിൽക്കുന്ന ഗർഭവയർ ബാലാജിയെ സ്തബ്ധനാക്കി. നാഭിയിൽ അയാളുടെ ആദ്യ താമര. 'സംശയിക്കേണ്ട ബാല, പിരിയുമെന്നുറപ്പായപ്പോൾ ഞാൻ ചികിത്സ നിർത്തിയിരുന്നു അതുകൊണ്ട് ഞാൻ ഗർഭിണിയായിരിക്കുന്നു.'

മാന്ത്രിക ദേവതയുടെ അശരീരി ശബ്ദം പ്രതിധ്വനിച്ചു കേട്ടു.

കട്ടിലിനു ചുറ്റും ചെറിയ മരണത്തുമ്പികൾ മാറുന്നതുപോലെ ബാലാജിക്ക് തോന്നി.

കഴുത്തിൽ കുരുക്കിട്ടുകൊണ്ട് മാന്ത്രികനായ അച്ഛൻ.

പിറകിലെ കയറുകളിൽ അമ്മയും ചേച്ചിയും.

വായുവിൽക്കലരുന്ന പഴരസത്തോട്ടത്തിന്റെ കൊതിപ്പിക്കുന്ന മദഗന്ധം. മരണത്തിന്റെ മത്തഗന്ധം.

തലപിളർത്തുന്ന രൂക്ഷമായ വാസന.

ഫാനിൽ കെട്ടിത്തൂക്കിയ ശക്തിവേലിന്റെ ആകാശകയറിന്റെ കുരുക്ക്. അതിനു പാകമായിക്കൊണ്ട് ഐരാവതിയുടെ കഴുത്ത്. അവൾ നാക്ക് വെളിക്കിട്ട് കണ്ണ് തുറുത്തി ചത്തതുപോലെ കാട്ടി ഉറക്കെ ചിരിച്ചു.

'എന്ത്?, ഇപ്പൊ കുരുക്കിട്ട് ചാകുന്നു എന്ന് കരുതിയോ? ഒന്ന് പോടാപ്പാ' അവൾ കുടുക്ക് പുച്ഛത്തോടെ ഊരിക്കളഞ്ഞു. സ്ത്രീകൾ സ്വയം ജീവനൊടുക്കി പ്രതിഷേധിച്ചിരുന്ന കാലം കഴിഞ്ഞു. ഇനി പ്രതികാരത്തിന്റെ നാളുകളാണ്.

തെളിഞ്ഞ പുഞ്ചിരിയോടെ ആത്മവിശ്വാസത്തോടെ ഐരാവതി പൊക്കിളിനു മീതെ വയർ അമർത്തി. ചില്ലു പാത്രത്തിലേക്ക് മുട്ടയിട്ടു. തകരുന്ന ഭ്രൂണത്തിന്റെ മഞ്ഞ തലച്ചോറ്.

ചില്ലിൽ പരക്കുന്ന വെള്ളയുടൽ.

ഇത് കാണാൻ കഴിയാതെ മേശപ്പുറത്തിരുന്ന വിവാഹമോചന പത്രം കൊണ്ട് മുഖം മറച്ച ബാലാജിക്ക് മുൻപിൽ ഐരാവതി നാഗറാണിയെപ്പോലെ നിന്നു.

അവൾക്ക് പിന്നിൽ പഴരസത്തോട്ടത്തിന്റെ വസന്തകാലവും.

ഈ ലോകത്തിന്റെ ചതിക്കുഴികൾ തിരിച്ചറിയാതെ ജീവിക്കുന്ന ഐരാവതിയെ പോലുള്ള സ്ത്രീകളെ ഇന്നും ഉപഭോഗസമൂഹം ചൂഷണം ചെയ്തു കൊണ്ടിരിക്കുന്നു. എന്നാൽ തിരിച്ചറിയപ്പെടുമ്പോൾ ഇത്തരം ജീവിതം നയിക്കാനും നരകിക്കാനും തനിക്കാവില്ലാത്തതിനാൽ അവൾ സ്വയം എന്തിനും പരിഹാരം കണ്ടെത്തു

ന്നു. അവനവന്റെ നിലനിൽപ്പ് അതാണ് സത്യം. മറ്റൊന്നുമല്ലന്ത എന്ന് സ്വന്തം അനുഭവങ്ങളിൽ നിന്നും തിരിച്ചറിഞ്ഞ റൂഢിത്തായ് എന്ന കഥാപാത്രം മനസ്സിനും ശരീരത്തിനും ഏറ്റ മുറിവുകളെ മായിക്കുവാൻ സ്വയം പരിഹാരം കണ്ടെത്തിയവളാണ്. ആ പരിഹാരം കാണലിൽ അതുവരെ ആരും തിരയാത്ത ധാർമിക മൂല്യങ്ങൾക്കും അടിസ്ഥാനപ്രമാണങ്ങൾക്കും ഭാവശുദ്ധിക്കും സ്ഥാനമില്ലാതാകുന്നു.

ഭാഷയ്ക്കുള്ളിലെ ഭാഷയും അത് തുറന്നു തരുന്ന പുതിയ ലോകവും ഇന്ദു മേനോന്റെ ഓരോ കഥകളുടെയും പ്രത്യേകതയാണ്. യുക്തിയുടെ നേർരേഖയെ ചലനാത്മകമായി പുനർനിർണയിച്ചു കൊണ്ടുവേണം ഈ കഥകൾ വായിക്കപ്പെടുവാൻ. അപ്രകാരം ബിംബസാധ്യതകളെ പരമാവധി പ്രയോജനപ്പെടുത്തി, ആഖ്യാനതന്ത്രം കൊണ്ടും ഭാഷയുടെ മികവുകൊണ്ടും മികച്ചു നിൽക്കുന്ന കഥയാണ് ഇന്ദു മേനോൻ രചിച്ച പഴരസത്തോട്ടം. കഥാലോകത്ത് തികച്ചും വ്യത്യസ്തമായ പരിസരം സൃഷ്ടിക്കുന്ന ഈ കഥ ആസ്വാദകർക്ക് ഒരു മാന്ത്രികവായനാനുഭവം നൽകുന്നു.

ОО

പതിനാറ്

സംഘ്പരിവാർ: മനുഷ്യലക്ഷകങ്ങളിലൂടെ പടരുന്ന ഭീതിയുടെ നാനാർത്ഥങ്ങൾ

ഡോ. ജെൻസി കെ.എ.

ആശയങ്ങളുടെ ദ്വന്ദാത്മകമായ ആവിഷ്കാരം ഇന്ദു മേനോന്റെ സംഘ്പരിവാർ എന്ന കഥയിൽ ഭയത്തിൻറെ നാനാർത്ഥങ്ങൾ വിരചിക്കുന്നു. ബലവും വീര്യവുമുള്ള നോട്ടങ്ങളിലൂടെ ഹിന്ദു മുസ്ലിം വർഗീയതയെ മനുഷ്യത്വത്തിന്റെ അളവുകോൽ ഉപയോഗിച്ച് സ്വയം ശിക്ഷയ്ക്ക് വിധേയമാക്കുന്ന കഥയാണ് ഇത്. 1992 ഡിസംബർ അയോധ്യയിലെ ബാബറി മസ്ജിദ് തകർത്തതിൽ സംഘപരിവാർ എന്ന ഹൈന്ദവ സംഘടനയ്ക്ക് പങ്കുള്ളതായി ലിബർഹാൻ കമ്മീഷൻ റിപ്പോർട്ടിൽ പറയുന്നുണ്ട്. (1) നാനാത്വത്തിൽ ഏകത്വം പുലർന്നു വന്നിരുന്ന ഇന്ത്യയിൽ ഈ സംഭവം ഉണ്ടാക്കിയ ആഘാതം വളരെ വലുതാണ്. ചെറിയ ഇടവഴികളിൽ പോലും ഹിന്ദുവും മുസൽമാനും എന്തിനെന്നറിയാതെ പരസ്പരം വൈരികളായി. തീവണ്ടികളിൽ മുസ്ലീങ്ങളെ കൊന്നൊടുക്കാൻ ഹിന്ദു തീവ്രവാദികൾ വന്നേക്കാം എന്ന ഭയം അവരെ ശ്വാസം മുട്ടിച്ചു. ഈ പശ്ചാത്തലമാകാം സംഘ്പരിവാർ എന്ന കഥയ്ക്ക് വഴിയൊരുക്കിയിട്ടുണ്ടാവുക. ഇന്നും വളരെ പ്രധാനമാണ് ഇതിലെ ആത്മസംഘർഷങ്ങൾ.

മതഫാസിസത്തോടുള്ള ഭീതിയുടെ ആത്മഗതമാണ് ഈ കഥയിൽ മുഴങ്ങി കേൾക്കുന്നത്. രോഗശയ്യയിൽ ആയിരിക്കുന്ന ഖദീസുവിന് പച്ച മുന്തിരി സമ്മാനിച്ച് മരണാസന്നയായ അവളെ യാത്രയാക്കാൻ തത്രപ്പെടുന്ന സഹോദരി കുനിമാച്ചയുമായി പിതാവ് ഒസ്സാനായ നസീറുദ്ദീൻ തീവണ്ടിയിൽ യാത്രയ്ക്കു തിരിക്കുന്നതാണ് കഥയുടെ പശ്ചാത്തലം. സംഘപരിവാറിന്റെ ആക്രമണത്തിന്

വിധേയനായി മരണം വരിച്ച മകൻ ഫൈസുവിന്റെ ഓർമ്മ നസീറുദ്ദീനെ ട്രെയിൻ യാത്രയിൽ നിന്ന് പലപ്പോഴും അകറ്റിനിർത്തുന്നുണ്ട്. എങ്കിലും മരണാസന്നയായ ഖദീസുവിനെ കാണാതിരിക്കുവാൻ അയാൾക്ക് കഴിഞ്ഞില്ല. മനസ്സില്ലാമനസ്സോടെ ട്രെയിനിൽ കയറിയ നസീറുദ്ദീൻ ഓരോ ഇടവേളയിലും ഹിന്ദുതീവ്രവാദികളെ ദുഃസ്വപ്നം കണ്ടു. കഥയിൽ സജീവമായിരിക്കുന്ന ഭീതിയും ആധിയും ഭാവസമ്പന്നമായ മനുഷ്യ/പ്രകൃതി ലക്ഷകത്തിലൂടെ കാഥിക തുറന്നിടുന്നതു കാണാം.

'നഗരം ഉറങ്ങുകയാണ്.' എന്ന വരിയിൽ ഉറങ്ങുക എന്ന മനുഷ്യലക്ഷകത്തെ, എന്തു സംഭവിച്ചാലും നിസ്സാരമായി കരുതുന്ന നഗരബോധവുമായി കൂട്ടി കലർത്തുന്നത് കാണാം. ശീതീകരിച്ച കാറ്റ് വീശിയടിക്കുമ്പോൾ നസീറുദ്ദീൻ മാത്രം ഉഷ്ണിച്ചുകൊണ്ടിരുന്നു എന്ന യാഥാർത്ഥ്യം അയാളുടെ മാനസിക നിലയുമായി ബന്ധപ്പെടുത്തിയാണ് മനസ്സിലാക്കേണ്ടത്.

'സൂക്കേട് പിടിച്ച ചുവന്ന കണ്ണുകളുമായി അയാളെ തുറിച്ചു നോക്കുന്ന സിഗ്നൽ വിളക്ക്' എന്ന മനുഷ്യ ലക്ഷക പ്രയോഗം രോഗാതുരമായ കാലത്തിന്റെ നേർക്കാഴ്ചയായി പരിണമിക്കുന്നു. ഇവിടെ രോഗം പിടിപെടുന്നത് മനുഷ്യനല്ല, സിഗ്നൽ വിളക്കിനാണ്. കണ്ണിന് രോഗം വരുമ്പോൾ കാഴ്ച മങ്ങുന്നു. കാണുന്നവയെ പ്രശ്നവൽക്കരിക്കുന്നത് കാഴ്ചക്കാരന്റെ രോഗാവസ്ഥയാണ്. പെട്ടെന്ന് വന്നു ഭവിച്ച ഈ മുസ്ലിംവിരോധം ഒരു സാമൂഹ്യ രോഗമാണ്. അത് ചികിത്സ ആവശ്യപ്പെടുന്നുണ്ട് എന്ന ആശയം ഈ ലക്ഷകപ്രയോഗം കൊണ്ട് സാധ്യമാകുന്നു.

ഒമ്പത് വർഷങ്ങൾക്കു മുൻപ് ആൾക്കൂട്ട ആക്രമണത്തിൽ മരിച്ചുപോയ മകൻ ഫൈസലിന്റെ ദീനവിലാപം ഇടയ്ക്കിടെ നസീറുദ്ദീനെയും ഒപ്പം വായനക്കാരെയും ഭീതിപ്പെടുത്തുന്നു. ദുർബലമായ, ഓല വലിഞ്ഞു പൊട്ടിപ്പോയ കാസറ്റ് പോലെ ഫൈസലിന്റെ ജീവിതവും അകാലത്തിൽ അറ്റുപോയി. ഫൈസലിന്റേതായി ആകെ ബാക്കിയുണ്ടായിരുന്ന ട്രാൻസിസ്റ്റർ വിറ്റു കിട്ടിയ അറുന്നൂറ്റൻപതു രൂപ കൊണ്ടാണ് ഖദീജയെ കാണാൻ അവർ ട്രെയിനിൽ കയറി പോകുന്നത്. ഖൽബ് എന്ന കാസറ്റ് പൊട്ടിയതും നസീറുദ്ദീന്റെ 'ഖൽബ്' പൊട്ടിയതും പ്രതീകാത്മകമായ സവിശേഷധ്വനിയാണ് കഥയിൽ നൽകിയിരിക്കുന്നത്. ട്രെയിനിന്റെ ഉൾഭാഗത്തെ കനത്ത തടവറയായി ലക്ഷകവൽക്കരിച്ചിരിക്കുന്നു.

കാറ്റ്, വജ്രസൂചി പോലെയാണ് തുളഞ്ഞ് കയറുന്നത്. ഈ

ലോകം എന്നത് അപരിചിതർ മാത്രമുള്ള തടവറയായി പെട്ടെന്ന് മാറിപ്പോയെന്നുള്ള ബോധമാണ് ഇത്തരം ലക്ഷകങ്ങളിലൂടെ സാധൂകരിക്കാൻ ശ്രമിക്കുന്നത്. ലോകം ഒരു ട്രെയിൻ ആണ് എന്ന ഒരു കാഴ്ച കൂടി പകർന്നു വയ്ക്കാൻ ഈ വരികൾക്ക് കഴിയുന്നു ണ്ട്.

'ജനലിനരികെ ഇരിക്കാനൊരിടം നസിറുദ്ദീനു കിട്ടി. പുറത്തെ ഇരുട്ടിൽ തണുപ്പിന്റെ പരുപരുത്തനാവു തൂങ്ങിനിന്നിരുന്നു. വജ്ര സൂചിപോലെ ചെവി തുളച്ചിറങ്ങുന്ന കാറ്റ്. ഇരുന്നും ചെരിഞ്ഞുമു റങ്ങുന്ന യാത്രക്കാർ. അപരിചിതമായ തടവറയിലെത്തിപ്പെട്ടവന്റെ അരക്ഷിതാവസ്ഥ എത്ര നടുക്കം നിറഞ്ഞതാകാമെന്ന് അയാൾക്ക് മനസ്സിലായി. വണ്ടി നീങ്ങിയപ്പോൾ അയാൾ മിടുക്കനായ പൂച്ച യെപ്പോലെ ജനലരികിലേക്കു പറ്റി. ഇരുട്ടിലേക്ക് കണ്ണുകൾ ആയാ സപ്പെട്ടു തുറന്നുവെച്ചു. കർബല പള്ളിയുടെ കബർസ്ഥാനിലൂടെ യാണ് തീവണ്ടി സഞ്ചരിക്കുന്നതെന്ന് അയാൾക്കു മനസ്സിലായി.' (2)

കർബല പള്ളിയുടെ കബർസ്ഥാനരികിലൂടെ തീവണ്ടിയിൽ സഞ്ചരിക്കുമ്പോൾ ഫൈസലിന്റെ ഖബറിന് അരികിലേക്ക് നസീ റുദ്ദീൻ എടുത്തറിയപ്പെടുന്നു. പാറയിൽ കൊത്തിവച്ച മീസാൻ കല്ലുകൾ രാത്രിയുടെ പല്ലുകളായി ലക്ഷകത്തിലേക്ക് നീങ്ങുമ്പോൾ പരസ്പരം കടിച്ചു പറിക്കുന്ന മനുഷ്യവിദ്വേഷങ്ങളുടെ നേർചിത്ര മായി ആ ബിംബം കൂടുമാറുന്നു. മീസാൻ കല്ലുകൾ തന്നെ നോ ക്കി ഇളിക്കുന്നു എന്ന പ്രയോഗവും മനുഷ്യലക്ഷകത്തിലേക്ക് ചാഞ്ഞിരിക്കുന്ന സമൂഹം തന്നെ നോക്കി പരിഹസിക്കുകയാണ് എന്ന അർത്ഥം ധ്വനന പ്രക്രിയയിലേക്ക് എത്തി നിൽക്കുകയാണ് അവിടെ ആ വാക്യങ്ങൾ.

ഒസാന്റെ കത്രികയാണ് അയാളുടെ ശക്തി. കത്രികയില്ലാത്ത പ്പോൾ അയാൾ അശക്തനാണ്. താൻ മുടി വെട്ടിയിരുന്ന ഇടം തന്റേതു മാത്രമായ, തനിക്ക് സ്വന്തമായ ദേശമാണെന്ന് അയാൾ കരുതി. എന്നാൽ താൻ തന്റേതായ ഒരു ദുർബലദേശത്താണ് രാജാവായിരുന്നത് എന്നു തിരിച്ചറിയാൻ അയാൾ വൈകിപ്പോയി. 'സ്വന്തം തല നസീറുദ്ദീന്റെ മുൻപിൽ അടിയറവെച്ച് ആളുകൾ ഇരി ക്കുമ്പോൾ നസീറുദ്ദീൻ രാജാവാണ്. തലവെട്ടി നിരത്താനും കഴു ത്തിൽ കത്തി വെയ്ക്കാനും കരുത്തുള്ള അതി ശക്തനായ ഒരൊ സ്സാൻ, ഒരു രാജാവ്.' (3)

അയാൾ തന്റെ ബാർബർ ഷോപ്പിൽ മുടിയുടെ വൈവിധ്യങ്ങ

ളിൽ 'രോമത്തിന്റെ ഭാസ്സ്' ദർശിച്ചു. 'എത്രയോ നീളം ഉണ്ടായിട്ടും ചുരുണ്ട് സ്പ്രിംഗ് പോലെ കിടക്കുന്ന മുടിയാണ് ചിലർക്ക്, ചിലർക്ക് നൂല് പോലെ നീണ്ടത്, ചിലത് ഉൾക്കനം കുറഞ്ഞത്, ചെമ്പിച്ചത്, ഭാരമുള്ളത്, പൊട്ടിത്തുടങ്ങിയത്, നരച്ചത്, ഡൈതേച്ച് കറുപ്പിച്ചത്, മിനുപ്പിച്ചത്... (4) ഇങ്ങനെ നീണ്ടു പോകുന്നു. മുടി ഭാഷയോട് മത്സരിച്ചിരുന്ന നസീറുദ്ദീൻ കഴിഞ്ഞ മാസം മറ്റൊരു സത്യം തിരിച്ചറിഞ്ഞു.' ക്ഷുരകൻ മുടി വെട്ടുന്നു. അവർ മുസ്ലീമിന്റെ തല വെട്ടുന്നു.' (5)

തങ്ങളുടെ പരമ്പരകൾ ഉന്മൂലനാശത്തിന്റെ വക്കിലാണെന്ന സത്യം അദ്ദേഹത്തെ വേദനിപ്പിച്ചു. താൻ സുരക്ഷിതനല്ലെന്ന ബോധം വേട്ടയാടുന്ന മുസ്ലീമിന്റെ ജീവിതം സേട്ടുവിന്റെ വാക്കുകളിലൂടെ നസീറുദ്ദീനിൽ ജീവിച്ചു. ഉണ്ണീനെ പിടിച്ചുനിർത്തി പോലീസുകാർ വാരിക്ക് പിടിച്ച്നിർത്തി കുത്തിയപ്പോൾ മൂത്ര തടസ്സം വന്നത് നസീറുദ്ദീനാണ് എന്നയാൾ സാക്ഷ്യപ്പെടുത്തി. ഫൈസലിന്റെ മരണത്തോടെ ഭീകരമായ ഭയം അയാളെ വേട്ടയാടി. സേട്ടുവിന്റെ മകനെ കാണാതായ വാർത്ത പരന്നപ്പോഴേക്കും സേട്ടു തന്നെ കാറിൽ കയറ്റി നസീറുദ്ദീനെ കൊണ്ടുപോയി. 'പഹയന്റെ മുടി പറ്റേ വെട്ടിക്കള. അല്ലേ വേണ്ട, വടിച്ചാള്' എന്ന് പറഞ്ഞപ്പോൾ ഹിന്ദു എന്ന വാക്ക് കരിന്തിരി ഗന്ധമായി അയാളെ പിടികൂടി. മുടി എന്നത് സമകാലീന ഇന്ത്യൻ ജീവിതത്തിൽ എത്രയോ പ്രധാനപ്പെട്ട ഒന്നാണെന്ന് അയാൾ മനസ്സിലാക്കി. മുടി വളർത്തുന്നതും മുടി വെട്ടുന്നതുമെല്ലാം പലതിന്റെയും പ്രതീകമാണെന്ന് അയാൾ തിരിച്ചറിഞ്ഞു തുടങ്ങി.

നസീറുദ്ദീന്റെ ഓർമ്മകളിൽ ഇരുട്ട് കൺമഷിയാണ്. അതിന്റെ ഉള്ളിൽ ഒരു നാരങ്ങവെട്ടവും അയാൾ കാണുന്നു. ഈ ലക്ഷകത്തിലൂടെ കണ്മഷിയുടെ കറുപ്പ് സമൂഹത്തെ ബാധിച്ച മതഭ്രാന്തിന്റെ ആന്ധ്യമാണ് എന്ന് സൂചിപ്പിക്കുകയാണ്. ട്രെയിനിൽ ഉറങ്ങാത്ത അപരിചിതരെ ഹിന്ദുവിനെ കക്ഷരോമങ്ങൾ എന്ന ലക്ഷകത്തിലേക്ക് കൂട്ടിയിണക്കുന്നു. അവിടെവിടെയായി മാത്രം കാണുന്ന തുറന്ന കണ്ണുകൾക്കും ഉള്ളിൽ കറുപ്പാണ് എന്ന് വഞ്ചിപ്പിക്കുകയാണ് ഇതിന്റെ ലക്ഷ്യം. അയാളുടെ ഉള്ളിലെ ഭയത്തിന്റെ നേർക്കാഴ്ച കൂടിയായ ചിത്രം.

പുറത്തെ ഗാർഡിന്റെ കയ്യിലെ ഞെക്കുവിളക്ക് തെളിയുമ്പോൾ 'ചേർത്തല' എന്ന ബോർഡാണ് കാണുന്നത്. അത് ചമ്മലോടെ വായിക്കുന്ന നസീറുദ്ദീൻ ചേരാത്ത തലകളെ ആയിരിക്കും സ്വപ്

നം കണ്ടത്.

മകൻ ഫൈസിയുടെ മയ്യത്ത് കുളി നടത്തേണ്ടിവന്ന നസീറുദ്ദീന് ആ കാഴ്ച ഹൃദയഭേദകം തന്നെയായിരുന്നു. അവന്റെ നെഞ്ചത്ത് ആഴത്തിൽ വീണ ആ മുറിവുകൾ നസീറുദ്ദീന്റെ ഹൃദയത്തിലാണ് കൊണ്ടത്. എന്നാൽ 'ചുട്ടുകരിഞ്ഞാപിന്നെ മയ്യത്ത് കുളിണ്ടാ' (6) എന്ന സേട്ടുവിന്റെ ചോദ്യത്തിന് മരണത്തോളം ഭീതി പ്രസരിപ്പിക്കാൻ കഴിഞ്ഞിരുന്നു. മയ്യത്ത് കുളി മുസ്ലിമിന്റെ അവകാശമാണ്. അതുപോലും സാധ്യമല്ലാതാക്കുന്ന ഭീകരപ്രശ്നത്തിലേക്ക് വർഗീയത നമ്മെ കൊണ്ട് എത്തിച്ചിരിക്കുന്നു എന്ന പ്രശ്നത്തിലേക്ക് ആ വാക്കുകൾ വിരൽ ചൂണ്ടുന്നു.

കുരുവില്ലാത്ത പച്ചമുന്തിരിങ്ങ തിന്നാൻ കൊതിച്ചു മൂക്കിലെ 'കൊഴലി'ലൂടെ മാത്രം ഭക്ഷണം കഴിക്കുന്ന ഖദീസു കാത്തുകിടന്നു. 'ട്രെയിനിനിപ്പോൾ പതിന്മടങ്ങ് വേഗതയാണ്. അത് ഉരുളുകയല്ല, പറക്കുകയാണ്. പറക്കും സെയ്ത്താൻ ഇവിടെ പറക്കുക എന്ന പക്ഷി ലക്ഷകത്തിന്റെ സ്വാധീനം ചിന്തകളുടെ ആവേഗങ്ങൾക്ക് പൊരുത്തം നിർത്താനായി കഥയിൽ ഉപയുക്തമാക്കുന്നു. പറക്കുന്നത് തീവണ്ടി അല്ല നസീറുദ്ദീന്റെ ചിന്തകളാണ്. പിന്നീട് പക്ഷി ലക്ഷകത്തിൽ നിന്നും പറക്കുന്ന സൈത്താന്റെ രൂപത്തിലേക്ക് ഭാവന കൊണ്ട് മാറിമറിയുന്ന കാഴ്ച സമകാലീനസാഹചര്യങ്ങളുടെ പശ്ചാത്തലത്തിൽ രൂപപ്പെട്ടതാകാം.

കരയിൽ ഉത്സവപ്പറമ്പ് പോലെ ബൾബ് തൂക്കിയ മണൽത്തിട്ട് കണ്ട നസീറുദ്ദീൻ പഴയതുപോലെ ആനന്ദത്തോടെ ആ കാഴ്ചയെ സമീപിക്കുന്നില്ല. സഹയാത്രികർ പരിഭ്രാന്തരാകാത്തത് അവരെല്ലാം ഹിന്ദു ആയതുകൊണ്ടാകാം എന്ന കണക്കുകൂട്ടലിലേക്ക് അദ്ദേഹത്തെ എത്തിക്കുന്നു. വാതിൽക്കലേക്കു നോക്കിയപ്പോൾ നസിറുദ്ദീൻ വിറച്ചുപോയി.

'പുരുഷന്മാരും സ്ത്രീകളും, അവരുടെ നെറ്റിയിൽ തിളങ്ങുന്ന ചോരവർണത്തിലുള്ള തിലകക്കുറി. സ്ത്രീകളുടെ ബ്ലൗസുകൾക്കു ചുവപ്പുനിറമായിരുന്നു. കട്ടച്ചോരയുടെ കടുത്ത നിറം. അവരെല്ലാം കസവുമുണ്ടുകളാണുടുത്തിരുന്നത്. വിലകുറഞ്ഞ കസവിന്റെ കരത്തിളക്കം ഒട്ടിച്ചുവെച്ച ആയുധത്തിന്റെ മൂർച്ചയെ നസീറുദീനെ ഓർമ്മപ്പെടുത്തി. സ്ത്രീകളുമുണ്ടായിരുന്നു. കടും ചോപ്പു കുറിം തുണിയുമായി. അവർ യാത്രക്കാരെപ്പോലെ കയറിവന്നു. വണ്ടി നീങ്ങി. വിജനമായ സ്ഥലത്തെത്തിയെന്നുറപ്പായപ്പോൾ അവർ അപായച്ചങ്ങല വലിച്ചു. സേട്ടു ശ്വാസം എടുക്കാൻ ബുദ്ധിമുട്ടിയ

തുപോലെ. നസിറുദ്ദീനും പരിക്ഷീണനായി.' (7)

തിക്കും തിരക്കും ഒരു ബലി കൊടുക്കലിനുള്ള സന്നാഹമായി മാത്രമേ അയാൾക്ക് അനുഭവപ്പെടുന്നുള്ളു. ചോര ചിന്താൻ മാത്രമായി ഒരു മുസ്ലീമിന്റെ ജീവിതം മാറ്റിവയ്ക്കപ്പെട്ടിരിക്കുന്നു എന്ന ചിന്ത അയാളെ പിടികൂടിയിരിക്കുന്നു. പുറത്തെ കലപിലയും അട്ടഹാസവും കണ്ട് വാതിൽക്കലേക്ക് എത്തിനോക്കിയ നസീറുദ്ദീൻ നെറ്റിയിൽ ചുവന്ന രക്തകുറി ചാർത്തിയ സ്ത്രീപുരുഷന്മാരെ കണ്ടു ഭീതിയിൽ മുങ്ങുകയാണ്.

കട്ട ചോരയുടെ നിറമുള്ള ബ്ലൗസുകളോട് ചേർത്താണ് അവർ കസവുമുണ്ട് ധരിച്ചിരിക്കുന്നത്. ആളുകൾ കയറിവന്ന് ഒതുങ്ങിയിരിക്കാൻ പറഞ്ഞതോടെ നസിറുദ്ദീൻ ഭയത്തോടെ പമ്മുകയും പരുങ്ങുകയും ചെയ്തു. ട്രെയിൻ പതുക്കെ ചലിച്ചതോടെ അയാൾ സഞ്ചിയുമായി പുറത്തേക്ക് ചാടുകയാണ്. ചോരപ്പല്ലുകളുമായി തീവണ്ടി നീങ്ങുന്നു എന്ന ലക്ഷകമാണ് ഇവിടെ ഉപയോഗിച്ചിരിക്കുന്നത് ചോരപ്പല്ല് എന്ന പ്രയോഗം ട്രെയിനിന് ഒരു ഭീകരരക്ഷസിന്റെ പ്രതിബിംബം നൽകുന്നു. ഈ ഭീകര ലോകത്ത് നിന്ന് എങ്ങനെയെങ്കിലും രക്ഷപ്പെടണമെന്ന ചിന്ത അയാളെ തികഞ്ഞ ഭീരുവാക്കി. ചുവന്ന കുറിയും ചുവപ്പ് ബ്ലൗസും തികഞ്ഞ തീവ്രവാദത്തിന്റെ ലക്ഷണങ്ങളായി കാണേണ്ടി വന്ന ഇന്ത്യൻ ജനതയുടെ ആധി കൂടിയാണ് ഈ വരികളിൽ പ്രതിഫലിക്കുന്നത്. പോലീസുകാരനെയും സ്റ്റേഷൻ മാസ്റ്ററെയും കണ്ട് തന്റെ ഭീതിയുടെ കാരണങ്ങൾ ഗ്രഹിപ്പിക്കാൻ ശ്രമിച്ചപ്പോൾ അവരൊന്നും കൊലയാളികൾ അല്ലെന്നും ആലുവ മണപ്പുറത്ത് ശിവരാത്രി മഹോത്സവം കഴിഞ്ഞു മടങ്ങുന്നവരാണെന്നും ഉള്ള അറിവ് നസീറുദ്ദീനെ സ്തംഭിപ്പിക്കുകയും ചെയ്തു.

ആക്രമിക്കപ്പെടുമോ എന്ന മനോവ്യഥയിൽ നസീറുദ്ദീനൊപ്പം വായനക്കാരനും പരിസമാപ്തിയിലേക്ക് നീങ്ങുന്ന രീതിയിലാണ് കഥ സംവിധാനം ചെയ്യപ്പെട്ടിരിക്കുന്നത്. ഹിന്ദുഭീകരത യാഥാർത്ഥ്യമല്ല ചില തോന്നലുകൾ കെട്ടിപ്പടുത്ത പുക മറയാണെന്ന് പറഞ്ഞുവെക്കുവാൻ കൂടി ഇന്ദു മേനോൻ ശ്രമിക്കുന്നതായി കാണാം. ഭയം മനുഷ്യനെ അക്രമാസക്തനാക്കും എന്നും അലറി കൂവിവിളിച്ച് വരുന്ന എല്ലാ തീവണ്ടികളും ഭീകരതയെ നെഞ്ചേറ്റുന്നില്ലെന്നും കാഥിക സമർത്ഥിക്കുന്നു. പൂർണ്ണാർത്ഥദ്യോതനത്തിനായി ദ്വന്ദാത്മകമായ ഘടനാ സ്വഭാവമുള്ള മനുഷ്യ ലക്ഷകങ്ങളെ അണിനിരത്തുന്നതിലും കാഥിക വിജയിക്കുന്നു. വൈകാരികവും മാനസിക

വും പശ്ചാത്തല സംബന്ധിയുമായ വിരുദ്ധവികാരങ്ങളെ സന്നിവേശിപ്പിക്കുന്നതിന് ഏറ്റവും നല്ല ഉപാധിയായി രാത്രിയിൽ സഞ്ചരിക്കുന്ന ട്രെയിൻ എന്ന സ്ഥല സൂചന നിലനിൽക്കുന്നു. ഭാഷയെയും അതുണർത്തുന്ന ചിന്തയെയും വിശാലമാക്കാനും സുലളിതമാക്കാനും ഉപകരിക്കുന്ന ലക്ഷകങ്ങളുടെ നിറവ് ഈ കഥയിൽ ഭൂതവർത്തമാനഭാവികളെ സമന്വയിപ്പിക്കാനുള്ള ഇടമായി മാറ്റുന്നു.

മുടി അഥവാ രോമം കത്രിക്കുന്നതിന്റെയും വളർത്തുന്നതിന്റെയും ഭാഷ ഒരു സംസ്കാരത്തെയും സംസ്കാര പരിണാമത്തെയും അടയാളപ്പെടുത്തുന്ന ബിംബമായി കഥയിൽ തെളിയുന്നു. രോമം വെട്ടുന്നവന്റെ തലവെട്ടാനും രോമം നീട്ടി വളർത്തിയവനെ ജാതിക്കുവേണ്ടി കശാപ്പ് ചെയ്യാനും മടിക്കാത്ത ലോകബോധത്തിന്റെ സൂചനകൾ കഥയിൽ ഉടനീളം പ്രവർത്തിക്കുന്നു.

അതുകൊണ്ടാണ് 'വാങ്മയചിത്രങ്ങളുടെ കാവ്യാനുഭൂതിയിൽ നിന്നു നമ്മൾ ഞെട്ടി ഉണരുന്നു'(8) എന്ന് മുഖവുരയിൽ എം. മുകുന്ദൻ ഈ കഥയെക്കുറിച്ച് പ്രസ്താവിച്ചത്. വസ്തുവും അതിന്റെ പശ്ചാത്തലവും പ്രദാനം ചെയ്യുന്ന വ്യത്യസ്ത ലക്ഷകങ്ങളിലൂടെയാണ് കഥ വായനക്കാർക്ക് മുന്നിൽ വളർന്ന് വികസിക്കുന്നത്.

ആധാരഗ്രന്ഥ സൂചി

1. വിക്കിപ്പീഡിയ https://ml.m.wikipedia.org
2. കഥകൾ ഇന്ദു മേനോൻ, ഡി.സി.ബുക്ക്സ്, കോട്ടയം 2nd imp. ജൂലൈ 2012 പുറം 141
3. കഥകൾ ഇന്ദു മേനോൻ, ഡി.സി.ബുക്ക്സ്, കോട്ടയം 2nd imp. ജൂലൈ 2012 പുറം 142
4. കഥകൾ ഇന്ദു മേനോൻ, ഡി.സി.ബുക്ക്സ്, കോട്ടയം 2nd imp. ജൂലൈ 2012 പുറം 142
5. കഥകൾ ഇന്ദു മേനോൻ, ഡി.സി.ബുക്ക്സ്, കോട്ടയം 2nd imp. ജൂലൈ 2012 പുറം 142
6. കഥകൾ ഇന്ദു മേനോൻ, ഡി.സി.ബുക്ക്സ്, കോട്ടയം 2nd imp. ജൂലൈ 2012 പുറം 142
7. കഥകൾ ഇന്ദു മേനോൻ, ഡി.സി.ബുക്ക്സ്, കോട്ടയം 2nd imp. ജൂലൈ 2012 പുറം 145
8. കഥകൾ ഇന്ദു മേനോൻ, ഡി.സി.ബുക്ക്സ്, കോട്ടയം 2nd imp. ജൂലൈ 2012 പുറം 140

൦൦

പതിനേഴ്

ആൺവണ്ടികൾ: പ്രണയരാഷ്ട്രീയം

ഡോ. ശ്രീകല എൽ.ആർ.

സ്ത്രീക്ക് പുരുഷനോടൊപ്പമുള്ള നീതി തുല്യമാക്കാനും ലിംഗപരമായ വിവേചനത്തിന്റെ സ്വഭാവവും അതിന്റെ രാഷ്ട്രീയവും മനസ്സിലാക്കാനാണ് സ്ത്രീപക്ഷചിന്തകൾ ലക്ഷ്യമിട്ടത്. രാഷ്ട്രീയവും, സാമൂഹികവും, സാംസ്കാരികവുമായ ചലനങ്ങളെ മുൻനിർത്തിക്കൊണ്ടുതന്നെ പുരുഷമേധാവിത്വത്തിന്റെ ആഖ്യാനത്തെ സാഹിത്യം എങ്ങനെയാണ് സമീപിച്ചതെന്ന് വിശദീകരിക്കാനും പെണ്ണെഴുത്ത് ശ്രമിച്ചു. ഒരു സ്ത്രീ തന്റെ ജിവിതാനുഭവങ്ങളിൽ നിന്ന് അടർത്തിയെടുത്ത ഒരു രാഷ്ട്രീയപ്രസ്ഥാനത്തിന്റെ ഒരു സാമൂഹിക സിദ്ധാന്തമായി സ്ത്രീപക്ഷ സാഹിത്യത്തെ കാണുമ്പോൾ പല എഴുത്തുകാരികളും ലിംഗ അസമത്വത്തിലും സ്ത്രീകളുടെ അവകാശങ്ങളിലും ഊന്നൽ നൽകിക്കൊണ്ട് രചന നടത്തി.

സ്ത്രീ തന്റെ സ്വാതന്ത്ര്യത്തിനും, സ്വതന്ത്രാവകാശത്തിനുവേണ്ടി വാദങ്ങൾ ഉന്നയിച്ചു. തുല്യമായ വേതനം, ഗാർഹിക പീഡനം, ലൈംഗിക പീഡനം തുടങ്ങിയ വിഷയങ്ങളിലെല്ലാം സ്ത്രീ തന്റെ നിലപാടുകൾ വ്യക്തമാക്കിക്കൊണ്ട് പ്രചാരണങ്ങൾ നടത്തി.

കുറ്റബോധത്തിന്റെ കെട്ടുകൾ ഇല്ലാതെ സ്വതന്ത്രമായ സ്ത്രീ ജിവിതത്തിന്റെ നേർകാഴ്ചയായി പെണ്ണെഴുത്ത് മാറുന്നത് ഇന്ദുമേനോന്റെ രചനകളിൽ കാണാം. ആണധികാരത്തിന്റെ മേൽക്കോയ്മ തച്ചുടച്ചു കൊണ്ട് സ്ത്രീപക്ഷ രാഷ്ട്രീയത്തിന്റെ വഴി വെട്ടിത്തുറന്ന എഴുത്തുകാരിയാണ് ഇന്ദുമേനോൻ. ആൺ അധികാരത്തെ അതെങ്ങനെ പ്രതിരോധിക്കുന്നുവെന്ന് തന്റെ രചനകളിലൂടെ അവർ തുറന്നു കാട്ടുന്നു. യാതൊരു മറയുമില്ലാതെ സത്യസന്ധത

യോടെ സ്വതന്ത്രമായ ആവിഷ്ക്കാരത്തിലൂടെ പെണ്ണെഴുത്തിന്റെ സൗന്ദര്യം ആവോളം പകർന്നു തരുന്നു ഇന്ദുമേനോൻ എന്ന എഴുത്തുകാരി.

പുരുഷനിർമ്മിതമായ കഥകൾ ഒരു കാലഘട്ടത്തിന്റെ രചനയുടെ സ്വീകാരത്യയായി മാറുമ്പോൾ, അവിടെ അയാൾ അനുഭവിക്കുന്ന ഒരു സ്വാതന്ത്ര്യം ഉണ്ട്. കഥയെഴുത്തിൽ ആ എഴുത്തുകാരൻ സ്വതന്ത്രനാണ്. എന്നാൽ ഇത്തരത്തിൽ ഒരു സ്വാതന്ത്ര്യം തന്റെ എഴുത്തിൽ ഒരു സ്ത്രീക്ക് കിട്ടിയിട്ടുണ്ടോ എന്ന് ചിന്തിക്കണം. ഒരു സാമൂഹികവ്യവസ്ഥിതിയുടെ പേരിൽ അവൾക്ക് അതിരുകൾ കല്പിക്കുമ്പോഴും അധികാരം, രാഷ്ട്രീയം, എഴുത്ത്, കല എന്നീ മേഖലകളിൽ അവൾ തന്റെ സ്വത്വം ആവിഷ്ക്കരിക്കാൻ ശ്രമിക്കുന്നു. പ്രതിസന്ധികളുടെ താളം ആസ്വദിച്ചുകൊണ്ടാവണം ഓരോ എഴുത്തുകാരിയും പുരുഷാധികാരത്തെ തച്ചുടക്കുന്നത്. ചില മുൻവിധികളും കെട്ടുപാടുകളും ഓരോ സ്ത്രീയെയും കാത്തുനിൽപ്പുണ്ട്.

അത്തരത്തിലുള്ള പ്രസിസന്ധികളെയെല്ലാം നിസ്സാരവൽക്കരിച്ച എഴുത്തുകാരിയാണ് ഇന്ദുമേനോൻ. ധീരമായ ഒരു തുറന്നെഴുത്ത് ആ രചനകളിൽ കാണാം. വിമർശനങ്ങളെ ഭയക്കാതെ തുറന്നെഴുതുമ്പോൾ എഴുതുന്ന വഴികൾ രസകരമായിരിക്കില്ല എങ്കിലും ആ തുറന്നെഴുത്ത് സത്യസന്ധതയുടെ ആവിഷ്ക്കാരമായി മാറുന്നു. അത്തരത്തിൽ അവർ എഴുതിയതാണ് 'ആൺ വണ്ടികൾ' എന്ന കഥ.

അടക്കിപ്പിടിക്കലിന്റെയും മറച്ചുവെയ്ക്കലിന്റെയും പതിവു കാഴ്ചയിൽ നിന്ന് വ്യത്യസ്തമായൊരു കഥ. ലിംഗവ്യത്യാസങ്ങൾക്ക് യാതൊരു പ്രാധാന്യവും നൽകാതെ സ്വന്തം താല്പര്യങ്ങൾക്ക് അനുസരിച്ച് ജീവിതം ജീവിച്ചു തീർക്കുന്ന ഊർമിളയുടെ കഥ. തികച്ചും വിഭിന്നമായ ഒരു കഥാതന്തു. മാറുന്ന കാലഘട്ടത്തിന്റെ നിഷേധാത്മകതയുടെയും, ലൈംഗിക സങ്കല്പങ്ങളുടെയും ധ്വനി പ്രതിഫലിക്കുന്ന ചിന്താഗതികൾ, ഉറച്ച നിലപാടുകൾ, സ്ത്രീകളെ തരം താഴ്ത്തുന്ന രീതികളോടുള്ള വിമർശനം എന്നിങ്ങനെ പല ഘടകങ്ങൾ ഈ കഥയിൽ കാണാം. ചില ആനുകാലിക സംഭവങ്ങളെ ഭ്രമാത്മകതയുടെ പശ്ചാത്തലത്തിൽ യാഥാസ്ഥിതികമായി അവതരിപ്പിക്കാൻ എഴുത്തുകാരി ശ്രമിക്കുന്നു.

വളരെ ശക്തവും ഉറച്ചനിലപാടുമുള്ള കഥാപാത്രമാണ് ഊർമ്മിള. കൂട്ടുകാരിയുടെ കാമുകനൊപ്പം നഗരത്തിലെ ഒരു ലോഡ്

ജിൽ കിടക്ക പങ്കിടേണ്ടി വരുന്നതും തുടർന്നു വീട്ടിലുണ്ടാകുന്ന വികാരപ്രകടനങ്ങളും ഊർമ്മിള എന്ന കഥാപാത്രത്തിന്റെ മനസ്സിന്റെ ചിന്താഗതിയുമാണ് 'ആൺവണ്ടി'യിലെ പ്രമേയം.

പേരും മേൽവിലാസവും ലോഡ്ജിലെ രജിസ്റ്ററിൽ ശരിയായി രേഖപ്പെടുത്തുമ്പോഴും ഊർമ്മിളയ്ക്ക് തെല്ലു കുറ്റബോധവും ഉണ്ടാകുന്നില്ല. മറ്റുള്ളവരുടെ ചിന്താഗതിയെ അവൾ ഒട്ടും മാനിക്കുന്നില്ല. എന്നാൽ അവളുടെ ശരീരഭംഗി കണ്ട ലോഡ്ജ് മാനേജർ അവളെക്കുറിച്ച് തെറ്റായി ചിന്തിക്കുന്നു. ഒരാളിന്റെ ശരീര ആകൃതിയിലും വടിവിലും അയാളുടെ സ്വഭാവം നിശ്ചയിക്കുന്ന സമൂഹം- 'ചരക്ക്' എന്നൊരു പ്രയോഗം സ്ത്രീകൾക്ക് കൊടുത്തിട്ടുണ്ടല്ലോ.

മേൽവിലാസം എഴുതിയ ശേഷം പേന കൗണ്ടറിലെ മാനേജർക്ക് തിരികെ നൽകുമ്പോൾ അയാളിലെ അശ്ലീലച്ചിരി അവളെ രസിപ്പിച്ചു. ഒരു സ്ത്രീയെ കാണുമ്പോൾ പുരുഷനുണ്ടാകുന്ന ഭാവഭേദങ്ങൾ ആ മാനേജറിൽ പ്രകടമായി. അയാളുടെ മുഖത്ത് ആസക്തിയുടെയും ആർത്തിയുടെയും ശകലങ്ങൾ മിന്നിയത് ഊർമ്മിളയുടെ രസത്തിന് ആക്കം കൂട്ടി. പേന തിരികെ കൊടുക്കുമ്പോൾ അയാളുടെ കൈ അവളുടെ വിരലുകളിൽ സ്പർശിക്കുമ്പോൾ ഒരു 'നപുംസകം' ആയിട്ടാണ് അയാളെ അവൾ കാണുന്നത്. അത് ഉറക്കെ വിളിക്കാൻ പോലും അവൾ മടികാണിക്കുന്നില്ല. സ്ത്രീസ്വാതന്ത്ര്യത്തിന്റെ ഉറച്ചനിലപാട് ആണ് ഇവിടെ കാണുന്നത്.

കാമുകനൊപ്പം മുറിയിലേക്ക് കയറുമ്പോൾ ഒരു തീവണ്ടി ബോഗിക്കുള്ളിൽ എന്നപോലെ വല്ലാത്തൊരു ഗന്ധം അവൾക്കനുഭവപ്പെട്ടു. പെൻസിൽ കൊണ്ടെഴുതിയ ടോയ്‌ലറ്റ് സാഹിത്യങ്ങൾ കാണുമ്പോൾ പലതും അവൾക്ക് ഉറക്കെ വിളിച്ചു പറയണമെന്നുണ്ട്. എന്നാൽ നന്ദൻ അവളെ തടസ്സപ്പെടുത്തുന്നു. ചുമരിൽ എഴുതിയിരിക്കുന്നത് വായിക്കാനോ, അവൾക്ക് എന്തെങ്കിലും എഴുതാനോ അയാൾ അവളെ അനുവദിക്കുന്നില്ല. അവളുടെ സ്വാതന്ത്ര്യത്തിനു മറ്റൊരാൾ അവിടെ അതിരു കല്പിക്കുന്നു. അവളുടെ വാക്കുകളും രചനകളും രഹസ്യങ്ങൾ തുറക്കുന്ന വാതിലുകൾ ആണ്. അവളുടെ വാക്കുകളെ അയാൾ ഭയക്കുന്നു. അതുകൊണ്ട് തന്നെയാണ് അവൾക്ക് വിലക്കുകൾ കൽപ്പിക്കുന്നത്.

'നീയെനിക്കു ചുറ്റും, വീണ്ടും വീണ്ടും വിലക്കുകൾ ഏകുക. എന്റെ കഴുത്തിറുകും മട്ടിൽ വിലങ്ങുകളിലെന്നെ കുരുക്കുക.

എന്റെ ചുണ്ടുകളെ തുന്നികെട്ടുക, നിന്റെ ശരീരം കൊണ്ട് എനി

ക്കുചുറ്റും മാംസഭിത്തികൾ തീർക്കുക.' എന്നവൾ പറയുമ്പോൾ അവൾ കാമുകനിൽ കണ്ട ഭാവം ഒരു പശുക്കിടാവിന്റെ മുഷ്ക്കായിരുന്നു. തന്നെ സ്വതന്ത്രയാക്കാത്ത മുരടൻ കിടാവ്. അവൾ വിഹ്വലപ്പെട്ടപ്പോൾ തന്നെ തള്ളപ്പശുവിനെപ്പോലെ അയാൾ ഉപയോഗിച്ചുകൊണ്ടിരുന്നു. സ്ത്രീയെ തന്റെ കാമം തീർക്കാനുള്ള ഒരു ഉപകരണമായി പുരുഷൻ കാണുമ്പോൾ അവിടെ അവൾക്ക് തന്റെ സ്വത്വം നഷ്ടപ്പെടുകയാണോ എന്ന് ചിന്തിക്കുന്നു. എന്നാൽ അവന്റെ വികാരങ്ങൾ എല്ലാം അവളിലേക്ക് പകരുമ്പോൾ ഒരു സ്ത്രീ അനുഭവിക്കേണ്ടതായ യാതൊരു അനുഭൂതിയും അവളിൽ ഉണ്ടാകുന്നുമില്ല.

'നിനക്ക് സന്തോഷം തോന്നുന്നില്ലേ ഉമാ?' എന്നയാൾ ചോദിക്കുമ്പോൾ അവളിലെ മറുപടി ഒരു പുരുഷനു താങ്ങാനാകുന്നതായിരുന്നില്ല. 'നിനക്കെന്നെ ഉത്തേജിപ്പിക്കാൻ കൂടി സാധിക്കയില്ല.' എന്നു പറയുമ്പോൾ പരമ്പരാഗത സ്ത്രീ സങ്കല്പങ്ങളിൽ നിന്നും വ്യത്യസ്തയാവുകയാണ് ഊർമ്മിള.

ഒന്നു മിണ്ടാതെ കിടപ്പറയിൽ ഇണയെ സന്തോഷിപ്പിച്ചിട്ട് ഇറങ്ങിപ്പോകുന്നവളായിരുന്നില്ല ഊർമ്മിള. മറിച്ച് അവൾ പുരുഷന്റെ ലൈംഗികശേഷിയെ ചോദ്യം ചെയ്യുന്നു. ഇവിടെ സ്ത്രീ പുരുഷനു കൊടുക്കുന്ന തിരിച്ചടിയാണ് ആ വാക്കുകൾ.

പല പീഡനങ്ങളുടേയും അടിച്ചമർത്തലുകളുടേയും ഇരയായി മാറുന്ന സ്ത്രീകൾ നിസ്സാഹായരാവുമ്പോൾ, ഒന്നിനോടും പ്രതികരിക്കാൻ കഴിയാത്തവരോട് എഴുത്തുകാരിക്ക് സഹതാപം തോന്നാം. സ്ത്രീ പുതിയ കാലത്തിന്റെ പ്രതീകമായി മാറേണ്ടവൾ ആണെന്ന് ഈയൊരൊറ്റ വാക്യത്തിലൂടെ ഇന്ദുമേനോൻ കാട്ടിത്തരുന്നു. മടിക്കാതെ കീഴ്പ്പെടുത്തലിലെ തൃപ്തിയില്ലായ്മ തുറന്നു കാട്ടുന്നു അവൾ.

സമൂഹം ഏർപ്പെടുത്തുന്ന നിയന്ത്രണങ്ങളെ മറികടന്നുകൊണ്ട് സദാചാരശുദ്ധി, കന്യകാത്വം തുടങ്ങിയ പാവനസങ്കല്പങ്ങളെ തിരസ്ക്കരിക്കാൻ ഊർമ്മിള മടിക്കുന്നില്ല. ദയവുചെയ്തു എന്റെ പൗരുഷ്യത്വത്തെ ചവിട്ടിമെതിക്കരുതേ എന്ന് നന്ദൻ കേണപേക്ഷിക്കുമ്പോൾ അവൾ അവിടെ സാധാരണ സ്ത്രീയായി മാറുന്നു. സ്ത്രീ സഹജമായ ആർദ്രഭാവം അവളിൽ ഉണ്ടാകുന്നു.

'തമ്പിയാണവൾ കല്ലല്ലിരുമ്പല്ല...' എന്ന കവിതാ ശകലം കടമെടുത്തുകൊണ്ട് പറയട്ടെ ഒരു സ്ത്രീക്ക് തന്റെ വികാരങ്ങളെ ഒരിക്കലും അടിച്ചമർത്തിവെയ്ക്കാൻ കഴിയില്ല. പ്രത്യേകിച്ച് ഒരു പുരു

ഷൻ തന്നെ സന്തോഷിപ്പിക്കാൻ ശ്രമിക്കുമ്പോൾ അവൾക്ക് അയാളോടുള്ള ദേഷ്യം, സ്നേഹവും വാത്സല്യവുമായി മറുന്നു. സ്ത്രീ ഹൃദയത്തിന്റെ ആർദ്രഭാവങ്ങളെ വെളിപ്പെടുത്തുകയാണ് ഇവിടെ എഴുത്തുകാരി.

പലവിധ പ്രചോദനങ്ങളുടെയും ആവശ്യങ്ങളുടെയും മറച്ചുവെയ്ക്കാനാവാത്ത പരസ്പര പ്രവർത്തനമാണ് ലൈംഗികതയും പ്രണയവും. ഒരാൾ തന്റെ ഇണയോട് ആകർഷിക്കപ്പെടുന്നതിന് ചില കാരണങ്ങൾ ഉണ്ട്. ചിലപ്പോൾ അത് വെറും ശാരീരികമായ ആകർഷണം മാത്രമാവാം. ആ ആകർഷണം നൈമിഷികമായി തന്നെ അവസാനിപ്പിച്ചേക്കാം. തന്റെ കൂട്ടുകാരി ഡെയ്സിയെ നശിപ്പിച്ചവനാണ് നന്ദൻ എന്ന ബോധം ഊർമ്മിളയിൽ ഉണ്ടെങ്കിലും ചില വൈകാരീക നിമിഷങ്ങളിൽ അവൾക്ക് അവനോട് തോന്നുന്നത് വാത്സല്യവും സ്നേഹവുമാണ്.

സ്ത്രീകളെ കേവലം ആനന്ദഭോഗികളായി കാണുന്ന നന്ദൻ ഊർമ്മിളയെയും ഡെയ്സിയെയും രണ്ടു തരത്തിൽ ആണു കാണുന്നത്. ഊർമ്മിളയെ നഷ്ടമാകരുത് എന്നൊരു ചിന്ത അയാളിൽ ഉണ്ട്. ആ ഒരു ചിന്താഗതിയോടെയാണ് ഊർമ്മിളയുടെ ശരീരത്തെ അയാൾ കീഴ്പ്പെടുത്തുന്നത്.

കഥയിലെ മറ്റൊരു കഥാപാത്രമായ ഡെയ്സിയെ എല്ലാത്തിൽ നിന്നും ഓടിയൊളിക്കുന്ന ഒരു പെൺകുട്ടിയായാണ് ഇന്ദുമേനോൻ ചിത്രീകരിക്കുന്നത്. സാധാരണ പെൺകുട്ടികളെപ്പോലെ കുടുംബം എന്ന ബന്ധനത്തിൽപ്പെട്ടവൾ ഒന്നിനും ധൈര്യമില്ലാതെ ചെയ്തുപോയ പാപഭാരവും പേറിജീവിക്കുന്നവൾ. സ്നേഹിച്ചത് പാപം, വീട്ടുകാരെ വെറുത്തത് പാപം, ലോഡ്ജുമുറിയിൽ പോയത് പാപം, കുഞ്ഞിനെ കൊന്നത് പാപം. എന്നു ചിന്തിക്കുന്നവൾ മറ്റൊരാളെ വിവാഹം ചെയ്യേണ്ടി വരുമ്പോൾ അനുഭവിക്കുന്ന മാനസിക സംഘർഷം ചെറുതല്ല.

കഴിഞ്ഞകാല ജീവിതത്തിൽ ദു:ഖിക്കുന്നവളാണെങ്കിലും വിവാഹശേഷം പരമസാത്വികയുടേയും, ശീലാവതിയുടേയും മുഖംമൂടി അണിയുന്നുണ്ടവൾ. കഴിഞ്ഞകാലത്തെക്കുറിച്ച് പറഞ്ഞ് കരയുന്ന ഡെയ്സിയോട് ഊർമ്മിള പറയുന്നത് കണ്ണിൽ മുളക് തേച്ചാൽപ്പോലും എനിക്ക് കരച്ചിൽ വരില്ല എന്നാണ്. കരഞ്ഞുകൊണ്ട് കാലം കഴിച്ചുകൂട്ടാൻ ഊർമ്മിള തയ്യാറായിരുന്നില്ല. തനിക്ക് ശരിയെന്നു തോന്നുന്നത് ചെയ്യാൻ കഴിയുന്ന സ്വതന്ത്രവ്യക്തിത്വത്തിന് ഉടമയാണവൾ.

തന്റെ സ്വാതന്ത്ര്യത്തെ അവൾ ആർക്കും വിട്ടുകൊടുക്കുന്നില്ല. പുരുഷനെ പോലെ നിന്നുകൊണ്ട് മൂത്രമൊഴിച്ച് സ്വതന്ത്ര്യം കുളിമുറിയിൽ ആഘോഷിച്ച പെൺകുട്ടിയാണവൾ. സമൂഹത്തിന്റെ അംഗീകാരം ഊർമ്മിളയ്ക്ക് ഒരു പ്രശ്നമായിരുന്നില്ല. ഒരാൺകുട്ടിയെപ്പോലെ ആവാൻ ഊർമ്മിള ആഗ്രഹിച്ചിട്ടുണ്ടാവാം. വളർന്നുവരുന്ന പെൺകുട്ടികൾക്ക് അച്ഛനമ്മമാരുടെ സ്നേഹം കിട്ടാതെ വരുമ്പോൾ ഒരുപക്ഷേ, അവൾ നിഷേധിയാവാം.

ഊർമ്മിളയുടെ മാതാപിതാക്കൾ അവളെ അവഗണിക്കുമ്പോഴും ഒറ്റപ്പെടുത്തുമ്പോഴും അവളുടെ വ്യക്തിത്വത്തെ ചോദ്യം ചെയ്തു കുറ്റപ്പെടുത്തുമ്പോഴും മുറിവേൽക്കുന്നത് അവളുടെ ആത്മാവിനാണ്. തന്റെ അമ്മയുടെ സ്നേഹവും സാമീപ്യവും കിട്ടാതെവരുമ്പോൾ അവൾ തന്റെ മുറിയെ അമ്മയുടെ ഉദരമായി കണ്ട് അതിനെ സ്നേഹിക്കുന്നു. ആ മുറിയിൽ അവൾ സുരക്ഷിതത്വം കാണുന്നു. എല്ലാ സാധാരണ പെൺകുട്ടികളെയും പോലെ ആയിരുന്നു ഊർമ്മിള. ഒരിക്കലും തന്റെ കുടുംബത്തിൽ നിന്ന് അകന്നുമാറാൻ അവൾക്കു താല്പര്യമില്ലായിരുന്നു. അവളുടെ മുറി, അവളുടെ ഗന്ധമുള്ള കമ്മീസുകൾ, അവൾ സ്വന്തം നഗ്നത കണ്ടു രസിച്ച നിലകണ്ണാടികൾ, മുടി ചീകിയിരുന്ന ചീർപ്പുകൾ, അവളുടെ ആർത്തവരക്തത്തിന്റെ കറപുരണ്ട കിടക്കവിരിപ്പുകൾ, അമ്മ, അച്ഛൻ, സഹോദരങ്ങൾ, വളർത്തു പൂച്ച തുടങ്ങി അവളുമായി വൈകാരിക ബന്ധമുള്ളതിനെയെല്ലാം ഊർമ്മിളയ്ക്കു ഉപേക്ഷിക്കേണ്ടിവന്നു.

അകൽച്ചയുടെ വൻ മതിലുകൾ കരിങ്കല്ലുറപ്പിൽ പടുത്തുകെട്ടി. ഉരിഞ്ഞെടുക്കാനോ, മുറിച്ചെടുക്കാനോ സാധിക്കാത്തവണ്ണം ബന്ധങ്ങൾ അവൾക്കപ്പോൾ അഴിഞ്ഞുതൂങ്ങിയ ചർമ്മം പോലെ ആയി.

ഊർമ്മിള എന്ന പെൺകുട്ടി വ്യത്യസ്തയാകുന്നത് അവളുടെ നിലപാടുകൾ കൊണ്ടാണ്. സദാചാരത്തിന്റെ കണ്ണുകളെ അവൾ വെറുക്കുന്നു. തന്റെ സദാചാരത്തെ ചോദ്യം ചെയ്യാൻ വരുന്നവരെ, തന്നെ ശാസിക്കാൻ എത്തുന്നവരെ, എല്ലാം അവൾ നിശബ്ദമാക്കുന്നു. തന്നോട് ഒരിക്കൽപ്പോലും സ്നേഹം കാട്ടാത്ത ബന്ധുക്കൾ, റെയ്ഡിൽ പിടിക്കപ്പെട്ടപ്പോൾ തനിക്കുവേണ്ടി കരഞ്ഞ് കണ്ടപ്പോൾ, അവരോട് തോന്നിയ വെറുപ്പ് എല്ലാത്തിനോടും അവൾ കാട്ടുന്നുണ്ട്.

കപടതയുടെ മുഖംമൂടി പിച്ചിച്ചീന്താൻ അവൾക്ക് യാതൊരു മടിയുമില്ലായിരുന്നു. തന്റെ അമ്മയുടെയും ബന്ധുക്കളുടെയും കര

ച്ചിൽ കണ്ടപ്പോൾ ഏതോ നാടകശാലയിലോ തിയേറ്ററിലോ കഥാപാത്രങ്ങൾ വേഷം കെട്ടി ആടുന്നതുപോലെയാണ് അവൾക്ക് അനുഭവപ്പെട്ടത്. സദാചാരത്തിന്റെ പേരും പറഞ്ഞ് കപട സ്നേഹവുമായി എത്തിയവർക്കു നേരെ അവൾ കാർക്കിച്ചു തുപ്പുന്നു.

സ്ത്രീ അബലയാണെന്നും അവൾക്ക് പുരുഷന്റെ തണലിൽ മാത്രമേ ജീവിതം പടുത്തുയർത്താൻ ആകൂ എന്നൊരു അബദ്ധധാരണ നമ്മുടെ സമൂഹത്തിൽ നിലനിൽക്കുന്നുണ്ട്. അത്തരം ധാരണകളെ പൊളിച്ചെഴുതുന്നു ഇന്ദുമേനോൻ. റെയ്ഡിൽ പിടിക്കപ്പെട്ട ഊർമ്മിളയെ വിവാഹം കഴിക്കാമെന്ന് പറഞ്ഞ് നന്ദൻ എത്തുമ്പോൾ അവൾക്ക് അയാളോട് പരിഹാസമാണ് തോന്നുന്നത്. നന്ദൻ പല സ്ത്രീകളെയും സ്വന്തം ആനന്ദത്തിനുവേണ്ടി ഉപയോഗിച്ചിട്ടുണ്ടെങ്കിലും ഊർമ്മിളയോട് നീതി പുലർത്താൻ അവൾ തയ്യാറായിരുന്നു. എന്നാൽ ആ നീതി നിഷേധിക്കുകയാണ് ഊർമ്മിള. പുരുഷന്റെ സംരക്ഷണം അവൾക്കു ചുറ്റും മതിലുകൾ തീർക്കുന്നത് അവൾ ഇഷ്ടപ്പെടുന്നില്ല.

വിവാഹം എന്ന പൊള്ളത്തരത്തിന്റെ ഭാഗമാകാനും സാമ്പ്രദായിക നിയമാവലികളെ അനുസരിക്കാനും ഊർമ്മിള തയ്യാറല്ലായിരുന്നു. പ്രണയത്തെയും, വിവാഹത്തെയും പുച്ഛത്തോടെ കാണുന്നതും നന്ദനെ തള്ളിപ്പറയുന്നതും അതുകൊണ്ടാണ്. ഇവിടെ സ്തീയാണ് പുരുഷനെ തള്ളിപ്പറയുന്നത്. ആ ഒരു സ്വാതന്ത്ര്യം അവൾ പൂർണ്ണമായും ഉപയോഗിച്ചു.

സ്ത്രീക്ക് താഴെയാണ് പുരുഷന്റെയിടം എന്നുറപ്പിച്ചു കൊണ്ട് പുതിയ കാലത്തിൽ, മാറ്റത്തിന്റെ പ്രതിധ്വനിയായും പുരുഷലോകത്തെയും അധികാരത്തെയും നിയന്ത്രിക്കുന്നവളായും സ്ത്രീകൾ മാറുന്നതും അതുകൊണ്ടാണ്.

ഊർമ്മിള ഒരു സാധാരണ പെൺകുട്ടിയാണെങ്കിലും കടുത്ത ശാസനകൾ കിട്ടുമ്പോൾ സ്നേഹത്തിന്റെ 'അ' കാരങ്ങൾ അവൾ മറന്നു. സ്നേഹം നിഷേധിക്കപ്പെട്ട നന്ദനാൽ ചതിക്കപ്പെട്ട ഡെയ്സിയോട് സ്നേഹിക്കുന്നതിൽ ഒരു പാപവുമില്ല, സ്നേഹമെന്നാൽ അമൂർത്തമായ ചിന്ത മാത്രമാണ്, ഒരാൾ ഏറ്റവും അധികം സ്നേഹിക്കുന്നത് അവനവനെത്തന്നെയാണ്, സ്നേഹിക്കുന്നു എന്നു പറയുന്നതുപോലും സ്നേഹിക്കപ്പെടുന്നു എന്ന തിരിച്ചറിവിന്റെ ബലത്തിലാണ് എന്നൊക്കെ ഊർമ്മിള പറയുന്നത്.

സ്ത്രീയുടെ ഏറ്റവും മഹനീയമായ അവസ്ഥയാണ് മാതൃത്വം എന്നതും ഒരു സ്ത്രീ പൂർണ്ണയാകുന്നത് അതിലൂടെയാണെന്ന

ധാരണയെ വലിച്ചെറിയുകയാണ് ഡെയ്സിയുടെ കുഞ്ഞിനെ നശിപ്പിക്കുന്നതിലൂടെ ഊർമ്മിള കാട്ടിത്തരുന്നത്. അതേ ഊർമ്മിള തന്നെ തെളിവുകൾ അവശേഷിപ്പിക്കാതെ ഈ ലോകത്തുനിന്ന് ആരും പോകരുതെന്ന വാശിയും കാണിക്കുന്നു.

തന്നെ സ്നേഹിക്കാത്ത, മനസ്സിലാക്കാത്ത അവഗണിക്കുന്ന ബന്ധനങ്ങൾ നിറഞ്ഞ ഈ ലോകത്ത് ജീവിക്കുന്നതു തന്നെ നിരർത്ഥകമാണെന്ന് ഊർമ്മിള ചിന്തിക്കുന്നു. അവളെ എല്ലാവരും ഒറ്റപ്പെടുത്തുന്നു. സ്നേഹം നിഷേധിക്കുന്നു. അമ്മ, അച്ഛൻ, കാമുകൻ, അവളുടെ മുറി, വളർത്തുപൂച്ച, ലില്ലിച്ചെടി അങ്ങനെ എല്ലാവരിലും ഒറ്റപ്പെടുന്നു.

ഒരു സാധാരണ സ്തീയെപ്പോലെ അവളും ഒടുവിൽ ചിന്തിച്ചു മരണമെന്ന സത്യത്തെക്കുറിച്ച്. ഒടുവിൽ വിജനമായ റെയിൽപ്പാളത്തിൽപ്പോലും അവൾ ഒറ്റപ്പെടുകയാണ്. ഏറെ വൈകാതെ ഭോഗാസക്തനായ കാമുകനെപ്പോലെ തീവണ്ടി അവൾക്കരികിലേക്ക് വെറളി പിടിച്ചുവന്നു. വിഷപല്ലുനിറഞ്ഞ മുഖയന്ത്രത്താൽ തന്നെ ചുംബിക്കാൻ ഒരുങ്ങുന്ന പെരുംസർപ്പത്തെ എന്ന പോലെ തീവണ്ടിയെ അവൾ കാണുന്നു. ഒരു നിരർത്ഥകതയെ തോൽപ്പിക്കാൻ മറ്റൊരു നിരർത്ഥകത തിരഞ്ഞെടുത്തതിലെ പരിഹാസ്യത അവൾ തിരിച്ചറിയുകയാണ്. അക്കങ്ങളും ചിത്രങ്ങളും മാഞ്ഞുപോയ പത്തുപൈസാ തുട്ടുപോലെ സ്റ്റീൽ പാളത്തിൽ തന്റെ തല ചേർത്തുവെച്ച് അവൾ മരണത്തെ പുൽകുന്നു.

ബന്ധനങ്ങൾ നിറഞ്ഞ ലോകത്ത് ജീവിക്കുന്നതിൽ അർത്ഥമില്ല എന്ന തിരിച്ചറിവായിരിക്കാം ഊർമ്മിള മരണത്തെ തിരഞ്ഞെടുക്കാൻ കാരണമായത്. ജീവിതത്തിൽ നിന്ന് ഒളിച്ചോടാൻ പലരും സ്വീകരിക്കുന്ന മാർഗമാണു മരണം. എന്നാൽ ആ മരണത്തെ ഒരു ആത്മഹത്യയായി നിസ്സാരവൽക്കരിക്കാൻ കഥാകാരി ഇഷ്ടപ്പെടുന്നില്ല. സ്ത്രീ ജീവിതം ആർക്കും വേണ്ടാത്ത പത്തുപൈസാ തുട്ടുപോലെയാണ്. ശാസനകളും, ശാപങ്ങളും ഇല്ലാത്ത സ്വതന്ത്രമായ ഒരു ലോകത്തേക്ക് അവൾ ആ തുട്ട് കൊണ്ടുവെയ്ക്കുന്നു. വിലക്കുകൾ ഇല്ലാതെ, അതിരുകൾ ഇല്ലാതെ, സ്വതന്ത്രമായി പറക്കാൻ.

ഈ കഥയിൽ തീവണ്ടിയെ ഒരു ബിംബമായി കഥാകാരി ഉപയോഗിക്കുന്നുണ്ട്. ഭോഗാസക്തനായ ഒരു കാമുകന്റെ പ്രതീകമായിട്ടാണ് തീവണ്ടിയെ അവർ ഉപയോഗിക്കുന്നത്. കഥയുടെ തുടക്കത്തിലും, ഒടുക്കത്തിലും ചില സന്ദർഭങ്ങളെ കൂട്ടിയിണക്കുന്നു തീവണ്ടി.

ഉറക്കത്തിലായിരുന്ന ഊർമ്മിളയെ ഉണർത്തുന്നതും പിന്നീട് ഒരിക്കലും ഉണരാത്ത ഉറക്കത്തിലേക്കു കൊണ്ടുപോകുന്നതും തീവണ്ടിയാണ്.

അവളുടെ കൺപീലികളിൽ തീവണ്ടിക്കാറ്റ് തട്ടി, തീവണ്ടിയുടെ നനഞ്ഞു ചുവന്ന നാവ് അവളെ അരുമയായി നക്കുന്നതും, ലോഡ്ജിലെ മുറിയിൽ തങ്ങി നിന്ന മണം തീവണ്ടി ബോഗിക്കുള്ളലെ കാറമണമായും ഒക്കെ കാണുന്നത് കാമുകന്റെ സാമീപ്യവും അയാളുടെ വികാരങ്ങളെയുമാണ്. ഒടുവിൽ ജീവിതത്തിൽ ഒറ്റപ്പെട്ടപ്പോൾ അവൾക്ക് രക്ഷയായി എത്തുന്നത് തീവണ്ടിയെന്ന കാമുകനാണ്. ഭോഗാസക്തനായ കാമുകനെപ്പോലെയാണ് അവൾ എന്നും കാണുന്ന തീവണ്ടി അവളുടെ അരികിലേക്ക് വെകിളി പിടിച്ചുവന്നതെന്ന് കഥാകാരി പറയുന്നു.

തീവണ്ടി എന്ന കാമുകന്റെ മുന്നിൽ ഒരു പുതുപ്പെണ്ണിനെപ്പോലെ കഠിനമായ ലജ്ജയോടെയാണ് ഊർമ്മിള മലർന്നുകിടന്നത്. ആർക്കും വേണ്ടാത്ത, അക്കങ്ങളും ചിത്രങ്ങളും മാഞ്ഞുപോയ ആ പത്തുപൈസാത്തുട്ടിനെ തീവണ്ടിയെന്ന കാമുകൻ ആവോളം ആസ്വദിക്കുകയായിരുന്നു. സ്വാതന്ത്ര്യത്തിന്റെ ഉപ്പിറച്ചി അവളും ആർത്തിയോടെ ചവച്ചിറക്കി.

സ്ത്രീയുടെ സാമൂഹികമായ പുരോഗതിയും ശക്തിയും തുടങ്ങുന്നത് സ്ത്രീ തന്റെ ദൗർബല്യങ്ങൾ തിരിച്ചറിയുമ്പോഴാണ്. സ്ത്രീ വെറും ശരീരം മാത്രമാണെന്നും അത് ലൈംഗിക വസ്തു മാത്രമാണെന്നുള്ളതും അസംബന്ധധാരണയാണ്. ഈ ധാരണ മാറിവരുന്ന ഒരു സമൂഹത്തിൽ മാത്രമേ സ്ത്രീ ശക്തയാകൂ.

പുരുഷനെപ്പോലെ സ്ത്രീക്കും ഒരു ലോകമുണ്ട്. അത് കണ്ടെത്തേണ്ടത് അവൾ തന്നെയാണ്. ലിംഗം, പദവി, വർണ്ണം, ഭാഷ തുടങ്ങിയ സാമൂഹിക കെട്ടുപ്പാടുകൾ കൊണ്ടവളെ തളച്ചിടരുത്. എല്ലാ അതിരുകളും പൊട്ടിക്കുമ്പോഴാണ് സ്ത്രീ പൂർണ്ണയാകുന്നത്.

സ്ത്രീപുരുഷ ബന്ധത്തിന്റെ പവിത്രത വിളിച്ചു പറയുന്ന പഴയ കാലത്തിന്റെ വിശ്വാസങ്ങളെ നശിപ്പിച്ച് പുരുഷനു കീഴ്പ്പെടാനുള്ള ഒരു ഉപകരണമല്ല സ്ത്രീയെന്ന് ഉറക്കെ വിളിച്ചുപറയുകയാണ് കഥാകാരി.

സ്ത്രീജീവിതത്തിൽ വിലക്കുകളും നിയമങ്ങളും കൊണ്ട് അതിരുകൾ കല്പിക്കുമ്പോൾ, അതിൽനിന്ന് പുറത്തുചാടാനും തന്റേതായ വഴി തിരഞ്ഞെടുക്കാനും അവൾക്ക് കഴിയുന്നു. ഊർമ്മിളയു

ടെ ജീവിതത്തിലൂടെ കാട്ടിത്തരുന്നത് അതാണ്. സമൂഹത്തിലെ പുരുഷമേധാവിത്വത്തെ വിമർശിക്കുകയും സ്ത്രീകളോടുള്ള സമൂഹത്തിനകത്തും പുറത്തുമുള്ള അരാജകത്വങ്ങളെ തുറന്നു പറയുകയും ചെയ്യുന്നു ഇന്ദുമേനോന്റെ ആൺവണ്ടികൾ എന്ന കഥ.

ᴑᴑ

പതിനെട്ട്

ജന്തു: പെണ്മയുടെയും പ്രകൃതിയുടെയും പുരാവൃത്തങ്ങൾ

ഡോ. വി. അനീഷ്കുമാർ

എക്കാലത്തെയും അതിജീവന ഭൂമികയിലെ വിലാപശ്രുതികളാണ് പെണ്മയും പ്രകൃതിയും. അധീശത്വവേഴ്ചകളും അടിച്ചമർത്തലും മുതലാളിത്തവൽക്കരണവും ചൂഷണമേധാവിത്വവുമാണ് ഒരു പരിധിവരെ അതിന്റെ അടിത്തറകളെ നിശ്ചയിച്ചുറപ്പിച്ചത്. സഹജവാസനകളിൽനിന്നും ആധിപത്യമനുഷ്യന്റെ വഴിമാറി നടപ്പുകളുടെ ഇത്തരം (ഉപ)ഭോഗശീലങ്ങൾ വേർതിരിച്ചെടുക്കപ്പെടേണ്ടതുണ്ട്. അതിന്റെ പ്രാകൃതമായ ദേശഭൂപടങ്ങളിലാണ് ചരിത്രാതീതകാലം മുതൽക്കുള്ള (ഏക)ആധിപത്യ മനോഭാവങ്ങളുടെയും പിടിച്ചടക്കലിന്റെയും ചൂഷണങ്ങളുടെയും അവസ്ഥാന്തരങ്ങൾ കീഴടങ്ങിനിൽക്കുന്നത്. അവയുടെ തിരുശേഷിപ്പുകളിലാണ് പൗരുഷവും പുരുഷത്വവും പുരുഷാധിപത്യവും പെണ്മയുടെ /പ്രകൃതിയുടെ വിപരീത കൽപ്പനകളായി മാറുന്നത്. ദേശവും ചരിത്രവും കാലവും മാറിമറിയുറിയുന്നിടത്തും കർതൃവിചാരങ്ങൾ ചോദ്യംചെയ്യപ്പെടുന്നിടത്തും സൃഷ്ടികർമ്മത്തിന്റെ ഉണ്മ സാധ്യമാകുന്നിടത്തും പെണ്മ/ പ്രകൃതി ഒരു തീവ്ര രാഷ്ട്രീയ- സാമൂഹിക പ്രതിസന്ധിയായി /പ്രശ്നമായി കാലാന്തരത്തിൽ മാറിക്കൊണ്ടിരിക്കും. അവയ്ക്കെതിരെയുള്ള നിസ്സാരവൽക്കരണവും (വിഭവ) ചൂഷണവും വിനാശവും ഏകാധിപത്യത്തിൽ പര്യവസാനിക്കുന്നിടത്താണ് ആത്യന്തികമായി പെണ്മയും പ്രകൃതിയും ഒരു ചോദ്യചിഹ്നമായി മാറുന്നത്.

ആധുനികത വിഷയവിപുലീകരണങ്ങളുടെയും തിരഞ്ഞെടുപ്പുകളുടെയും തീവ്രവിമർശനപാഠങ്ങളുടെയും അനന്തസാധ്യതക

ളെയാണ് അന്വേഷിച്ചത്. അതുവഴി ചിരപരിചിതമല്ലാത്തതും മുഖ്യധാരയിൽനിന്ന് പാർശ്വവൽക്കരിക്കപ്പെട്ടതും (തീവ്ര)കർതൃത്വ സംബന്ധിയായതുമായ മനുഷ്യകഥാനുഭവങ്ങളുമായി ബന്ധപ്പെട്ട അനേകം വിഷയങ്ങൾ മുഖ്യധാരയിൽ എത്തി. പ്രകൃതി, സ്വത്വം, ഇടം, രാഷ്ട്രീയം, സമരം, അതിജീവനം തുടങ്ങി സമഭാവനയുടെ മുഖ്യധാരയിലെത്താൻ വിങ്ങിനിൽക്കുന്ന എല്ലാത്തരം ജീവിതാനുഭവങ്ങളെയും ആധുനികത മുഖ്യധാരയിൽ എത്തിച്ചു. സംഭവങ്ങളുടെയും കാഴ്ചപ്പാടുകളുടെയും സമീപനങ്ങളുടെയും വിശദമായ ആഖ്യാനം എന്നതിനപ്പുറത്തേക്ക് പ്രതിനിധാന കാഴ്ചകളുടെയും കാഴ്ചപ്പാടുകളെയും കാഴ്ചപ്പെടുത്തലുകളുടെയും ദർശനപാഠങ്ങളായാണ് വീണ്ടെടുക്കപ്പെട്ടത്. നവോത്ഥാന ചിന്തകളുടെ സാർഥകത്വം അതിന്റെ പരകോടിയിൽ എത്തപ്പെട്ടത് ആധുനിക സാഹിത്യ/വായനയുടെ മേച്ചിൽപ്പുറങ്ങളിലാണെന്ന് കാണാവുന്നതാണ്.

ആഖ്യാനത്തിലെ തന്ത്രങ്ങളുടെയും വിശേഷങ്ങളുടേയും രാഷ്ട്രീയങ്ങളുടേയും പുത്തൻ വരമ്പുകളിലൂടെയാണ് ആധുനികത ഒഴുകിപ്പരന്നത്. മറ്റെല്ലാ സാഹിത്യ വിഷയങ്ങളിൽനിന്നും പെണ്മയും പ്രകൃതിയും തീവ്രരാഷ്ട്രീയ വായനയ്ക്ക് കാരണഭൂതമായി. വിഭവചൂഷണത്തിന്റെയും ആധിപത്യ മനോഭാവത്തിന്റെയും അമിത ഉപഭോഗതത്പരതയുടെയും ആധുനികസ്ഥലികളാണ് ഇവ രണ്ടുമെന്ന് ആധുനികത നിരന്തരം ഓർമിപ്പിച്ചുകൊണ്ടിരിക്കുന്നു. വന്യമായ പ്രാകൃത (പ്രകൃതിയെ സംബന്ധിച്ചുള്ള) തനിമയുടെ നിലനിൽപ്പിനും അതിജീവനത്തിനും പുനഃസൃഷ്ടിക്കും പെണ്മ/പ്രകൃതി ഒരു അവശ്യഘടകമെന്ന നിലയിലാണ് പുനർവ്യാഖ്യാനിക്കപ്പെട്ടത്. അത്തരമൊരു വ്യാഖ്യാന പാഠത്തിന് (ചെറു)കഥാസാഹിത്യം വഹിച്ച പങ്ക് ചെറുതല്ല. പെണ്മയും പ്രകൃതിയും ശക്തമായ സാന്നിധ്യമായി കടന്നുവരുന്ന രചനയാണ് ഇന്ദുമേനോന്റെ (1980) ചുംബനശബ്ദതാരാവലി (2001)എന്ന കഥാസമാഹാരത്തിലെ ജന്തു എന്ന കഥ.

പെണ്ണെഴുത്തിന്റെ തീവ്ര രാഷ്ട്രീയപക്ഷത്തുനിന്നുകൊണ്ടു മാത്രം വ്യാഖ്യാനിക്കപ്പെടുകയും വിലയിരുത്തപ്പെടുകയും ചെയ്യുന്ന ഇന്ദുമേനോന്റെ സാഹിത്യസാകല്യത്തിന്റെ പ്രസക്തിയെന്നത്, വിഷയവൈവിധ്യങ്ങളുടെ സമീകരണ വായനയിൽനിന്നു ലഭിക്കുന്ന പ്രതികരണ രാഷ്ട്രീയത്തിന്റെ ബോധ്യങ്ങളിൽ നിന്നുകൊണ്ടാണ് നോക്കിക്കാണേണ്ടത്.

അതിനാലാണ് 'ഇങ്ങനെ മത്തുപിടിപ്പിക്കുന്ന ഭാഷ, പൊള്ളിക്കുന്ന വിഷയങ്ങൾ, നട്ടെല്ലു പിളർത്തുന്ന കഥാസന്ദർഭങ്ങൾ, പ്രണയത്തിന്റെ നനുനനുപ്പ് ... റബ്ബൂല്ലാലമീനായ തമ്പുരാനെ ഇങ്ങനെയുമുണ്ടോ ഒരു കഥാകാരി ... ' എന്ന് എം.മുകുന്ദൻ ആശ്ചര്യപ്പെട്ടത്. സമകാല മലയാളചെറുകഥയുടെ ഭാവുകത്വമണ്ഡലത്തിൽ ഭയലേശ്യമന്യേ തന്റെ ആഖ്യാനരാഷ്ട്രീയത്തെ പരിവർത്തനങ്ങൾക്ക് വിധേയമാക്കുകയും ജീവിതാനുഭവങ്ങളുടെ യാഥാർത്ഥ്യം സംബന്ധിച്ച് (ഒരു പരിധിവരെ) ഒത്തുതീർപ്പുകൾക്ക് വിധേയമാകാതെയും വിമർശനപാഠങ്ങൾക്ക് പുതുഭാഷ്യം ചമയ്ക്കുകയും ചെയ്ത സർഗവൈഭവമുള്ള ആധുനിക എഴുത്തുകാരിൽ പ്രധാനിയാണ് ഇന്ദുമേനോൻ.

സ്ത്രൈണമുന്നേറ്റങ്ങൾ, ജീവിതവിമർശനങ്ങൾ, ഭരണകൂട ഭീകരതകൾ, ജാതി വർഗീയവാദങ്ങൾ, അധിനിവേശ അടിച്ചമർത്തലുകൾ, ഭീകരാക്രമണങ്ങൾ, സംഘടിത കലാപങ്ങൾ, മുതലാളിത്ത ചൂഷണങ്ങൾ, സ്ത്രീത്വ പരികല്പനകൾ തുടങ്ങി മനുഷ്യജീവിതത്തെ (പെണ്മ/പ്രകൃതി) ദുരിതത്തിലാഴ്ത്തുന്ന ഏകസ്വര (Monologue) കാഴ്ചപ്പാടുകൾക്കെതിരെയുള്ള നിലയ്ക്കാത്ത വിമർശനസ്വരങ്ങളാണ് അവർ സ്വന്തം സാഹിത്യതട്ടകത്തിലൂടെ ചോദ്യംചെയ്യാൻ ശ്രമിച്ചത്. ആത്യന്തികമായി ഇരകളെന്നത് പെണ്മയും പ്രകൃതിയും തന്നെയാണ്. ഒന്നിനോടും പ്രതികരിക്കാൻ കഴിയാതെ വിഷാദമനസ്കരായി നിലനിൽക്കുന്ന/നിലനിർത്തുന്ന (ന്യൂനപക്ഷ) സ്ത്രീത്വ/പ്രകൃതിയ്ക്കു വേണ്ടി ആണധികാര രാഷ്ട്രീയമേൽക്കോയ്മകൾക്കെതിരെ നിരന്തരം പോരടിക്കുന്ന പ്രതിധ്വനിയായി എഴുത്തുകാരിയുടെ തൂലിക മാറുന്നു. അത് അധിനിവേശ ഭീകരതയുടെ സ്വത്വരാഷ്ട്രീയ പ്രകടനപത്രങ്ങളായി സാഹിത്യ വായനയിൽ സ്വീകാര്യത നേടുന്നു.

ഒരു ലെസ്ബിയൻ പശു (2002)വിൽ തുടങ്ങി സമകാല സാഹിത്യത്തിന്റെ പൊതുമണ്ഡലത്തിലും നിറസാന്നിധ്യമായി നിലകൊള്ളുന്ന ഇന്ദുമേനോൻ കഥകളുടെ പ്രതിനിധാന (വിമർശന)രാഷ്ട്രീയമെന്നത് പ്രതീക്ഷാനിർഭരമായ പുതിയ കാലത്തിന്റെ മാനവികതയിലൂന്നിയ സ്ഥിതിസമത്വ സ്വാതന്ത്ര്യചിന്തകളാണ്. പ്രകൃത്യാനുഭവങ്ങളെ സംബന്ധിച്ചിടത്തോളം സർവ്വവും തുല്യപ്രാധാന്യം അർഹിക്കുന്നുവെന്ന് ഇന്ദുമേനോൻ കഥകൾ ആവർത്തിച്ച് ഉറപ്പിക്കുന്നു. എല്ലാ ജീവജാലങ്ങളും ഭൂമിയുടെ അവകാശികളാണെന്നും അതുതന്നെയാണ് യഥാർത്ഥ പ്രകൃതിനിയമമെന്നും എഴുത്തകാരി

വിശ്വസിക്കുന്നു. അവിടെ 'വിശപ്പും ആസക്തിയും, ഭയവും പ്രതിഷേധവും ഉടൽരാഷ്ട്രീയവും ഏകാന്തതയും നിസ്സഹായതയും നമ്മളെ നിരന്തരം വേട്ടയാടുന്നതിന്റെയും പ്രശ്നങ്ങളാ'യി (എന്നെ ചുംബിക്കാൻ പഠിപ്പിച്ച സ്ത്രീയേ...) മാറുന്നതിന്റെ ഭയപ്പാട് കഥാകാരിയുടെ ഉള്ളിലും ആഴ്ന്നിറങ്ങുന്നുണ്ട്. ഇന്ദുമേനോന്റെ സ്ത്രീകഥാപാത്രങ്ങൾ ഇതിനൊരു കാരണമാകുന്നുവെന്ന് മാത്രം.

ആഖ്യാനവിഷയംകൊണ്ടും കഥാപാത്രസ്വരൂപം കൊണ്ടും രാഷ്ട്രീയവിമർശനംകൊണ്ടും വേറിട്ടു നിൽക്കുന്ന ഇന്ദുമേനോന്റെ കഥയാണ് ജന്തു. ഈ കഥ കാമനകളുടെ വന്യാസക്തികളും അതിജീവനത്തിന്റെ കലാപമുഖങ്ങളുമായി മാറുന്നു. കഥാകാരിയുടെ എഴുത്തനുഭവങ്ങളെ പുനഃപരിശോധിക്കുമ്പോൾ തികച്ചും ഒറ്റപ്പെട്ടു നിലകൊള്ളുന്ന കഥ കൂടിയാണിത്. മറ്റൊരർത്ഥത്തിൽ പെണ്മയുടെയും പ്രകൃതിയുടെയും നിലനില്പിന്റെ രാഷ്ട്രീയസ്വരം ഈ കഥ പങ്കുവെയ്ക്കുന്നു. അതിലൂടെ ദേശരാഷ്ട്രം നേരിടുന്ന ഒരു വലിയ പ്രതിസന്ധിയെ അടയാളപ്പെടുത്തുന്നു. ഒരു 'ദേശീയ കഥ' എന്ന വിശേഷണം അർഹിക്കുന്ന ജന്തു ഇന്ത്യൻ ജനാധിപത്യത്തെയും, ഭരണഘടനയെയും ഭരണപക്ഷത്തെയും കുറിച്ചുള്ള പ്രത്യക്ഷ രാഷ്ട്രീയ വിമർശനം കൂടിയായി മാറുന്നു.

'കർത്തൃപദവിയിലേയ്ക്ക് വളരാൻ വെമ്പുന്ന ഇരകളുടെ വേദനകളാണ്, വെട്ടേറ്റിട്ടും മുറിയാത്ത വാക്കുകളായി ഇന്ദുവിൽ നിറയുന്നത്. ആചാരത്തിലും അനുഷ്ഠാനത്തിലും മാത്രമല്ല ശരീരത്തിന്റെ ആകൃതിയിൽപ്പോലും മതം മറഞ്ഞിരിക്കുന്നുണ്ടെന്ന സത്യം, മഴയേൽക്കാത്ത വരണ്ടസത്യത്തെയാണ് കാലം, ഇന്ദുമേനോൻ കഥയുടെ സൂചിയിൽ കോർക്കുന്നത്' എന്ന കെ.ഇ.എന്നിന്റെ വിമർശനപാഠങ്ങൾ ഈ കഥയ്ക്കും ബാധകമാണ്. കഥയുടെ ആഖ്യാനഭൂമിക കേരളത്തിൽ പുറത്തേക്കുള്ള വംശീയതയുടെ പ്രാകൃത ഭൂമിയിലേയ്ക്കാണ് വായനക്കാരനെ ക്ഷണിക്കുന്നത്.

പത്തു ഭാഗങ്ങളിലായി എഴുതപ്പെട്ടിരിക്കുന്ന സാമാന്യം ഒരു നീണ്ട കഥ കൂടിയാണ് ജന്തു. സംഭവവിവരണങ്ങളെ നേർക്കാഴ്ചകളായി ഈ കഥയിൽ ചിത്രീകരിച്ചിരിക്കുന്നത് വംശിമയുടെ ശിഥിലഭൂപടത്തിൽനിന്നും ആട്ടിയിറക്കപ്പെട്ടവരുടെയും നിഷ്കാസനം ചെയ്തവരുടെയും കൊലപ്പെടുത്തിയവരുടെയും പുരാവൃത്തം കൂടിയാണിത്. ജന്തുക്കൾ എന്നാൽ മനുഷ്യവർഗ്ഗം ഉൾപ്പെട്ട ബഹുകോശ നിർമ്മിതമായ ജൈവഘടകങ്ങളെല്ലാം ചേർത്തു

പറയുന്ന പേരു കൂടിയാണ്. ജീവശാസ്ത്രത്തിൽ ആനിമാലിയ (മെറ്റസോയ) വിഭാഗത്തിൽ (മേഖലയിൽ) ഉൾപ്പെടുത്തി ജന്തുക്കളെ വർഗ്ഗീകരിച്ചിരിക്കുന്നു. ആനിമാലിയ എന്ന സാമ്രാജ്യത്തിൽ മറ്റെല്ലാ ജീവഗണങ്ങളെപ്പോലെ (Species) മനുഷ്യനും അതിൽ ഉൾപ്പെടുന്നു. എന്നാൽ ജന്തു എന്ന പദം പലപ്പോഴും മനുഷ്യേതര ജീവവർഗ്ഗത്തെ സൂചിപ്പിക്കാൻ മാത്രമേ ഇന്ന് ഉപയോഗിക്കുന്നുള്ളൂ. മനുഷ്യവർഗ്ഗമൊഴിച്ചുള്ള പ്രാണികൾക്കാണ് ജന്തുക്കൾ എന്ന പദം അധികം ഉപയോഗിച്ച് കാണുന്നത്. (ജന്തുക്കൾ നാലുവിധം : ജരായുജം- പ്രസവിച്ച ഉണ്ടാവുന്നവ, അണ്ഡജം- മുട്ടയിൽ നിന്ന് വിരിയുന്നവ, സ്വേദജം- വിയർപ്പിൽ നിന്നുണ്ടാകുന്നവ, ഉത്ഭിജം - മുളച്ചുണ്ടാകുന്നവ, കൂടാതെ ജന്തുധർമ്മങ്ങൾ എന്നത് ആഹാരം, വിഹാരം, മൈഥുനം, നിദ്ര ഇവയൊക്കെയാണ്.) എന്നാൽ ജൈവപ്രകൃത്യാനുഭങ്ങളിൽ ഉൾപ്പെട്ട മനുഷ്യൻ അക്രമവാസനകളെയും ക്രൂരമനോഭാവത്തെയും പീഡന വൈകൃതങ്ങളെയും മൃഗീയത എന്ന വാക്കുകൊണ്ടാണ് അഭിസംബോധന ചെയ്യുന്നത് എന്നതാണ് വൈരുദ്ധ്യം.

ഇങ്ങനെ ജന്തു എന്ന ശീർഷകത്തെത്തന്നെ ഒരു തീവ്രപ്രശ്നമാക്കി സംബോധന ചെയ്തുകൊണ്ടാണ് ഇന്ദുമേനോൻ ഈ കഥയ്ക്ക് പ്രവേശകം ഒരുക്കുന്നത്.

ഇന്ദർവേലി മണ്ഡലിലെ ബന്നൂറാം ബെഡ് എന്ന (ഗോണ്ടു ആദിവാസി വംശത്തിൽപ്പെട്ട) യുവാവിനെ ബസ്തറിലെ കോർപ്പറേറ്റ് മുതലാളിയായ ബോസ് അമൊരീന്ദർജിത്തും അയാളുടെ അനുചരന്മാരും (മോത്തിലാൽ, രത്തൻ, പരേഖ്, നാന) ചേർന്ന് ഡൽഹിയിലെ ഒറ്റപ്പെട്ട സ്ഥലത്ത് ഭീകര മർദ്ദനത്തിന് ഇരയാക്കുന്നതും, ആ മർദ്ദനത്തിന് ഹരം പകരാൻ എത്തിപ്പെടുന്ന ബസുന്ധര എന്ന വേശ്യയുടെയും കഥയാണ് ജന്തു.

താൻ ബന്നൂറാമിന്റെ കളിക്കൂട്ടുകാരിയാണെന്ന് ബസുന്ധര തിരിച്ചറിയുന്നിടത്ത് അവളിൽ ഉറഞ്ഞുകിടന്ന (ഗോണ്ടു ഗോത്രത്തുടികളുടെ താളവും, ഭാവവും അതിന്റെ ബീഭത്സാവസ്ഥയിൽ പരകായം നേടുന്നു. പിന്നീടവൾ താൻ പ്രതിനിധാനം ചെയ്യുന്ന തായ്കുലത്തിന്റെ രക്ഷകയായ നാഗോബദേവിയായി (രക്തദുർഗ്ഗ) പ്രതിയോഗികളെയെല്ലാം കൊന്നൊടുക്കുന്നു. അതൊക്കെ അതിജീവനം കാംക്ഷിക്കുന്ന ഒരു ജനതയുടെ പ്രതീക്ഷ നിർഭരമായ സ്വപ്നമായി ഇന്ദുമേനോൻ വിശദീകരിക്കുന്നു.

ഇന്ന് ലോകമടക്കമുള്ള രാജ്യങ്ങൾ നേരിടുന്ന വലിയ പ്രതി

സന്ധിയാണ് പ്രകൃതിചൂഷണം എന്നത്. ഇന്ത്യയും അതിൽനിന്നും ഏറെ മുക്തമല്ല എന്ന് (ചരിത്രാവർത്തനംപോലെ) സമകാല സാഹചര്യങ്ങളും ഓർമ്മപ്പെടുത്തുന്നു. സ്വന്തം പ്രകൃതത്തിൽ ജന്തു എന്ന പദം മനുഷ്യൻ ഒഴിവാക്കുന്നുണ്ടെങ്കിലും മനുഷ്യകുല ത്തിന് അതിൽനിന്ന് ഒഴിഞ്ഞുമാറാൻ കഴിയില്ലെന്ന് എഴുത്തുകാരി ഉറച്ചു വിശ്വസിക്കുന്നു. പെണ്ണും പ്രകൃതിയും കാമനകളുടെ വിഭവ ങ്ങളായി എങ്ങനെ മാറുന്നുവെന്നതും അതിൽ നിന്നെല്ലാം വിമോ ചനം നേടാൻ അവർ കയ്യാളുന്ന വേഷ(ശ്യ)പ്പകർച്ചകളുമാണ് ജന്തു എന്ന കഥ.

ഏകാധിപത്യ മനോഭാവത്തിൽ ധാർഷ്ട്യം കൊള്ളുന്ന കഥാപാ ത്രങ്ങളുടെ ചെയ്തിയിൽ നിന്നാണ് ഈ കഥ തുടങ്ങുന്നത്. 'അതൊരു മനുഷ്യനായിരുന്നില്ല... ദേഹം മുഴുവൻ കാട്ടുകരടിയെ പോലെയോ കുരങ്ങനെപ്പോലെയോ കറുത്ത രോമം പൊടിച്ചുനി ന്നിരുന്ന ഒരു വിചിത്ര ജന്തു. ഒരു കാട്ടുമൃഗം...' കഥയുടെ പ്രവേശ കത്തിലൂടെ (കീഴാള) മനുഷ്യനെ ജന്തുലോകത്തിന്റെ വിശാലഭൂമി യിലേക്ക് കഥാകാരി ഉൾച്ചേർക്കുന്നു.

തുടർന്ന് വേട്ടക്കാരും ഇരകളും തമ്മിലുള്ള കലാപങ്ങളുടെ ബീഭത്സക്കാഴ്ച അരങ്ങേറുന്നു. ബോസ് അമരീന്ദർജിത്ത്, മോത്തി ലാൽ, രത്തൻ, പരേഖ്, നാന എന്നിവരടങ്ങുന്ന വേട്ടക്കാരുടെയും ബസുന്ധര, ബന്നൂറാം ബെഡ് (ഗോത്രവർഗ്ഗക്കാരായ) ഇരകളുടെ യും അതിജീവന സാധ്യതകൾ കഥയിൽ നിലനിൽപ്പിന്റെ രക്തക ലുഷിതമായ രാഷ്ട്രീയപ്രതികരണപാഠങ്ങളായി കടന്നുവരുന്നു.

വംശമയുടെ തുടിയും താളവും ഇരകളുടെ കഥാപാത്ര അവത രണത്തിലൂടെ എഴുത്തുകാരി തീവ്രവിഷയമാകുന്നു. ഗോണ്ടുവംശ ജരും കുലദൈവമായ നാഗോബയും ഗുസാഡി നൃത്തരൂപവും ബന്നൂറാമിന്റെയും ബസുന്ധരയുടെയും അതിജീവനസമരത്തിൽ ശക്തമായ സാന്നിധ്യമായി കഥയിൽ ഉറഞ്ഞാടുന്നുണ്ട്. ഈ കഥ യ്ക്ക് ഒരു പൂർവ്വ ചരിത്രമുണ്ട്. ഗോണ്ടുഗോത്ര പുരാവൃത്തത്തിന്റെ തുടിപ്പും പ്രസരിപ്പും സൗന്ദര്യവും കീഴടങ്ങി നിൽക്കുന്ന രക്താഭമായ അതിജീവനചരിത്രം. സ്വന്തം കുടിയിടങ്ങൾക്കുവേണ്ടി സമരം ചെയ്ത, പോരാടിയ, ജീവൻ വെടിഞ്ഞ അനേകം ആത്മാ ക്കളുടെ അടങ്ങാത്ത തേങ്ങലുകളുടെ പ്രരോദനം.

ഇങ്ങനെ അതിജീവനത്തിനുവേണ്ടി പോരാടിയ കുടിയിറക്കപ്പെ ട്ട, കുടിയൊഴിപ്പിക്കപ്പെട്ട, ജീവത്യാഗം ചെയ്ത അനേകം മനുഷ്യ/ ജന്തുക്കളുടെ പ്രാകൃതചരിത്രത്തിന്റെ വിടുതികളിൽ തമസ്കരിക്ക

പ്പെട്ടപോയ ഒരു കീഴാള/ ആദിവാസി ജനതയുടെ സമരചരിത്ര ത്തിന്റെ ബാക്കിപത്രങ്ങളാണ് ജന്തു എന്ന കഥ.

കഥ നടക്കുന്നത് ഡൽഹിയിലാണെങ്കിലും അതിന്റെ വേരുകൾ തെലുങ്കാനയിലും, മഹാരാഷ്ട്രയിലും, ഛത്തീസ്ഗഡിലും, ഒറീസ യിലും, മധ്യപ്രദേശിലും, നിലകൊള്ളുന്നു. ഇവിടെയൊക്കെ ഭൂമി കൈവശാവകാശങ്ങൾ, ഖനി മാഫിയകൾ, സ്ത്രീ /പ്രകൃതി ചൂഷ ണങ്ങൾ തുടങ്ങിയ പ്രശ്നങ്ങൾ ആവർത്തിച്ച് കടന്നുവരുന്ന ഇട ങ്ങളാണ്. അതിനാൽതന്നെ ഇവിടെ ആദിവാസികൾ/ കീഴാളർ ക്രൂ രമായ ചൂഷണങ്ങൾക്ക് വിധേയമാകുകയും കള്ളക്കേസിൽ അക പ്പെടുകയും ഉന്മൂലനം ചെയ്യപ്പെടുകയും ചെയ്യുന്നു. അതിനെതി രെയുള്ള വിമതശബ്ദങ്ങൾ അടിച്ചമർത്തപ്പെടുന്നു. അവരുടെ നേതാക്കൾ കൊലചെയ്യപ്പെടുന്നു. അതുകൊണ്ടുതന്നെ നക്സലി സത്തിന് വേരോട്ടമുള്ള പ്രശ്നഭരിതമായ ദേശഭൂപടങ്ങളായിട്ടാണ് ഇവ ഇന്ത്യയിൽ അടയാളപ്പെത്. എങ്കിലും അവരുടെ സ്വത്വാവ ബോധവും ഉണ്മയും ഉപാസനകളും ആചാര- ആഘോഷങ്ങളും നൃത്തങ്ങളും ആദിവാസിഗോത്രങ്ങളെ ഇന്നും ഒരുമിപ്പിച്ചു നിർത്തു ന്നു.

ഗോണ്ടി അല്ലെങ്കിൽ ഗോണ്ട്/കൊയ്ത്തൂർ വിഭാഗം ഇന്ത്യയിൽ ദ്രാവിഡഭാഷ സംസാരിക്കുന്ന ന്യൂനപക്ഷങ്ങളാണ്. അവരുടെ മാതൃഭാഷ ഗോണ്ടിയാണ്. തെലുങ്കാന, മധ്യപ്രദേശ്, മഹാരാഷ്ട്ര, ഛത്തീസ്ഗഢ്, ഉത്തർപ്രദേശ്, ആന്ധ്രപ്രദേശ്, ബീഹാർ, അസം, ഉത്തരാഖണ്ഡ്, ഹിമാചൽപ്രദേശ്, ഒറീസ എന്നീ സംസ്ഥാനങ്ങളി ലും അവരുടെ ഗോത്രസങ്കല്പം വ്യാപിച്ചു കിടക്കുന്നു. ഇന്ത്യയി ലെ തെലുങ്കാനയിലെ ഇന്ദ്രവല്ലി മണ്ഡലം ആദിലാബാദ് ജില്ലയി ലെ കെസ്ലാംപൂർ ഗ്രാമത്തിൽ നടക്കുന്ന അവരുടെ പ്രധാന ഗോ ത്ര ഉത്സവമാണ് നാഗോസ ജഢ (സർപ്പാരാധന).

എങ്കിലും അവരുടെ പ്രധാന ഉപാസന മൂർത്തി നാഗോബ ദേവി അഥവാ രക്തകാളിയാണ്. ഗോണ്ട് ഗോത്രത്തിലെ മെസാറം വംശജർ ദീപാവലിക്കു തൊട്ടുമുമ്പ് പത്തു ദിവസങ്ങളിലായി ആ ഘോഷിക്കുന്ന ഉത്സവക്കാഴ്ചകളിലെ പ്രധാന ആകർഷണമാണ് ഗുസാഡി നൃത്തം. അത്തരമൊരു പൂർവ്വവൃത്ത ചരിത്രത്തിൽനി ന്നാണ് ഗോണ്ടുവർഗ്ഗക്കാർ മറ്റു ദേശങ്ങളിൽ ചേക്കേറുന്നത്. വംശ ത്തിനെതിരായ ചൂഷണങ്ങളിൽ ഒറ്റപ്പെടുന്ന അവർ ഇന്നും ദേശാ ന്തര പലായനം ചെയ്യാൻ വിധിക്കപ്പെടുന്നു. ഗോണ്ടു വർഗ്ഗത്തി ന്റെ/വംശത്തിന്റെ പിൽക്കാല (കീഴാള)പ്രതിനിധികളാണ് ബസു

ന്ധരയും ബന്നൂറാമും. ഇവരുടെ ബഹുജനസംസ്കാരം ഗോണ്ടി നദിതടവുമായി ബന്ധപ്പെട്ടാണ് വ്യാപിച്ചുകിടക്കുന്നത്.'

ജന്തു എന്ന കഥയിലെ പ്രതിനായക കഥാപാത്രങ്ങളെ വിസ്തരിച്ചു തന്നെ ഇന്ദുമേനോൻ അടയാളപ്പെടുത്തുന്നു

അമൊരീന്ദർ ഗുപ്ത: 'ഒരിടത്തരം കുടുംബത്തിലെ ഇളയവനായിരുന്നു. സിനിമാക്കമ്പം തലയ്ക്കു പിടിച്ച് വീടുവിട്ടൻ... അയാൾ ഒരു കോർപ്പറേറ്റ് കമ്പനിയുടെ സിഇഒ ആയിരുന്നു. ബസ്തറിലെ ആദിവാസിഭൂമി സ്വന്തം പേരിൽ വാങ്ങി അവിടെ ഖനനം തുടങ്ങിയ ഒരാൾ'.

മോത്തിലാൽ: മാനുഷികതയ്ക്കു ഒരു വിലയും കല്പിക്കാത്തവനും അതിനപ്പുറം 'ബസുന്ധരയുടെ അഴകളവിന്റെ വളവുകളിലും ത്വക്കിന്റെ മനോഹാരിതയിലും തഴുകുന്ന'വൻ.

രത്തൻ: 'ആ ഗ്യാങ്ങിലെ ഏക പുരുഷാനുരാഗിയാണ് രത്തൻ. സ്വവർഗ്ഗാനുരാഗികളിലെ ഗുണ്ട. ഒറീസ്സക്കാരൻ'.

പരേഖ്: 'ദില്ലി മസ്ജിദിനടുത്തുള്ള കശാപ്പുശാലയിലെ അറവുകാരനായിരുന്നു. മൃഗചോരയുടെ ചൂടുള്ള ഗന്ധത്തിലും അതിന്റെ പശപശപ്പാർന്ന കടുംചുവപ്പിലും മുങ്ങി സദാ മൃഗങ്ങളെ കൊന്നു തിന്നുന്നവൻ'.

നാന: പഴയ 'നക്സലിസ്റ്റും' 'പുകയിലക്കെട്ടിൽ ഖഞ്ചായുടെ വീര്യവും എരിവുമേറിയ തരികെട്ടി' പകർന്നു കൊടുക്കുന്നവൻ.

-ഇങ്ങനെ ജഢിലമായ മനഃദൗർബല്യങ്ങളുള്ളവരും ക്രൂരതകളുടെ വന്യാസക്തിരൂപങ്ങളുമായി മാറുന്ന പ്രതിനായക കഥാപാത്രങ്ങളിലൂടെയാണ് ജന്തു എന്ന കഥ ബീഭത്സാകൃതിപൂണ്ട് വിവൃതമാകുന്നത്. അവിടെനിന്നും ബസുന്ധരയും ബന്നുറാമും തങ്ങളുടെ ഗോത്രസ്മൃതിയുടെ പുരാവൃത്തം വീണ്ടെടുക്കാൻ ശ്രമിക്കുന്നിടത്ത് കഥയുടെ ഗതി മാറുന്നു.

ബസ്തറിലെ ആദിവാസിഭൂമി അനധികൃതമായി ഖനനം ചെയ്യുന്നതുമായി ബന്ധപ്പെട്ട് അമൊരീന്ദർജിത്തിനെതിരെ സുപ്രീംകോടതിയിൽ മൊഴി കൊടുക്കാൻ എത്തിയതിന്റെ പേരിലാണ് ബന്നൂറാമിന് ക്രൂരമായ മർദ്ദനങ്ങൾ ഏൽക്കേണ്ടി വരുന്നത്. 'കാട്ടുനായ്ക്കൾ. ഇവറ്റകൾക്കെന്തിനാണ് മണ്ണ്. ഞാൻ ലക്ഷങ്ങൾ കൊടുക്കാൻ തയ്യാറായിരുന്നു. എന്നിട്ടും ഇവനൊന്നും വേണ്ടത് ത്ഫൂ... കുറെ ഗോണ്ടുകളേം കൊണ്ട് ഇറങ്ങിയതാണ്. പത്രക്കാരും കുറച്ച് വിവരാകാശ പ്രവർത്തകരും ഇവന്റെ ചന്തി പിടിക്കാനും' എന്ന ന്യായീകരണമാണ് അമൊരീന്ദർജിത്തിനുള്ളത്.

തുടർന്ന് അയാളും അയാളുടെ വിഹിതം പറ്റുന്നവരും (ഭൂമാഫിയകൾ) അധികാര ആധിപത്യത്തോടുകൂടി സ്വയമൊരു മർദ്ദനമുറ രൂപപ്പെടുത്തിയെടുക്കുന്നു. ക്രൂരമായ ആസക്തികൾക്കും പ്രേരണകൾക്കും ചെയ്തികൾക്കും ഇംഗിതപ്പെട്ട് ക്രൂരമായ മർദ്ദനമുറകൾക്ക് വിധേയമാക്കുന്ന ബന്നൂറാമിന്റെ ചിത്രം കഥയിൽ ആവോളമുണ്ട്.

ഇന്ത്യൻ സ്വാതന്ത്ര്യ സമരചരിത്രത്തിന്റെ ഭാഗമായാണ് ബസ്തർ ചരിത്രത്തിൽ അടയാളപ്പെടുന്നത്. ഇന്ത്യൻ സംസ്ഥാനമായ ഛത്തീസ്ഗഢിലെ ബസ്തർ ജില്ലയിലെ ഒരു നഗരമാണ് ജഗദൽപൂർ. ബസ്തർ ജില്ലയുടെയുടെയും ബസ്തർ ഡിവിഷന്റെയും ഭരണസിരാകേന്ദ്രമാണ് ജഗദൽപൂർ. ബസ്തറിലെ സമരചരിത്രം അവിടെനിന്നാണ് തുടങ്ങുന്നത്. ഗോണ്ടുവിഭാഗക്കാർ അധികമുള്ള ഇടം കൂടിയാണിത്. 1910-ൽ മധ്യേന്ത്യയിലെ ബസ്തർ നാട്ടുരാജ്യത്തിൽ ബ്രിട്ടീഷ് രാജിനെതിരെ നടന്ന ആദിവാസി കലാപമാണ് ഭുംകൽ പ്രസ്ഥാനം (ഭൂകമ്പം) എന്ന പേരിൽ അറിയപ്പെടുന്നത്. ഈ സമരത്തെ മുന്നിൽനിന്ന് നയിച്ചത് ഗുണ്ടാന്നൂർ എന്ന ഗോത്രനേതാവായിരുന്നു. (ഇദ്ദേഹത്തെ ഗോണ്ടുവർഗ്ഗക്കാർ തങ്ങളുടെ വീരനായകനായി ഇന്നും കണക്കാക്കുന്നു. ഗോണ്ടുക്കളുടെ അതിജീവനുവേണ്ടി 1910-ൽ ബസ്തറിലെ കാംഗോർ വനത്തിൽ നടന്ന സമരത്തിൽ പ്രധാന പങ്കുവഹിച്ചു. അതിന്റെ ധീരസ്മരണാർത്ഥം 2020-ൽ ഛത്തീസ്ഗഡിലെ കാങ്കറിൽ അദ്ദേഹത്തിന്റെ പൂർണ്ണകായ പ്രതിമ അനാച്ഛാദനം ചെയ്തു)

അതുപോലെ അന്നത്തെ ദിവാനും രാജാവിന്റെ ബന്ധുവുമായ ലാൽകരേന്ദ്രസിംഗും ഗോത്രവർഗ്ഗത്തിന്റെ സമരമുഖത്ത് മുന്നിൽ നിന്നു. ഈയൊരു സമരം ബ്രിട്ടീഷ് ഗവൺമെന്റിന് എതിരെയുള്ള വലിയ കലാപമായി മാറി. ഗോണ്ടുക്കൾ ഈ സമരത്തിൽ ബ്രിട്ടീഷുകാരുടെ പട്ടാളത്തെ അടിച്ചമർത്തുകയും വ്യാപകമായ നാശനഷ്ടങ്ങൾ വരുത്തുകയും ചെയ്തു. തുടർന്ന് ബ്രിട്ടീഷുകാർ അയൽരാജ്യങ്ങളിൽനിന്നും അധികം സൈനികരെ കൊണ്ടുവന്ന് ഈ സമരം അവരുടെ വറുതിയിലാക്കിയെന്ന് പിൽക്കാല ചരിത്രത്തിൽ (ഫ്യൂറർ വോൺ, ക്രിസ്റ്റോഫ് റെളാമെൻഡോർഫ് (1982)) രേഖപ്പെടുത്തിയിട്ടുണ്ട്. ഈ കലാപങ്ങളുടെയെല്ലാം അടിസ്ഥാനകാരണം, വനഉപഭോഗവുമായി ബന്ധപ്പെട്ട ബ്രിട്ടീഷ് കൊളോണിയൽ നയങ്ങളായിരുന്നു.

ബ്രിട്ടീഷ് ഗവൺമെന്റ് വനങ്ങൾ സംവരണം ചെയ്യാൻ തുടങ്ങി

യതും, അത് കോർപ്പറേറ്റ് മേധാവികൾക്ക് വനവിഭവങ്ങൾ ചൂഷണം ചെയ്യാനുള്ള അനുമതിപത്രങ്ങളായി മാറിയെന്നതുമാണ് വാസ്തവം. ഈ നിയമം തങ്ങളുടെ ഉപജീവനത്തിനായി വനവിഭവങ്ങൾ ശേഖരിക്കുന്നതിൽനിന്നും ആദിവാസികളെ തടയുന്നതിനും പലപ്പോഴും ആദിവാസി ഗ്രാമങ്ങൾ കുടിയൊഴിപ്പിക്കുന്നതിനും കാരണമായി. ഇത് കൊളോണിയൽ ഗവണ്മെന്റിനെതിരെയുള്ള വ്യാപകമായ നീരസത്തിന് കാരണവുമായി. ബ്രിട്ടീഷുകാരും സ്വാതന്ത്ര്യാനന്തര ഇന്ത്യൻ ഗവൺമെന്റുകളും റിസർവ് വനങ്ങൾ പിന്നീടും ചൂഷണം ചെയ്യുന്നതു തുടർന്നു. ഇത് ആദിവാസികൾക്ക് അവരുടെ സ്വന്തം ഭൂമിയിൽ ജീവിക്കാനുള്ള സ്വാതന്ത്ര്യം നഷ്ടപ്പെടുത്തി. ചത്തീസ്ഗഢിലെ ബസ്തർ ഡിവിഷനിലെ (തീവ്ര) നക്സലൈറ്റ് പ്രസ്ഥാനത്തിന്റെ ഉത്ഭവത്തിനും ഇതു കാരണമായി.

ആദിവാസികളുടെ ഉപജീവനമാർഗങ്ങളെ നിഷേധിക്കുന്ന/ സ്വാതന്ത്ര്യത്തെ ഹനിക്കുന്ന/ വിഭങ്ങളെ ചൂഷണം ചെയ്യുന്ന ഘടകങ്ങളായി ഗവൺമെന്റ് നിലപാടുകൾ പിൽക്കാലത്തു ചരിത്രം രേഖപ്പെടുത്തിയിട്ടുണ്ട്. ഇങ്ങനെ ചൂഷണാധിഷ്ഠിതമായ ഒരു മുതലാളിത്ത- അധികാര- രാഷ്ട്രീയ വ്യവഹാരത്തിനുള്ളിലാണ് ഗോണ്ടുഗോത്രക്കാരുടെ കുലദൈവമായ നാഗോബദേവിയുടെ പ്രതികാരമുഖവുമായി ബസുന്ധര ഉയിർത്തെഴുന്നേൽക്കുന്നത്. സൃഷ്ടി - സ്ഥിതി - സംഹാരമൂർത്തിയായി താണ്ഡവനൃത്തമാടുന്ന, ചോര പൊടിയുന്ന മുടിയഴിച്ചിട്ട് പ്രതികാരദേവതയായി മാറുന്ന നാഗോബദേവി, ബസുന്ധരയിൽ ഗോത്ര പ്രതീക്ഷകളുടെ ശബ്ദമായി പുനരവതരിക്കുന്നു. ചെറുപ്പത്തിൽ വെള്ളപ്പൊക്കത്തിൽ മുങ്ങിനീങ്ങിയ ഗോണ്ടുപെൺകൊടിയെ (ബസുന്ധര) ഭോഗിച്ച് വേശ്യയാക്കിയ (നാന) ഭൂമാഫിയക്കെതിരെ ഒരു ജനതയുടെ വംശീയാധിപത്യത്തെ അരക്കിട്ടുറപ്പിക്കുന്ന ദേവിയുടെ പ്രതികാരമുഖമായി ഈ കഥയിലെ നായിക മാറുന്നു. അതിനൊരു നിമിത്തമായി തന്റെ ബാല്യകാല കൂട്ടുകാരനായ ബന്നൂറാം കാരണമാകുന്നുവെന്നുമാത്രം.

പ്രതികാരവാഞ്ജന എന്നത് ഇവിടെ അതിജീവനത്തിനുള്ള പോരാട്ടമായി തീരുന്നു. 'രോ മത്... കരയല്ലേ ബന്നൂ... ബസുന്ധര മുട്ടുകുത്തിയിരുന്നു. അവളുടെ വിരലുകൾ ചോരവഴുക്കുന്ന അവന്റെ ഉടലിനെ പ്രാണവേദനയോടെ തൊട്ടു. അവളുടെ ചുണ്ടുകൾ അവന്റെ മുറിവുകളെ രക്തകാന്തക്കല്ലുകളുടെ ഔഷധവീര്യത്തെ സ്പർശിച്ചു. തൊട്ടു. അവളുടെ കാട്ടുവള്ളികൾപോലെ കരുത്താർന്ന മുടിയിഴകൾ... നാഗോബാ ദേവിയുടെ പ്രസാദഗന്ധിയായ... ബസ്ത

റിന്റെ മൺചൂരുള്ള മുടിയിഴകൾ, അവന്റെ ഉടലിൽ വീണു ചിതറി. അവരിരുവരും നിലവിളിക്കുന്ന സ്വരത്തിൽ മുറിയകളുടെ വിതപ്പാട്ട് പാടി.

ടോലകിന്റെയും മണികങ്കണത്തിന്റെയും ശബ്ദം നിറഞ്ഞു. മന്ദിരിന്റെ മുറ്റത്ത് കടുവയുടെ പുറത്തേറി നാഗോബ വന്നിരിക്കുന്നു. കടുവ നഖങ്ങൾകൊണ്ട് പൂഴിയിൽ മാന്തുന്നു. ദേവിയെ ചുമന്ന ഗർവ്വിൽ അത് ഇടത്തൊണ്ടയിൽ ഗർജ്ജിക്കുന്നു. ചുട്ടചോളത്തിന്റെയും സോയാബീൻ പൂക്കളുടെയും ഗന്ധം നിറഞ്ഞ കാറ്റു വീശുന്നു. നാഗോബയുടെ അരഞ്ഞാണമണി ഒരു പൊട്ടി ചിരിയിൽ കിലുങ്ങുന്നു. തുടുത്ത മാറിടങ്ങൾ മഞ്ഞളും കുങ്കുമവും വീണ് അസാധാരണമായി ചുവന്നിരിക്കുന്നു. ഒരു വിതക്കാലമഴയുടെ ചാറ്റലിൽ ദേവിയുടെ ഞാവൽ മുലഞെട്ടുകൾ നനയുമോ? രണ്ടു തലയും ഒറ്റ ഉടലുമുള്ള ഒരു മണിസർപ്പം പത്തി വിടർത്തുന്നു. അവരിരുവരും നാഗോബയ്ക്ക് കുടയായ് നിന്നു...'

പ്രതികരണത്തിന്റെയും പ്രതികാരത്തിന്റെയും പ്രതിരൂപത്തിന്റെയും അടിസ്ഥാനമന്ത്രങ്ങളിൽ നിശബ്ദശബ്ദമായി ബസുന്ധര ഓരോ പ്രതിയോഗികളെയും വകവരുത്തുന്നു. ലിംഗച്ഛേദം വരുത്തിയും (അമരീന്ദർജിത്ത്) മദ്യഭരിതത്തിന്റെ കയങ്ങളിൽ ആഴ്ത്തിയും (നാന) സൈലൻസറിന്റെ ഭാരംകൊണ്ടു ചിതറിച്ചും (മോട്ടിലാൽ) സ്ക്രൂ ഡ്രൈവറിന്റെ ആഴങ്ങളിൽ ബന്ധിച്ചും (രത്തൻ, പരേഖ്) അവൾ (ബസുന്ധര/ നാഗോബദേവി) ഓരോരുത്തരെയായി ഹിംസിക്കുന്നു. 'ബസ്തറിലെ കൊയ്ത്തുത്സവങ്ങൾക്കോ പൂജാദിവസങ്ങളിലോ ബസ്തറിലെ ആളുകളെ മണ്ണുകമ്പനിക്കാർ കൊന്ന ദിവസമോ പ്രത്യക്ഷപ്പെടാത്ത നാഗോബ- അവന്റെ തായ്കുലനാഗദേവത ഒരു മുറിയിൽ അവനായി പ്രത്യക്ഷപ്പെട്ടിരിക്കുന്നു. 'മാ' അവൾ കൈകൂപ്പി. അവൾ രക്തദുർഗ്ഗ...'

പെണ്മക്കെതിരെയും പ്രകൃതിക്കെതിരെയുള്ള ചൂഷണങ്ങൾ സമാനതകളില്ലാത്തതാണ് എന്ന കലാപസ്വരം ഉയർത്തിക്കൊണ്ടും, പ്രതീക്ഷാനിർഭരമായ ഒരു സ്വപ്നം മാത്രം കണ്ടറിഞ്ഞും/ അനുഭവിച്ചറിഞ്ഞും (കഥാപാത്രങ്ങളും വായനക്കാരും) വിടവാങ്ങുന്നിടത്താണ് ഇന്ദുമേനോൻ കഥ അവസാനിപ്പിക്കുന്നത്. അധിനിവേശങ്ങളുടെ സാംസ്കാരികഭൂമികയിൽ അന്നും ഇന്നും എന്നും ബലിവസ്തുവാകേണ്ടിവരുന്ന പെണ്ണിന്റെയും പ്രകൃതിയുടെയും ചൂഷണത്തിന്റെ ബാക്കിപത്രങ്ങളാണ് ഈ കഥ.

എഴുത്ത് ഒരു പ്രതിനിധാന രാഷ്ട്രീയവിമർശനം കൂടിയാണ്.

സ്വപ്നം കാണേണ്ടുന്ന/വ്യാഖ്യാനിക്കാവുന്ന/സമീപിക്കാവുന്ന ചിന്തകളുടെ വിചാരകേന്ദ്രം കൂടിയാണിത്. 'അന്നേവരെ ഒടിവു വീഴാത്തൊരു ശരീരമായി മാത്രമേ അവർക്ക് ആ വേശ്യയെ കാണാൻ കഴിഞ്ഞിരുന്നുള്ളൂ. പക്ഷേ അവരെ തന്നെ മാത്രമല്ല ഈ ജനതയെ മുഴുവനും നശിപ്പിച്ചവരെ- സ്നേഹിക്കാൻ അവൾക്കാവില്ലല്ലോ. ഇന്ദുമേനോന്റെ നായികമാർ നൂൽപ്പാലങ്ങളിലൂടെയുള്ള സഞ്ചാരങ്ങൾ അപേക്ഷിക്കുന്നു. വിശാലമായ സ്വന്തം വഴികൾ കണ്ടെത്തുന്നു' (ഡോ. മിനിപ്രസാദ്).

ആധുനികതയുടെ സ്വയംബോധ്യത്തിൽ കീഴടങ്ങി നിൽക്കുന്ന അനുഭവങ്ങളുടെ ആധിക്യമാണ് സാഹിത്യത്തിന്റെ സമകാലമുഖം. ന്യൂനപക്ഷവത്കരണവും (minirisation), അവയുടെ ആന്തരിക ഭാവരൂപവും, പരസ്പരം ഇടഞ്ഞുനിൽക്കുന്ന കാമനകളുടെ വിലാപശ്രുതികളും ഈ കഥയുടെ ആഖ്യാനരാഷ്ട്രീയത്തിലുണ്ട്. അവനവനിൽനിന്ന് ഉയിർ കൊള്ളുന്ന പുതിയൊരു പിറവിയാണ് അവനവനിൽ തന്നെയുള്ള കലാപസ്വരം. ഇരയും വേട്ടക്കാരനും തമ്മിലുള്ള പഴയകാല കാഴ്ചപ്പാടുകളിൽനിന്നും ഭിന്നമായി ഇര വേട്ടക്കാരനെ കീഴടക്കുന്ന സ്വതന്ത്ര കാഴ്ച. ജന്തു എന്ന ശീർഷകം തന്നെ ഇതിനു തെളിവാണ്. മണ്ണും, പെണ്ണും, പ്രകൃതിയും ഈ ലോകം മുഴുവനും പുരുഷാധിപത്യ മേൽക്കോയ്മയുടെ ഇരകളാണ്. ശരീരം, സ്വത്വം, സ്വാതന്ത്ര്യം എന്നിവയ്ക്കുമേലുള്ള അവകാശം നിഷേധിക്കപ്പെടുന്ന പൊതു ഇടങ്ങളായി ഈ ലോകം മാറുന്നു.

വന്യമായ ജീവിതത്തിന്റെ തിരയിളക്കങ്ങളായി അവ ഓരോ കാലത്തും രൂപാന്തരപ്പെടുന്നു. ആധുനിക ജീവിതമുന്നേറ്റങ്ങളുടെ പ്രക്ഷോഭപാഠങ്ങളായി, ഒരു പുരാവൃത്തമായി അവ ചരിത്രാനുഭവങ്ങളിൽ ഉയിർകൊള്ളുന്നു. കാമനയും കലാപവും ജന്തുസഹജമായ വാസനകളിലൊന്നാണ്. അതിജീവനത്തിന്റെ പ്രക്ഷുബ്ധതകളെ അത് അടയാളപ്പെടുത്തുന്നു. കീഴടക്കലിന്റെയും മെരുക്കലിന്റെയും പ്രകടനത്തിന്റേയും രാഷ്ട്രീയത്തെ അത് നിരന്തരം പൊളിച്ചെഴുതുന്നു. പെണ്മയുടെയും പ്രകൃതിയുടെയും പ്രതിരോധത്തിന്റെ ഭിന്നമുഖങ്ങളെ അനാവരണം ചെയ്തുകൊണ്ടാണ് അത് സ്വാതന്ത്ര്യത്തെ ആഘോഷിക്കുന്നത്.

പരിണാമസിദ്ധാന്തത്തിന്റെ ദർശനങ്ങളിലൊന്നായ അതിജീവനത്തിന്റെ രാഷ്ട്രീയമാനം ജന്തുലോകത്തിനും അവയെ ഉൾക്കൊള്ളുന്ന പ്രകൃതിക്കും നിലനില്പിന്റെ (തുല്യമായ) മൂല്യദർശനങ്ങളാണ് കല്പിച്ചുനൽകുന്നത്. മേൽക്കോയ്മയുടെ (hegemony)

പ്രത്യക്ഷരാഷ്ട്രീയത്തെ അത് കാലഘട്ടങ്ങൾക്കനുസരിച്ച് അതിജീവിക്കും. അർഹതയുള്ളവയുടെ അതിജീവനം പുനഃസൃഷ്ടിയിൽ അന്തർലീനമാണ്. അതിനാൽ അതിജീവനം ഒരു വിമർശന മൂല്യമാണ്. ജന്തു എന്ന കഥ അതിനൊരു ഉദാഹരണമാണെന്നു മാത്രം.

○○

പത്തൊമ്പത്

നീലക്കരിമ്പടം പോലെ ആകാശത്തെ കാണുന്ന ദേവയാനി

ഡോ. ശോഭിത ജോയ്

സ്ത്രീസ്വത്വത്തെ അവളുടെ സർഗ്ഗാത്മക രചനകളിൽ വ്യത്യസ്തമായ രീതിയിൽ ആവിഷ്കരിക്കുന്ന എഴുത്തുകാരികളിൽ പ്രധാനിയാണ് ഇന്ദുമേനോൻ. ഇന്ദ്രിയവിഷയിയായ ഉള്ളടക്കവും അവതരണശൈലിയും കൊണ്ട് കുഴഞ്ഞുമറിഞ്ഞ ജീവിതപ്രതീതി തരുന്നവയാണ് ഇന്ദുമേനോന്റെ കഥകളത്രയും. തന്റെ രൂപകകഥയിലെ ജീവിതനിലപാടിനെ പിടിവിടാത്ത അനുഭവമാക്കാൻ കഴിയുക എന്ന വെല്ലുവിളിയാണ് കഥാകാരി എന്ന നിലയിൽ ഇന്ദുമേനോൻ മുന്നോട്ട് വയ്ക്കുന്നത്. പുതു കാലത്തിന്റെ മാറ്റിയെഴുത്തും ഭാവുകത്വ പരിണാമവും നവീന യാഥാർത്ഥ്യങ്ങളുടെ തുറന്നു പറച്ചിലുകളും കാലാതീതമായ സ്ത്രീവീക്ഷണവും ഇന്ദുമേനോന്റെ കഥകളിൽ കാണാം. സ്ത്രീ അനുഭവങ്ങളുടെ ധീരമായ തുറന്നെഴുത്താണ് ഓരോ കഥകളും. പ്രണയം, രതി എന്നിവയൊക്കെ അവതരിപ്പിക്കുമ്പോഴും പെൺലൈംഗികത എന്ന തലത്തിൽ നിന്നുകൊണ്ടുള്ള എഴുത്തിന്റെ ഭൂമികയാണ് ഇന്ദുമേനോൻ സ്വീകരിച്ചിരിക്കുന്നത്.

ലോകത്തെ നോക്കിക്കാണുന്ന വീക്ഷണകോണുകളിൽ അത്യന്തം വ്യത്യസ്തരീതി പുലർത്തുന്ന കഥകളെഴുതുന്ന ഇന്ദുമേനോന്റെ കഥകളിൽ ഉടൽ എന്ന രൂപകത്തെ ദൃശ്യാത്മകമായും ഗന്ധാത്മകമായും സ്പർശനീയമായും എങ്ങനെ അവതരിപ്പിക്കുന്നുവെന്നു നോക്കാം.

പ്രണയത്തെക്കുറിച്ചും ലൈംഗികതയെക്കുറിച്ചും എഴുതുന്നവരെല്ലാം മലയാളിയുടെ സാഹിത്യസദാചാരഭൂമികയിൽ നോട്ടപ്പു

ള്ളികൾ ആയിരുന്നു. കമ്പോളവത്കരണത്തിന്റെ കാലത്ത് അതിരുകളില്ലാത്ത വിശാലഭൂമികയുമായാണ് ഇന്ദുമേനോൻ എന്ന എഴുത്തുകാരി കഥാലോകത്തേക്ക് കടന്നുവന്നത്.

സംസ്കാരത്തിന്റെ ഒരു മാധ്യമമാണ് ഉടൽ എന്ന് സൂസൻ ആൻ ബോർഡോ പറയുന്നുണ്ട്. ഉടൽ, സംസ്കാരത്തിനു വേണ്ടിയുള്ള ഒരു രൂപകമെന്ന നിലയിലും വ്യാപരിക്കുന്നുണ്ടെന്ന് സൂസൻ ആൻ ബോർഡോ വാദിക്കുന്നുണ്ട്. ഉടൽ എന്ന തലത്തു നിന്നും മാറി ലൈംഗികതയ്ക്ക് പുതിയ സാധ്യത തെളിയിച്ചു തരുന്നതും വികാരത്തിന്റെ പരകോടിയിലെത്തുന്നതുമായ സന്തോഷത്തിന്റെ തലത്തെയാണ് ഇന്ദുമേനോന്റെ കഥകളിൽ അധികവും കാണാൻ സാധിക്കുന്നത്. ആണും പെണ്ണും ഉടലുകൊണ്ടും മനസുകൊണ്ടും സംവദിക്കുന്നിടത്തേക്ക് പുതിയ സദാചാര നിയമാവലി അവതരിപ്പിക്കപ്പെടുന്നുണ്ട്. സ്ത്രീപുരുഷ ബന്ധത്തെ പുതിയ തലത്തിലേയ്ക്ക് നയിക്കുന്ന ആഖ്യാനശൈലി പുരുഷനു മാത്രമല്ല സ്ത്രീക്കും അവകാശപ്പെട്ട ആത്മനിർവൃതിയുടെ പുതിയ തലത്തെ കൂടിയാണ് കഥകാരി തന്റെ കഥകളിൽ അവതരിപ്പിക്കുന്നത്.

മനുഷ്യർ നിർമ്മിച്ചു വച്ച സദാചാരബോധത്തോടുള്ള വെല്ലുവിളിയായിട്ടാണ് ഇന്ദുമേനോന്റെ കഥകൾ നിൽക്കുന്നത് ജീവിതവും ഭാവനയും ഒന്നുപോലെ ആത്മാർത്ഥമായ അക്ഷരങ്ങളാക്കാൻ കഴിവുള്ള വാക്കിന്റെ കഥാകാരിയായ ഇന്ദുമേനോന്റെ ഹിജഡയുടെ കുട്ടി എന്ന കഥയാണ് ഇവിടെ പഠനവിധേയമാക്കിയിരിക്കുന്നത്.

സ്നേഹം, ശരീരത്തിന്റെ കൂടി ആവശ്യമാണെന്ന തോന്നലിൽ ജീവിക്കുകയും അത്തരം ചിന്തകളെ ഭയത്തിന്റെ അനുരണനത്തിൽ ഒളിപ്പിക്കാൻ വിധിക്കപ്പെടുകയും ചെയ്യുന്ന സ്ത്രീകളുടെ വികാരവിചാരങ്ങളെ അതിന്റെ തീവ്രതയിൽ അവതരിപ്പിക്കുന്ന കഥകളാണ് ഇന്ദുമേനോന്റെത്.

പെൺജീവിതത്തിന്റെ സൂക്ഷ്മതലത്തിലൂടെ സഞ്ചരിക്കുന്ന ചെറുകഥയാണ് 'ഹിജഡയുടെകുട്ടി' കാഴ്ചയുടെ ഭംഗി പകരുവാനുതകുന്ന വിധത്തിൽ നിറങ്ങളുടെ സഫലമായ വിന്യസനം ഇന്ദുമേനോന്റെ കഥകളിലുണ്ട്. ആർത്തിയുടെയും ആസക്തിയുടെയും ശകലങ്ങൾ മാറിമറയുന്ന കഥാതന്തുക്കളാണ് മിക്ക കഥകളും. സ്നേഹവും അതിന്റെ അഭാവവും പല രൂപത്തിലാണ് ഇന്ദുമേനോന്റെ കഥകളിൽ കടന്നു വരുന്നത്

'ദേവയാനിക്ക് ശരീരം ഒരു കൊളുത്താണ്. ദേവയാനിക്ക് ശരീ

രം ഒരു വിശപ്പാണ്', ഓരോ ഉഷ്ണപകലിലും തണുത്ത രാത്രികളിലും കൂടുതൽ എറിഞ്ഞുഷ്ണിക്കുവാനും മാംസ തൊങ്ങലുകളിലും ഞൊറികളിലും ആയിരം ആർത്തികൾ അലിയിച്ചു കിടത്തിയ തീഷ്ണമായ ഉൾവിശപ്പ്.

സ്ത്രീയുടെ ശരീരവും ലൈംഗികതയും സാമൂഹ്യസ്ഥാപനവും ചരിത്രഭാഗധേയവും മറ്റുംചേർന്ന് നിർമ്മിച്ചെടുക്കുന്ന പുതിയ സ്വത്വങ്ങൾ പുതിയ സദാചാര ചിന്തകളുടെ തുറന്നെഴുത്തും ഉപഭോഗാധിഷ്ഠിത സമൂഹത്തിൽ പെണ്ണിന്റെ ലൈംഗികത ആയുധമാക്കി പടയ്ക്കിറങ്ങുന്നതിലെ അർത്ഥശൂന്യത തിരിച്ചറിയുകയും ബദലായി വൈകാരികമായ ഇടങ്ങളെ നിർമ്മിച്ചു കൊണ്ട് അവതരിപ്പിക്കുകയും ചെയ്യുന്നു. ഉടലാവിഷ്കരണത്തിന്റെ സവിശേഷമായ ചിത്രമെഴുത്താണ് ഇന്ദുമേനോൻ ഉപയോഗിക്കുന്നത്. നിറങ്ങളുടെ ലോകത്തെ ഭ്രമാത്മകതയും കാവ്യാത്മകതയും കൂട്ടിക്കലർത്തി അവതരിപ്പിക്കുന്ന ദൃശ്യബിംബങ്ങൾ ഹിജഡയുടെകുട്ടി എന്ന കഥയിൽ കാണാം.

'നീൽഗംഗ ദേവയാനിയെ കുലുക്കിയുണർത്തി മണ്ണെണ്ണയുടെ നീല പ്രകാശത്തിൽ അയയിൽ തൂക്കിയ പെറ്റിക്കോട്ടിന്റെ നിഴൽ അവളുടെ അവളുടെ മുഖത്ത് ഊഞ്ഞാലിട്ടു.'

ആഗ്രഹങ്ങൾ നമ്മുടെ ജീവിതത്തെ പ്രബലമാക്കുന്നുണ്ട്. അതും വിശപ്പാണന്നാണ് കഥാകാരി ഹിജഡയുടെ കുട്ടിയിലൂടെ പറയുന്നത്. ദേവയാനിക്ക് ശരീരം ഒരു വിശപ്പായിരുന്നു. ശരീരമായിരുന്നു പ്രശ്നം. അടങ്ങാത്ത വിശപ്പും ആർത്തിയും. ഓരോ രോമകൂപങ്ങളിലും മാംസകോശങ്ങളിലും രഹസ്യ പുഴുവിനെപ്പോലെ പിടഞ്ഞിഴഞ്ഞു നടക്കുന്നത് അവൾ അറിയുന്നുണ്ടായിരുന്നു. ശരീരമെന്ന മാന്ത്രിക ഗിത്താർ മീട്ടിയ രഹസ്യരാഗങ്ങളിൽ അവളുടെ മനസ് വിചിത്രമായ സ്വപനങ്ങൾകണ്ടു. വിശന്നു തളർന്ന ഒരു കാട്ടുമൃഗത്തെപ്പോലെ തനിക്കു കിട്ടിയ ഇരയെ അവൾ സ്വീകരിച്ചു. ആഗ്രഹങ്ങളിൽ നിന്നും മുക്തിയില്ലന്ന പാഠം ദേവയാനിയുടെ ജീവിതകഥ നമ്മെ ഓർമ്മിപ്പിക്കുന്നു. തനിക്ക് ലഭ്യമായേക്കാവുന്ന ഒരു വസ്തുവായി അതിനുള്ള സാധ്യതകളെ നിലനിർത്തിക്കൊണ്ട് വളരുകയും വ്യാപിക്കുകയും ചെയ്യുന്ന ആഗ്രഹങ്ങളുടെ പൂർത്തീകരണമായിട്ട് ഹിജഡയുടെ കുട്ടി എന്ന കഥ മാറുന്നുണ്ട്.

ഉടലഴകിന്റെ ദൃശ്യപരതയെ പദമേളനത്തിലൂടെ ജന്യമാകുന്ന കാവ്യാത്മകമായ ഭാഷയാണ് ഇന്ദുമേനോന്റെ ഹിജഡയുടെ കുട്ടിയിലുള്ളത്. കഥയുടെ പെൺപ്രതിനിധാനം സസൂഷ്മം വീക്ഷിക്കു

മ്പോൾ, കാഴ്ചയുടെ ആനന്ദത്തിലൂന്നിയ പദഘടനാസംവിധാനം കഥപറച്ചിലിലുടനീളം എഴുത്തുകാരി സ്വീകരിക്കുന്നത് കാണാം.

ഹിജഡകൾ നേരിടുന്ന പ്രശ്നങ്ങളിലൂടെയും കഥ സഞ്ചരിക്കുന്നുണ്ട്. കെ.കെ ഗംഗാധരമേനോൻ s/o പി.വി ഭാസ്കര മേനോൻ എന്ന നീൽ ഗംഗയുടെ മൃതദേഹവും വഹിച്ചുകൊണ്ട് വീട്ടിലെത്തുന്ന ചിത്രം, കഥാകാരി വിവരിച്ചിരിക്കുന്നതു നോക്കൂ, 'നഗരത്തിലെ വീട് ആദ്യമായാണ് ദേവയാനി കാണുന്നത്. ആംബുലൻസിന്റെ വെളുത്ത വാതിലുകൾ തുറന്ന് പ്രായം കൂടിയ ഒരു സ്ത്രീയാണ് അവളെ അകത്തേയ്ക്ക് കൊണ്ടുപോയത്. ദേവയാനിയുടെ ശബ്ദം നിലവിളികൾക്കടിപ്പെട്ടുപോയി. ഒന്നു രണ്ടു സ്ത്രീകൾ ഓടിവന്നു നിലവിളിയോടെ അവളെ കെട്ടിപ്പിടിച്ചു. ആരാ എന്റെ മോൻ ആണല്ലന്ന് പറഞ്ഞത്, ഒരു സ്ത്രീ സങ്കടത്തോടെ തലയിൽ തല്ലി 'കണ്ടോ അവന്റെ മോളെ?' ദേവയാനിയുടെ കണ്ണുകൾ നിറഞ്ഞു. ഹിജഡയുടെ ഐഡന്റിറ്റി ക്രൈസിസിനെ എത്ര ലാളിത്യത്തോടെയാണ് എഴുത്തുകാരി അവതരിപ്പിച്ചിരിക്കുന്നത്. ഇവയെല്ലാം കേവലചാപല്യങ്ങളായി കാണുന്ന സമൂഹത്തെ പരിഹസിക്കുക കൂടിയാണ് എഴുത്തുകാരി ചെയ്യുന്നത്.

സന്തുഷ്ടമായ ഭാവനകളുടെ ആഴങ്ങളിലേയ്ക്കും സാമൂഹിക വിവക്ഷകളിലേക്കും ഉടലനുഭവങ്ങളിലേയ്ക്കും ഹിജഡയുടെ കുട്ടി എന്ന കഥ വളരുന്നുണ്ട്. വ്യക്തിബന്ധങ്ങൾ മാറി വ്യക്തി ഉടലായി മാറുകയും ഒപ്പം ഉടലിന് അതിന്റേതായ വിശപ്പുമാത്രമെയുള്ളു എന്നു തോന്നിപ്പിക്കുന്ന സാഹചര്യസൃഷ്ടികളിലാണ് ദേവയാനിയ്ക്ക് തന്റെ ലോകം ഇരുണ്ടതായി തോന്നിയത്. അവളുടെ ഉടൽ ഒരു കാമസഞ്ചാരത്തിന് ഇരയായിത്തീരുന്നത്. കണ്ണുകൾ ഇറുക്കിയടച്ച് കിടന്ന ദേവയാനി മാംസത്തിന്റെ ചൂടിൽ ശരീരം വേവുന്നത് അറിയുന്നുണ്ട്. ഉടലിൽ പറ്റിയ വിയർപ്പിന്റെ വഴുപ്പും രക്തത്തിന്റെ കറയും അയാളുടെ ഉടൽഗന്ധവും കഴുകി കളയാൻ അവൾക്ക് ഭയം തോന്നിയതും. പൈപ്പ് ഓൺ ചെയ്ത് ഭിത്തിയിൽ ശരീരം അമർത്തിപ്പിടിച്ച് ഹിജഡയുടെ കുട്ടിയാണ് താൻ എന്ന് അവൾ ഉറക്കെ പറയുന്നുണ്ട്. പെണ്ണുടലിനെ വെറുമൊരു ലൈംഗികോപകരണമായി മാത്രം കാണുന്ന പുരുഷന്റെ ഹിംസാത്മകമായ മനോഭാവത്തിന്റെ ആവിഷ്കരണമായി ഈ കഥ മാറുന്നുണ്ട് അലങ്കാര ഭാഷയിലൂടെ വളർന്ന് വലുതായ ഹിജഡയുടെ കുട്ടി എന്ന കഥ മുഖ്യമായും ഉടലിനെ അവലംബിച്ച് രചിച്ച കഥയാണ്.

ഹിജഡത്വാവിഷ്കാരത്തോടെ ആരംഭിച്ച് ഉടൽ സംഘർഷങ്ങ

ളിലൂടെ കടന്നു വന്ന് മരിച്ചത് ദേവയാനിയുടെ അമ്മയോ അച്ഛനോ എന്ന സംഘർഷത്തിലേയ്ക്ക് വായനക്കാരനെ കൊണ്ടുവന്നു വായനക്കാരന്റെ ബോധത്തിൽ നീറിപ്പിടിക്കുന്ന അനുഭവമാക്കാൻ ഈ കഥയ്ക്ക് കഴിയുന്നുണ്ട്. ഉടലിന്റെ ജീർണ്ണതയെ വെളിപ്പെടുത്തുന്ന കഥ സത്താപരമായ ഒരു പിടച്ചിലാണ് വായനക്കാരന് സമ്മാനിക്കുന്നത്. കാഴ്ചയുടെ പറച്ചിലായി കഥ മാറുന്നു. കഥയെ ശക്തമായ ആത്മാവിഷ്കാര ഉപാധിയാക്കി മാറ്റുന്നുണ്ട് കഥാകാരി. തനിക്ക് പറയാനുള്ളതെന്തും ഭാവാനുരോധമായ താളത്തിൽ ഉചിത പദങ്ങളിൽ ചൈതന്യവത്തായ പ്രതീകങ്ങളോടെ അവതരിപ്പിക്കുകയാണ് ഹിജഡയുടെ കുട്ടി എന്ന കഥയിലൂടെ ചെയ്യുന്നത്.

○○

ഇരുപത്

എക്സ്ട്രാ ജീവിതങ്ങളിൽ ചിലത്

ഡോ. മായ എസ്. നായർ

സ്ത്രൈണകാമനകളുടേയും ഭാവനകളുടേയും വ്യതിരിക്ത ലോകത്തെ വ്യത്യസ്തതലങ്ങളിൽ അവതരിപ്പിക്കുന്ന എഴുത്തുകാരിയാണ് ഇന്ദുമേനോൻ. ഭാഷകൊണ്ട് മാന്ത്രികത നിറഞ്ഞ ഒരു പശ്ചാത്തലമൊരുക്കി ഭാവതീവ്രതകൊണ്ട് വായനക്കാരെ ഞെട്ടിച്ചുണർത്തുന്ന ആഖ്യാനരീതി ഇന്ദുവിന്റെ പ്രത്യേകതയാണ്. മലയാള കഥാലോകത്തിന് തീർത്തും അപരിചിതമാംവിധം പുതുമ കലർന്ന ആവിഷ്ക്കാരഭംഗി ഇന്ദുമേനോന്റെ കഥകളെ വേറിട്ട അനുഭവമാക്കി മാറ്റുന്നുണ്ട്. ഒരു ശില്പി അത്യന്തം ശ്രദ്ധാപൂർവ്വം ചെയ്യുന്ന ശില്പവേലപോലെ സൂക്ഷ്മമായാണ് തന്റെ ഓരോ കഥകൾക്കും പേരുകൾപോലും നല്കുന്നതെന്ന് ഇന്ദുവിന്റെ ഓരോ കഥയുടേയും, സമാഹാരങ്ങളുടേയും പേരുകൾ നമ്മെ ആവർത്തിച്ച് ഓർമ്മിപ്പിച്ചുകൊണ്ടേയിരിക്കുന്നു. അതിൽ അത്യന്തം പുതുമയുണർത്തുന്നതും, അങ്ങേയറ്റം സാധാരണമായതുമായ പേരുകൾവരെ കാണാം. തീർത്തും സാധാരണമായ ഒരു പേരും അതിനേക്കാൾ സാധാരണമായ ഒരു പ്രമേയവുമാണെങ്കിലും ഏറെ ചിന്തിപ്പിക്കുന്ന ഒരു ഇന്ദുമേനോൻ ചെറുകഥയാണ് 'ഒരു എക്സ്ട്രാ നടിയുടെ ആത്മകഥ' എന്ന ചെറുകഥ. ശരീരമാകുന്ന കർമ്മഭാവത്തിൽ നിന്നും ചിന്തയുടെ കർതൃത്വത്തിലേക്ക് വളരാൻ ശ്രമിക്കുമ്പോഴും ശരീരത്തിന്റെ ചതുപ്പിൽ പുതഞ്ഞുപോകുന്ന സ്ത്രൈണതയുടെ സംഘർഷം വരച്ചിട്ട കഥയാണ് 'ഒരു എക്സ്ട്രാ നടിയുടെ ആത്മകഥ' എന്നത്.

ജീവിതത്തിലെ എല്ലാ മേഖലയിലുമെന്നപോലെ സിനിമയുടെ കാര്യത്തിലും ആവശ്യത്തിൽ കൂടുതൽ വേണ്ടപ്പോഴാണ് നാം 'എക്സ്ട്രാ' അന്വേഷകരാകുന്നത്. ഓരോ സിനിമയിലേയും മിനിമം അത്യാവശ്യ കഥാപാത്രങ്ങൾ കഴിഞ്ഞ് കഥയിലെ വിടവുകൾ

നികത്താൻ 'കഥാപാത്ര'ങ്ങളായി വികാസം പ്രാപിക്കാത്ത നടീനടന്മാരെ ആവശ്യമായി വരാറുണ്ട്. ഇവർ 'എക്സ്ട്രാ'കളാണ്. അവർക്കോ അവർ അവതരിപ്പിക്കുന്ന കഥാപാത്രങ്ങൾക്കോ മിക്കപ്പോഴും പേരുകൾ ഉണ്ടാകണമെന്നില്ല. അവരുടെ സ്വത്വം എന്നത് 'എക്സ്ട്രാ'യാണ്. 'ഒരു എക്സ്ട്രാ നടിയുടെ ആത്മകഥ' എന്ന ഇന്ദുമേനോന്റെ ചെറുകഥ സിനിമാലോകത്തെ എക്സ്ട്രാകളുടെ ജീവിതത്തെ അടുത്തറിയാൻ നമ്മളെ സഹായിക്കുന്നു. നൂറുകണക്കിന് എക്സ്ട്രാ നടീനടന്മാരുള്ള സിനിമാലോകത്ത് ഒരു എക്സ്ട്രാ നടിയുടെ ജീവിതമുഹൂർത്തം എടുത്തുകൊണ്ട് അവളുടേയും അവളെപ്പോലെയുള്ള നൂറായിരംപേരുടേയും ജീവചരിത്രരചന നടത്തുകയാണ് തന്റെ രചനയിലൂടെ ഇന്ദുമേനോൻ.

'ജാനകി'യെന്ന ഒരു എക്സ്ട്രാ നടി തനിക്ക് ലഭിച്ച നൂറ്റമ്പതു രൂപ ബാറ്റകൊണ്ട് വാങ്ങിച്ച വിമൻസ് ഹോർലിക്സ് മകൾക്കായി തയ്യാറാക്കിക്കൊണ്ടിരിക്കുമ്പോഴാണ് പുതിയ സിനിമയിൽ നായികയാകാനുള്ള അവസരം തനിക്ക് ലഭിച്ചുവെന്ന് മകൾ ഗീതാഞ്ജലി തീർത്തും സ്വാഭാവികമായ മുഖത്തോടെ അറിയിക്കുന്നത്. ഏതോ ഒരു നുണക്കഥ കേട്ടപോലെ അമ്പരന്ന ജാനകിയുടെ കയ്യിൽ നിന്നും ഹോർലിക്സ് വഴുതിപ്പോകുന്നു. ഏതൊരു സാധാരണ കഥയിലും കാണാവുന്ന സ്വാഭാവികമായ ഈ രംഗം ക്രമേണ പുതിയ ഭാവതലങ്ങളിലേക്ക് പ്രയാണം തുടങ്ങുന്നു. എക്സ്ട്രാ നടിയായ ഒരു അമ്മയ്ക്ക് സ്വപ്നംപോലും കാണാൻ പറ്റാത്ത ഒരു കാര്യമാണ് മകൾ പുതിയ സിനിമയിലെ നായികയാവുകയെന്നത്. മുപ്പത്തിയാറു വയസ്സുകാരിയായ ജാനകി ഒരു എക്സ്ട്രാ നടിക്കുവേണ്ട എല്ലാ ചന്തവും ഉള്ളവളായിരുന്നുവെന്ന വിശേഷണം അവളുടെ കൗമാരക്കാരിയായ മകളുടെ സൗന്ദര്യത്തിലേക്കും എത്തുന്നുണ്ട്. സിനിമയിൽ അഭിനയിക്കാൻ സൗന്ദര്യവും അഭിനയിക്കാനുള്ള കഴിവും മാത്രം മതിയോ? ഇതു രണ്ടും ഉണ്ടായിട്ടും ജാനകി എക്സ്ട്രാ നടിയായി ഒതുങ്ങാൻ കാരണമുണ്ട്. നായികയാവാൻ ക്ഷണം ലഭിച്ച മകൾ നേരിടേണ്ടി വരാവുന്ന ചോദ്യങ്ങളെക്കുറിച്ചാണ് അമ്മ ആദ്യം തന്നെ ചിന്തിക്കുന്നത്. അതിലൂടെ ആദ്യസിനിമയിലെ അഭിനയത്തിനുശേഷം താൻ നേരിട്ട ചോദ്യം അവളെ ഭയപ്പെടുത്തുന്നു.

'നീ മോഹൻലാലിന്റെ കൂടെ കെടന്നോടി?' എന്ന ആ ചോദ്യം ജാനകിയെ ഒരുപാട് തളർത്തിയിരുന്നു. ആദ്യ സിനിമയിൽ മോഹൻലാലിന്റെ സഹോദരിയുടെ വേഷമായിരുന്നുവെങ്കിലും അഭി

നയം കഴിഞ്ഞപ്പോൾ പ്രൊഡ്യൂസറുടെ അനിയൻ ചോദിച്ചത് ജാനകിയെ അസ്വസ്ഥയാക്കി.

സിനിമാ ഫീൽഡിൽ ഇത്തരം ചോദ്യങ്ങൾ സർവ്വസാധാരണമാണെന്ന് സഹപ്രവർത്തകരായ സ്ത്രീകൾ അവളെ സമാധാനിപ്പിച്ചു. തുടർന്നുള്ള അഭിനയജീവിതത്തിൽ നിരന്തരം കേൾക്കേണ്ടി വന്ന ഇത്തരം ചോദ്യങ്ങളെ അർഹിക്കുന്ന അവജ്ഞയോടെ അവൾ പുച്ഛിച്ചു തള്ളി. അതേസമയം തന്റെ ധാർമ്മികബോധ്യങ്ങളിൽ ഒരു വിട്ടുവീഴ്ചയ്ക്കും അവൾ തയ്യാറായതുമില്ല. പ്രണയിച്ച പുരുഷനു മുന്നിൽ അതും അയാൾ താലി ചാർത്തിയതിനുശേഷം മാത്രമാണ് ജാകി വഴങ്ങികൊടുത്തത്. എന്നാൽ അയാളുടെ ഭാര്യ വന്ന് വഴക്കിട്ടപ്പോൾ നിസ്സംഗതയോടെ നിശബ്ദയായി നിന്നവളാണ് ജാനകി. അപ്പോഴും പ്രണയിച്ച പുരുഷനെ പഴിക്കാതെ നില്ക്കാൻ അവൾക്ക് സാധിച്ചത് അവളുടെ പ്രകൃതംകൊണ്ടാണ്.

ഇങ്ങനെയൊക്കെയായിട്ടും 'ചീത്തയാവാതെ' ജീവിക്കാൻ കഴിഞ്ഞ ആശ്വാസത്തിൽ മകൾക്ക് ഉപദേശം നല്കുന്ന ജാനകിയോട് മകൾ പറയുന്ന മറുപടി ഒരു നടി എങ്ങനെയെല്ലാം ആകാൻ പാടില്ലായെന്നതാണ് താൻ അമ്മയുടെ ജീവിതത്തിൽ നിന്നും പഠിച്ചത് എന്നാണ്. ഇത് കേട്ട് തരിച്ചിരിക്കാൻ മാത്രമേ അമ്മയ്ക്ക് കഴിയുന്നുള്ളൂ. അനുകൂലഘടകങ്ങൾ ഏറെയുണ്ടായിട്ടും ആദർശത്തിന്റേയും സദാചാരത്തിന്റേയും ബോധ്യത്തിൽ അതെല്ലാം നഷ്ടപ്പെടുത്തിയ ജാനകി പുതുതലമുറയിലെ മകളുടെ മുന്നിൽ പരാജയങ്ങളുടെ പ്രതീകമാണ്. പെൺശരീരങ്ങളുടെ മാസ്മരികമായ പ്രലോഭനങ്ങളിൽ വശംവദരാകുന്ന പുരുഷന്മാരെ അത് അധ്യാപകരായാലും സിനിമാ പ്രവർത്തകരായാലും പ്രയോജനപ്പെടുത്താൻ അവൾക്ക് സാധിച്ചതിന്റെ തെളിവാണ് പ്ലസ്ടു വിജയവും പുതിയ സിനിമയിലെ നായിക വേഷവും എന്ന് അമ്മയ്ക്ക് മുന്നിൽ തലയുയർത്തിപ്പിടിച്ച് നിന്ന് മകൾ പറയുമ്പോൾ, യഥാർത്ഥത്തിൽ വർത്തമാനകാല സ്ത്രീ എവിടെയെത്തി നില്ക്കുന്നുവെന്ന അന്വേഷണമാണ് എഴുത്തുകാരി നടത്തുന്നത്.

താലി ചാർത്തിയ ഭർത്താവിന് മുന്നിൽ തന്റെ 'പവിത്രത' സമർപ്പിക്കുന്ന ജാനകിയും പരീക്ഷ പാസ്സാകാനും സിനിമയിൽ അവസരം ലഭിക്കുന്നതിനും തന്റെ ശരീരത്തിന്റെ സാധ്യതകളെ ഉപയോഗപ്പെടുത്തുന്ന ഗീതാഞ്ജലിയും ഒരേ നാണയത്തിന്റെ രണ്ടു വശങ്ങളാണ്. സ്വന്തമായി ഒരു കുടുംബം ഉണ്ടായിട്ടും കന്യകയായ ഒരു സ്ത്രീയെ പ്രണയിക്കാനും അവളെ സ്വന്തമാക്കാനും

ജാനകിയുടെ ഭർത്താവിന് കഴിഞ്ഞു. ഏറെ പ്രതിബന്ധങ്ങൾ തരണം ചെയ്ത് തന്റെ പാതിവ്രത്യം സംരക്ഷിച്ച് അവൾ വല്ലവിധേനയും തന്റെ കുഞ്ഞിനെ വളർത്തുന്നു. അവളേക്കാൾ കഴിവും സൗന്ദര്യവും കുറഞ്ഞവർപോലും താരപദവിയിലേക്ക് ഉയർത്തപ്പെടുമ്പോൾ വെറുമൊരു 'എക്സ്ട്രാ'യായി അവളുടെ ജീവിതം മുരടിച്ചുകൊണ്ടിരുന്നു. വളരാൻ സാധ്യതകളില്ലാത്തവിധം മുരടിച്ചുപോയ അമ്മയുടെ മകൾ തന്റെ ശരീരത്തിൽ കണ്ണുവെച്ച അധ്യാപകനെ വലയിലാക്കിക്കൊണ്ട് മാർക്ക് നേടുന്നു. ഇവിടെ, അധ്യാപകനും വിദ്യാർത്ഥിയും പരസ്പരം ചൂഷണം ചെയ്യുന്നു. താൻ വഞ്ചിക്കപ്പെട്ടതായി അവൾ കരുതുന്നില്ല.

'അമ്മ ഹൈദരാബാദിൽപോയ അഞ്ചു ദിവസോം ആ പ്രൊഡ്യൂസറേം സംവിധായകനേം ഞാൻ നേരിട്ട് പോയി കണ്ടു. എന്നെയാരും പ്രലോഭിപ്പിച്ചില്ല. ആരും ചീത്തയാക്ക്യേമില്ല. ഞാനായിട്ട് നന്നായി സഹകരിച്ചു. ഇനീം കോട്ടോളൂ, എപ്പോഴും കെമിസ്ട്രിക്ക് തോൽക്കാറുള്ള ഞാനെങ്ങനെയാ +2 പാസ്സായേ? കെമിസ്ട്രി സാറ് ഇന്റേണൽസിനൊക്കെ മാർക്കിട്ട് എന്നെയങ്ങ് ജയിപ്പിച്ചു. ഒരു സ്റ്റഡി ടൂറ്. അത്രേ വേണ്ടി വന്നുള്ളൂ. അമ്മേ'

എന്നിങ്ങനെ തന്റെ പ്രായോഗികതയിൽ അഭിരമിക്കുകയാണ് ഗീതാഞ്ജലി. തന്നെ സിനിമയിലെടുത്തത് തൊലിവെളുപ്പ് കണ്ടിട്ടല്ലെന്ന് പറയുന്ന ഗീതാഞ്ജലി അമ്മയെ ഏറെ ഭയപ്പെടുത്തിയിരുന്ന 'സഹകരിക്കുമല്ലോ' എന്ന ചോദ്യത്തിന് അനുകൂലമായി നിന്നുകൊണ്ടാണ് താൻ നേട്ടങ്ങൾ ഉണ്ടാക്കുന്നതെന്ന ബോധ്യത്തിൽ അഭിമാനിക്കുന്നു. കന്യാകാത്വവും ചാരിത്ര്യവും ഏറെ പവിത്രമായി കരുതുകയും അതിന്റെ സംരക്ഷണത്തിനായി ജീവിതത്തിലുടനീളം ചൂളിച്ചുരുങ്ങി ഉൾവലിഞ്ഞു നിൽക്കുന്ന ജാനകിയിലൂടെയും, സ്ത്രീയെ ശരീരം മാത്രമായി കരുതുന്ന പുരുഷകാമനകളെ തന്റെ ശരീരത്തെ അത്തരക്കാർക്കായി നല്കികൊണ്ട് ചൂണ്ടയിടുന്നവളുടെ മനോഭാവത്തോടെ ജീവിതത്തിന്റെ പടവുകൾ കയറുന്ന ഗീതാഞ്ജലിയുടെയും സ്ത്രീത്വം എന്നത് ഇന്നും കേവലം ശരീരം മാത്രമാണ് എന്ന പൊതുബോധ്യത്തിലേക്ക് വിരൽ ചൂണ്ടിയാണ് ഇന്ദുമേനോൻ കഥ അവസാനിപ്പിക്കുന്നത്.

ആ ബോധ്യത്തിന്റെ തിരിച്ചറിവിൽ ജാനകിയോടൊപ്പം വായനക്കാരും തരിച്ചുനില്ക്കുന്നു.

○○

ഇരുപത്തൊന്ന്

ഹിജഡയുടെ കുട്ടി: ഇരുണ്ടകാലത്തിന്റെ വായന

സൗമ്യ ജോസ്

മലയാളസാഹിത്യത്തിൽ ഉത്തരാധുനികതയുടെ രണ്ടാംഘട്ടത്തെ അടയാളപ്പെടുത്തിത്തുടങ്ങിയ കഥാകാരിയാണ് ഇന്ദുമേനോൻ. നിലപാടുകളിലും രാഷ്ട്രീയവീക്ഷണത്തിലും സ്വന്തംഇടം പറയാൻ മടിയില്ലാത്ത എഴുത്തുകാരിയാണ് (സാഹിത്യകാരിയാണ്) ഇന്ദു മേനോൻ. കഥാഖ്യാനത്തിൽ വ്യതിരിക്തവും തീക്ഷ്ണവുമായ ലോകം സൃഷ്ടിച്ച് വായനക്കാരെ ഈ യുവഎഴുത്തുകാരി തന്റെ കഥാലോകത്ത് പിടിച്ചുനിർത്തുന്നു.

രാഷ്ട്രീയകഥകളിലൂടെ അവർ ആസ്വാദകമനസാക്ഷിയെ പൊള്ളിക്കുകയും പ്രണയാക്ഷരങ്ങളിലൂടെ ആത്മാവിനെ ചുംബിക്കുകയും ചെയ്യുന്നു.പുതിയ കാലത്തെ എഴുത്തിന്റെ സങ്കീർണ്ണവും ചടുലവും ബിംബപരവുമായ സാധ്യതകളെ മനോഹരമായി ഉപയോഗിക്കുന്നു ഇവർ. വലുതും ചെറുതുമായ നല്ല കഥകളുടെ അട്ടിമറികളിലൂടെ എഴുത്തിന്റെ സർവ്വേക്കല്ലുകൾ ഇന്ദുമേനോൻ മാറ്റിമറിക്കുന്നു എന്ന എൻ. എസ്. മാധവന്റെ നിരീക്ഷണം ശരിവയ്ക്കുന്നതാണ് അവരുടെ ഓരോ സർഗമുദ്രകളും.

സ്വയം തുറന്നിട്ട വഴികളിലൂടെതന്നെയാണ് ഇന്ദുമേനോൻ എഴുതിപ്പോകുന്നത്. മലയാളത്തിൽ മുഖ്യധാരാ എഴുത്തുകളിൽ ഗേ/ലെസ്ബിയൻ തുടങ്ങിയ വിഷയങ്ങൾ കൈകാര്യം ചെയ്യുന്ന പ്രധാനപ്പെട്ട കഥകൾ ഇന്ദുമേനോന്റേതാണ്. ആ കഥകളിൽ ഒന്നും തന്നെ ശരീരവർണ്ണനയോ രതിവർണ്ണനയോ അല്ല മുന്നിട്ടുനിൽക്കുന്നത്. രതി ഒരു അടിയൊഴുക്ക് പോലെ ആ കഥകളിൽ കടന്നുപോകുന്നുവെന്നു മാത്രം.

ഹിജഡയുടെ കുട്ടി

'ഹിജഡയുടെ കുട്ടി' എന്ന കഥയിലെ കേന്ദ്രകഥാപാത്രം ദേവ

യാനി ആണ്. കഥയുടെ തുടക്കത്തിൽ നഗരത്തിലെ വീട്ടിൽ എത്തുന്നതിനു മുമ്പ് ശരീരമവൾക്ക് അപരിചിതവും വിചിത്രവുമായ ഒരു മാന്ത്രികസിത്താറായിരുന്നു. എന്നാൽ നഗരത്തിൽ എത്തിയതിനുശേഷം ശരീരം ഒരു വലയായി തീർന്നിരിക്കുന്നു അവൾക്ക്, ഒരു മാംസവല. ആ മാന്ത്രികസിത്താറിൽ നിന്നുള്ള ആ മാറ്റമാണ് കഥാതന്തു. ആ മാറ്റമാണ് സ്വവർഗ്ഗലൈംഗികതയെ അടയാളപ്പെടുത്തുന്നത്. ഈ കഥയിലെയും സ്വവർഗലൈംഗികത, അധികാരത്തെയാണ് പ്രതിനിധാനം ചെയ്യുന്നത്. ബലാത്കാരത്തിലെന്നവണ്ണം രതി അധികാരത്തിന്റെ ചിഹ്നമാകുന്നു. ഹിജഡ എന്ന പേരും സ്വവർഗ്ഗലൈംഗികതയുടെ മറ്റൊരു തലത്തെയാണ് സൂചിപ്പിക്കുന്നത്. ഉഭയലൈംഗികത ഉടലിൽ സൂക്ഷിക്കുന്നവരാണ് ഹിജഡകൾ. ഹിജഡയുടെ കുട്ടിയായി മാറുകയാണ് ദേവയാനി. സ്ത്രീപക്ഷവായനയുടെ വ്യത്യസ്തഭാഷണരീതിയാണ് ദേവയാനി എന്ന കഥാപാത്രം പ്രകടമാക്കുന്നത്. പുരുഷമേധാവിത്വത്തിന്റെ അസംസ്കൃതലോകത്തിൽ സ്ത്രീപുരുഷബന്ധം വളരെയധികം മലിനമാക്കപ്പെട്ട കാലാവസ്ഥയിലാണ്, ഇന്ദുമേനോന്റെ കഥാലോകം പുതിയ വ്യാഖ്യാനങ്ങളുമായി രംഗപ്രവേശനം ചെയ്യുന്നത്. അത് മലയാള കഥാലോകത്ത് പുതിയൊരു ചലനം സൃഷ്ടിക്കുന്നു. ഹിജഡയുടെ കുട്ടി എന്ന കഥയിൽ സ്വവർഗ്ഗ ലൈംഗികത കടന്നുവരുന്നതിനോടൊപ്പം അധികാരത്തിന്റെയും അടിമത്തത്തിന്റെയും തലങ്ങൾ വിശദീകരിക്കുന്നു.

സാഹിത്യത്തിലെ സ്ത്രീയുടെ ജീവിതം സാംസ്കാരിക സ്ത്രീ പ്രാതിനിത്യത്തിന്റെ ഭാഗമായി മാറുന്നതിന്റെ ദൃഷ്ടാന്തങ്ങളാണ് ഹിജഡയുടെ കുട്ടിയിൽ ആവർത്തിച്ചുവരുന്നത്. ഒരു വാചകം, 'വിശപ്പ് ചേനത്തണ്ടൻ പാമ്പായി അവളെ ചവച്ചു മുറുക്കിയപ്പോൾ ആ വേദനയിൽ മൂന്നാളുകളെ ഓർമ്മവന്നു, അമ്മ, നീൽഗംഗ, പിന്നെ അയാൾ. അമ്മയെന്നു പറയുമ്പോൾ പിടയ്ക്കുന്ന ഒരു മത്സ്യത്തെ പിടിച്ചുനിൽക്കുന്ന ഒരു രൂപം ഓർമ്മ വരും. നീൽഗംഗയാകട്ടെ ഇന്നും അച്ഛനോ അമ്മയോ എന്നവൾക്ക് തിരിച്ചറിയാനാവാത്ത ഒരു സമസ്യയാണ്. കാരണം ദേവയാനിയുടെ അമ്മയുടെ മരണശേഷം ഹിജഡകളുടെ ഒരു സംഘം നീൽഗംഗയുടെ നീണ്ട മുടി മുറിക്കുകയും കൈകളിലെ കുപ്പിവളകൾ പാറക്കക്ഷണം വെച്ച് തല്ലിയുടയ്ക്കുകയും കമ്മലും മൂക്കുത്തിയും അഴിച്ചെടുക്കുകയും ചെയ്തു. നീണ്ട ചേല അഴിച്ചുമാറ്റി പുരുഷവസ്ത്രമായ ഷർട്ടും പാന്റും ധരിപ്പിച്ചു. പിന്നീട് മരിച്ചുപോയ ദേവയാനിയുടെ അമ്മസ്ഥാനത്ത് പറ

യുന്ന പേര് ഗംഗാധർ എന്നാണ്.' അമ്മയുടെ മരണശേഷമാണ് ദേവയാനി നഗരത്തിലെ ആ വീട്ടിൽ എത്തുന്നത്. നഗരത്തിലെ വീട്ടിൽ എത്തുമ്പോഴാണയാളെ ദേവയാനി ആദ്യമായി കാണുന്നത്. ആദ്യസമയങ്ങളിൽ ദേവയാനിക്ക് അയാളെ ഭയമായിരുന്നു. എന്നാൽ കഥയുടെ അവസാനത്തിൽ അയാൾ ദേവയാനിയുമായി രതിയിൽ ഏർപ്പെടുകയും അയാൾ മരിക്കുകയും ചെയ്യുന്നു.

സ്ത്രീ-പുരുഷബന്ധത്തിന്റെ വ്യതിരിക്തമായ ഒരു തലമാണ് ദേവയാനി എന്ന സ്ത്രീകഥാപാത്രത്തിലൂടെ ഹിജഡയുടെ കുട്ടി എന്ന കഥയിൽ ഇന്ദുമേനോൻ അവതരിപ്പിച്ചിരിക്കുന്നത്. എല്ലാത്തരം ശാരീരിക താല്പര്യങ്ങളും ലൈംഗികതയിൽ അധിഷ്ഠിതമാണെന്ന വികലകാഴ്ചപ്പാടും സ്വവർഗ്ഗലൈംഗികതയുടെ വൈകൃതതലങ്ങളുമാണ് ഇന്ദുമേനോന്റെ പ്രസ്തുത കഥയ്ക്ക് ആസ്പദം. സ്ത്രീജീവിതത്തിന്റെ നൈരന്തര്യക്രമങ്ങളെ അവ ഉൾക്കൊള്ളുന്ന ഭാവത്തോടെയും തീവ്രതയോടെയും അവതരിപ്പിക്കുവാൻ ഇന്ദുമേനോൻ ഈ കഥയിലൂടെ ശ്രമിച്ചിരിക്കുന്നു. സ്ത്രീയനുഭവിക്കുന്ന വ്യത്യസ്തഭാവങ്ങളെ നിജസ്ഥിതിയോടെ ചിത്രീകരിച്ചിരിക്കുന്നു. ഹിജഡയുടെ കുട്ടി എന്ന കഥ മലയാള ചെറുകഥാസാഹിത്യത്തിൽ വേറിട്ട ശബ്ദം ഉയർത്തുന്നു. ഈ കഥയെ ഒരു സ്വതന്ത്ര ആവിഷ്കാരമായി കാണുന്നു കഥാകാരി. അപമാനത്തിന്റെയും അവഗണനയുടെയും വഴിയിലൂടെ ജീവിതം തള്ളിനീക്കുന്നവരുടെ ലോകത്തെ ഈ കഥയിലൂടെ അവർ അവതരിപ്പിക്കുന്നു. സ്ത്രീജീവിതസംഘർഷങ്ങളെ ശുദ്ധകലാപത്തിന്റെ വെളിച്ചത്തിൽ ആവിഷ്കരിക്കുന്നു.

സഹായകഗ്രന്ഥങ്ങൾ

ഡോ.ജ്യോതിലക്ഷ്മി പി. എസ്., സ്ത്രൈണസർഗ്ഗാത്മകത എഴുത്തും എഴുത്തുകാരികളും, മലയാളവിഭാഗം, സെന്റ് ജോസഫ്സ് കോളേജ് ഫോർ വുമൺ, ആലപ്പുഴ.

ദേവിക ജെ., പെണ്ണെഴുത്ത് - പുരുഷവായന, ജനയുഗം ഓണപ്പതിപ്പ്.

ഡോ. സുകുമാരൻ നായർ. വി, സ്ത്രീ എഴുത്തും വിമോചനവും, ചിന്ത പബ്ലിക്കേഷൻസ്, തിരുവനന്തപുരം.

○○

www.ingramcontent.com/pod-product-compliance
Lightning Source LLC
LaVergne TN
LVHW100258051026
849517LV00006B/2128
* 9 7 8 9 3 9 1 0 8 5 8 2 7 *